NGÔN NGỮ
TẠP CHÍ VĂN HỌC NGHỆ THUẬT
SỐ 5 1/1/2020

NHÓM CHỦ TRƯƠNG:

Luân Hoán - Song Thao - Nguyễn Vy Khanh - Hồ Đình Nghiêm - Lê Hân

CỘNG TÁC TRONG SỐ NÀY:

Cao Nguyên, Cao Thoại Châu, Cái Trọng Ty, Châu Yến Loan, Chu Vương Miện, Dư Mỹ, Đặng Hiền, Đức Phổ, Khaly Chàm, Hà Nguyên Thạch, Hiền Nguyễn, Hoài Ziang Duy, Hoàng Chính, Hoàng Long, Hoàng Quân, Hoàng Xuân Sơn, Hồ Chí Bửu, Hồ Đình Nghiêm, Huỳnh Duy Lộc, Huỳnh Liễu Ngạn, Huỳnh Minh Lệ, Huỳnh Viết Tư, Hư Vô (VN), Lê Hân, Lê Văn Hiếu, Lê Văn Trung, Luân Hoán, Lữ Quỳnh, Mang Viên Long, MH Hoài Linh Phương, Minh Ngọc, Mộng Hoa Võ Thị, Ngàn Thương, Ngô Nguyên Dũng, Nguyên Cẩn, Nguyễn An Bình, Nguyễn Châu, Nguyễn Đình Từ Lam, Nguyễn Đức Tùng, Nguyễn Hải Thảo, Nguyễn Hàn Chung, Nguyễn Huy Côn, Nguyễn Lệ Uyên, Nguyễn Miên Thượng, Nguyễn Nhã Tiên, Nguyễn Sông Trẹm, Nguyễn Thái Dương, Nguyễn Thanh Châu, Nguyễn Thành, Nguyễn Thiếu Dũng, Nguyễn Văn Gia, Nguyễn Vy Khanh, Np Phan, Phạm Hiền Mây, Phan Ni Tấn, Phan Trang Hy, Phương Tấn, Quỳnh Nga, Song Thao, Sỹ Liêm, Thái Tú Hạp, Thị Quỳnh Dung Lê, Thiếu Khanh, Tiểu Nguyệt, Trần Dzạ Lữ, Trần Đình Sơn Cước, Trần Hạ Vi, Trần Hoàng Vy, Trần Thị Nguyệt Mai, Trần Thị Trúc Hạ, Trần Thoại Nguyên, Trần Vạn Giã, Trần Vấn Lệ, Trần Văn Nam, Trần Yên Hòa, Triều Hoa Đại, Trương Văn Dân, Việt Dương, Võ Phú, Vy Thượng Ngã.

BÌA: Uyên Nguyên Trần Triết
DÀN TRANG: Nguyễn Thành & Lê Hân
ĐỌC BẢN THẢO: Trần Thị Nguyệt Mai

LIÊN LẠC:
Thư và bài vở mời gới về:
- Luân Hoán: lebao_hoang@yahoo.com
- Song Thao: tatrungson@hotmail.com

TÒA SOẠN & TRỊ SỰ:
- Lê Hân: (408) 722-5626 han.le3359@gmail.com

Mục Lục

THƯ TÒA SOẠN

Thực hiện Báo Xuân hay Giai Phẩm Xuân là một sinh hoạt quen thuộc của làng báo Việt Nam, từ nhiều năm qua nhằm chào đón Tết dương lịch và Tết Nguyên Đán.

Nội dung những số báo đặc biệt này thường có các mục chính:

- Viết về con vật cầm tinh của năm. Từ kể lại sự tích, nguồn gốc đến bất kỳ điều gì liên quan đến con vật tượng trưng cho năm đó.

- Thơ mừng chúc xuân nhật, thường là ngợi ca cảnh sắc, thiếu nữ, tình yêu thương...

- Truyện viết về những mẩu sống, sinh hoạt loanh quanh trong không khí xuân ảnh, vui buồn có đủ.

- Biên khảo, gồm những bài nhận định tập tục, lễ hội... liên quan đến đất nước con người.

- Tổng kết nghiêm chỉnh tình hình thời sự thế giới, quốc nội diễn tiến suốt cả năm vừa qua.

- Tranh hí họa, tranh ảnh đẹp về mùa đầu năm

- Sớ táo quân, một hình thức tổng kết, báo cáo lẫn châm biếm những nét chính của xã hội đã xảy ra.

Ngoài những điểm trên, tùy sáng kiến của những tòa soạn giới thiệu nhiều mục mới, cụ thể như có năm một tạp chí tại hải ngoại giới thiệu chân dung của người viết, có sự cộng tác với báo mình. Chân dung này được phác họa bằng nét vẽ đơn giản đi cùng với ít dòng thơ gọn nhẹ linh động.

Báo xuân thường có hai hình thức:

Báo khổ lớn nhiều trang, chọn đăng nhiều bài viết, nhiều trang ảnh, nhiều màu. Ở hải ngoại thường giàu thêm quảng cáo. Bìa lộng lẫy màu sắc.

Báo khổ sách, vẫn giữ vóc dáng bình thường như tạp chí hàng tháng, nhưng đầy đặn vì tăng số trang, bài viết phong phú hơn.

Chủ đề Xuân, Tết tưởng như dễ thực hiện được một số dồi dào bài vở mới, thật ra khó hơn mong đợi, nhất là giá trị nội dung, ngay ở thể loại phong phú thường lệ là Thơ. Hình như nhà văn, nhà thơ ít ai muốn có sự ràng buộc trong sáng tác theo một chủ đề định sẵn. Ngôn Ngữ các bạn đang đọc vì đó cũng không có sự mới lạ nào, ngay cả mặt hình thức. Với hy vọng một nửa số bài đi sát với nội dung, phần nào sẽ được tạo chút ít không khí Tết Nhất theo chân thời tiết, giúp chúng ta tươi vui hơn, lạc quan hơn.

Chúng tôi xin chân thành gởi nơi đây, lời chúc của toàn thể nhóm chủ trương, cùng các anh chị tác giả đã cộng tác, đến bạn đọc, bạn văn, vui đón một năm mới cùng tất cả ngày tháng tiếp theo, luôn giàu có hạnh phúc.

Phần chúng tôi, tâm nguyện cố gắng chuyển tải, giới thiệu sáng tác của người viết đến bạn đọc đều đặn như ý định trong cuộc chơi nghiêm túc của chữ nghĩa.

Thành kính,

Luân Hoán

Om Sòm Trên Vách

SONG THAO

Năm 1954, di cư vào Nam, gia đình tôi mua được một căn nhà nhỏ bên Vĩnh Hội. Nhà vách ván, lợp tôn, hồi đó mua khoảng 50 ngàn. Nhà nằm trên một con hẻm, cắt ngang đường Bến Vân Đồn, gần cầu Ông Lãnh. Nhà chỉ có ở một bên hẻm, bên kia là chiếc tường cao và dài suốt hẻm của một hãng làm phân bón rất lớn có tên tây mà tôi không còn nhớ. Hẻm không có tên, số nhà xuyệt (sur) vài cái chồng lên nhau trên đường Bến Vân Đồn. Dân chúng quen miệng gọi là hẻm Hãng Phân. Cái tên không chính thức bỗng một ngày đẹp trời trở thành tên chính thức. Thành phố cho dựng bảng tên đường ở đầu đường với cái tên "Hẻm Hãng Phân" bảng xanh chữ trắng rất trang trọng. Vậy là chết con dân! Các anh chị tuổi bồ bịch bỗng rơi vào một tình trạng dở khóc dở cười. Thư từ biết để địa chỉ sao cho khỏi bốc mùi!

Hẻm không có mùi nhưng tên có mùi nằm trong khu lao động. Nhà tôi nằm giữa nhà anh Tư Xích Lô Máy và chị Ba bán trái cây ngoài chợ Cầu Ông Lãnh. Vách ván là những tấm ván mỏng dính được ghép từ khi còn tươi đã co lại dần theo thời gian. Nhưng vách vẫn kín vì những tranh ảnh dán lên trên che hết những kẽ hở. Ngày tết, nhà nào cũng làm mới vách, lấy những phụ bản mới của các báo dán lên. Ngày đó, báo xuân đua nhau in bìa và phụ bản bằng tranh ảnh màu trên giấy láng rất tiện lợi cho việc trang hoàng nhà cửa dịp tết. Đây là một tập tục được độc giả, nhất là độc giả thuộc các khu xóm lao động hoan nghênh. Ngày tết, qua chúc tết hàng xóm láng giềng, thấy nhà nào cũng đổi mới, xuân ơi là xuân!

Tập tục dễ thương này xuất phát từ chuyện cạnh tranh giữa hai tờ báo Tiếng Chuông và Sài Gòn Mới. Nhắc lại chuyện giang hồ này, nhà văn Hoàng Hải Thủy viết:

"Tờ nhật báo Sài Gòn ra đời từ những năm 1925, 1926. Sau năm 1945 đổi tên là báo Sài Gòn Mới. Báo sống được nhưng không huy hoàng, không phải là báo bán chạy, mãi đến năm 1957 nhờ sáng kiến tặng phụ bản bản đồ Việt Nam, bản đồ thế giới rồi phụ bản màu đủ thứ chim cò, ngao sò ốc hến của anh con thứ năm là Năm Thành, báo Sài Gòn Mới tăng vọt số báo bán. Nhiều người mua báo Sài Gòn Mới, lấy phụ bản dán lên vách ván trong nhà".

Trong thương trường đâu có dễ múa gậy vườn hoang. Đối thủ của báo Sài Gòn Mới là báo Tiếng Chuông nhảy vào vòng đua liền. Tác giả Phạm Công Luận kể lại sự tình:

"Một nhà văn khác cho biết trong lãnh vực tặng phẩm, xổ số, phụ bản, báo Tiếng Chuông là đối thủ của báo Sài Gòn Mới. Riêng báo Tiếng Chuông, từ lâu đã có bìa báo in rất đẹp, bìa cứng và thích dùng tranh Lê Trung. Có sự cạnh tranh này, hai báo thi nhau làm đẹp. Như bìa báo xuân Sài Gòn Mới năm Canh Tý 1960, có tranh một cô gái xinh đẹp ngồi bên bức tranh. Người thiết kế khoét bìa ngay chỗ khung tranh. Một bức tranh thứ hai hình con nai bên suối mùa xuân sẽ được lồng vào bìa báo ngay chỗ khung tranh và đó chính là một phụ bản để sau này có thể lấy ra lồng khung kiếng treo trên vách. Đó là một cách làm phụ bản cầu kỳ, còn đa phần phụ bản chính là phần thêm vào có tính mỹ thuật hay tiện dụng, có khi là một bản đồ Sài Gòn hay bản đồ các tỉnh, tranh thắng cảnh nổi tiếng các vùng miền như cảnh lăng tẩm cố đô Huế, cảnh thác nước Đà Lạt, cảnh biển Nha Trang... mà thời đó ít người có điều kiện đi thăm viếng, một phần do chiến tranh. Tuy nhiên những bức tranh vẽ cô gái ngày xuân, cảnh chúc Tết, hoa trái...tuy không thiết thực nhưng lại rất cuốn hút".

Những loại tranh phụ bản này, vách nhà anh Tư Xích Lô Máy hay chị Ba bán trái cây hàng xóm của tôi đều được dán la liệt. Mỗi năm qua chúc tết họ, tôi vẫn bị cô gái của Lê Trung trên vách nhà theo dõi. Phải công nhận họa sĩ Lê Trung hồi đó hốt bạc. Tranh của ông nằm tại hầu như mỗi nhà trong xóm lao động. Các cô gái của ông Lê Trung tuy xuất hiện nhiều trên các tư thế khác nhau nhưng luôn cùng một khuôn mặt. Đó là khuôn mặt rất chuẩn, hầu như đã thành nếp, với đôi mắt to đen láy, đôi hàng lông mày rậm và dài, chiếc miệng với đôi môi dày như tài tử Brigitte Bardot rất nổi tiếng thời đó. Đó là cô gái trong tranh, cam đoan không thể tìm thấy ngoài đời.

Ngoài hai tờ Sài Gòn Mới và Tiếng Chuông sống nhờ tranh bìa và phụ bản, các báo khác cũng phải o bế bìa báo Xuân sao cho nổi đình nổi đám, vượt trội trên sạp báo mới có cơ sống còn. Chủ đề của tranh, ngoài hình thiếu nữ hay ảnh chụp các tài tử như Thanh Nga, Thẩm Thúy Hằng, Kim Cương… còn có một trường phái khác: trường phái vẽ hình các con giáp theo năm.

Trường phái này không có chi… sáng tạo. Từ thời ông Tú Xương đã có loại tranh này trên vách. Đì đẹt ngoài sân tràng pháo chuột / Om sòm trên vách bức tranh gà. Đó là tranh Đông Hồ. Đông Hồ là một làng nhỏ nằm sát bờ nam sông Đuống, chỉ cách Hà Nội khoảng 30 cây số về hướng Đông. Khoảng cách với đất ngàn năm văn vật không xa nhưng Đông Hồ thuộc xã Song Hồ, huyện Thuận Thành, tỉnh Bắc Ninh. Đông Hồ nổi tiếng với loạt tranh dân gian được mọi người ưa chuộng mua về treo trong dịp Tết. Tranh Đông Hồ có hai điểm đặc biệt: được in trên loại giấy đặc biệt gọi là giấy dó và màu sắc lấy từ các chất liệu trong thiên nhiên.

Giấy dó là một loại giấy làm bằng vỏ cây dó, có đặc tính xốp, nhẹ, bền, không nhòe khi viết hay vẽ, ít bị mối mọt hoặc giòn gẫy, không bị ẩm nát, có tuổi thọ tới 500 năm! Quy trình từ vỏ cây dó biến thành giấy dó rất nhiêu khê, hoàn toàn làm bằng tay, không máy móc chi. Trước hết, vỏ cây dó được ngâm trong nước vôi khoảng ba tháng, sau đó nấu cách thủy khoảng ba ngày hai đêm cho tới khi ngửi thấy mùi thơm của vỏ cây được nấu chín. Dùng dao nhỏ bóc lớp vỏ đen đi, giã bằng chày và cối cho tới khi thành bột nhuyễn. Cho bột nhuyễn này vào một cái giá to được đan bằng tre, có đường kính hơn một thước, để đãi sạch nước vôi. Công đoạn này được gọi là "đãi bìa". Dùng chất nhờn từ cây mò tạo một hỗn hợp kết dính gọi là "nhớt gỗ", pha với nước. Sau đó là "xeo giấy" bằng cái "liềm xeo". Liềm xeo là nứa hoặc giang được chẻ nhỏ như sợi tăm rồi dùng sợi tơ xe lại. Thợ xeo dùng liềm này chao đi chao lại trong bể bột đó. Lớp bột đó dính trên liềm chính là tờ giấy đó sau khi được xeo, ép, bóc, can, phơi và lột giấy. Tơ dó kết lại với nhau như cái mạng nhện nhiều lớp, tạo nên tờ giấy dó. Được chế tạo như vậy nên giấy dó rất xốp, nhẹ và hút mực.

Nguyên liệu dùng để vẽ tranh Đông Hồ hoàn toàn lấy từ thiên nhiên. Màu trắng óng bạc từ vỏ sò điệp, màu vàng từ hoa hòe, màu đỏ vang từ gỗ vang, màu đỏ son từ sỏi son tán mịn, màu xanh chàm từ lá chàm, màu đen từ than lá tre hay rơm ngâm kỹ.

Đầu năm 2002, trong lần về lại Hà Nội duy nhất của tôi từ sau khi di cư vào Nam, tôi đã mua được một bộ tranh Đông Hồ tại Văn Miếu Hà Nội. Bộ tranh gồm 20 bức bằng giấy dó. Tôi không rành chất liệu vẽ tranh nên không phân biệt được màu sắc dùng là màu sắc của những thứ lấy từ tự nhiên như nói trên hay màu vẽ công nghệ ngày nay. Nhìn kỹ tôi thấy màu nhàn nhạt, dại dại, không đậm đà như các tranh ngày nay. Tờ giấy đính kèm với bộ tranh cho biết đây là công trình của nghệ nhân Nguyễn Hữu Sam, ngụ tại thôn Đông Hồ, huyện Thuận Thành, tỉnh Bắc Ninh. Ông Sam ghi:

"Tranh Đông Hồ đã được nhiều du khách trong và ngoài nước biết đến từ lâu. Nó nổi tiếng do làm từ những nguyên liệu sẵn có trong thiên nhiên. Giấy in tranh là loại giấy "dó" mặt rất mịn, được hòa quyện với màu sắc cổ truyền tươi tắn từ hoa lá của các cây cỏ rất dễ tìm tại Việt Nam. Màu son được khai thác từ đất đá của đồi núi, màu trắng óng ả là từ tinh chất của mai con điệp ngoài biển. Ưu điểm trong tranh dân gian Đông Hồ là màu sắc rất bền đẹp, không dễ bị phai nhạt do sự phân hóa của ánh sáng và thời gian".

Làng Đông Hồ xưa kia có tên là làng Mái, nổi tiếng về tranh tết.

Hỡi cô thắt lưng bao xanh
Có về làng Mái với anh thì về
Làng Mái có lịch có lề
Có sông tắm mát, có nghề làm tranh.

Tranh tết Đông Hồ có lẽ là thứ tết nhất trong nhà của dân gian ngày xưa. Đề tài của tranh là hình ảnh các con giáp đem theo ước vọng ngày xuân. Như mẹ con gà, mẹ con heo mang lại ước vọng gia đình đông vui, hòa thuận, sung túc. Tranh "Vinh Hoa" hay "Phú Quý" với hình ảnh chú bé ôm gà hay vịt là cái phúc đầu năm. Tranh "Tứ Quý" mang lại vui tươi hạnh phúc trong suốt bốn mùa. Ngày nay báo tết vẫn theo bước chân của tranh Đông Hồ, vẽ tranh con giáp của năm. Nhưng họ theo một cách đầy sáng tạo. Mỗi bức tranh là một con giáp kiểu mới, thích hợp với trình độ độc giả của mỗi báo.

Chuyện năm nào vẽ con vật trị vì năm đó là chuyện thường tình, chẳng có chi rắc rối. Nhưng không hẳn vậy. Xuân năm Canh Tý 1960, bìa số Xuân của nhật báo Tự Do vẽ hình năm con chuột đang ăn một trái dưa hấu. Chuyện quá thường tình. Năm Tý vẽ chuột đã tết, thêm hình trái dưa hấu lại càng tết vì dưa hấu là thứ trái cây phổ biến của tết miền Nam. Nhưng chuyện không giản dị như vậy. Đúng ngày mùng 5 tết, cảnh sát đã xông vào đập phá tòa báo, tìm và tịch thu hết báo Xuân còn lại. Tại sao? Vì có người diễn dịch năm con chuột là năm anh em nhà họ Ngô đang đục phá đất nước. Không biết họa sĩ có ý đó không nhưng nếu xoay ngược bức tranh lại thì phần vỏ vàng của trái dưa hấu là hình thể của bản đồ Việt Nam. Khi đó Thủ Tướng, sau là Tổng Thống Ngô Đình Diệm, đã về nước chấp chánh được khoảng sáu năm. Nhiều người đã tỏ ra bất mãn vì cái họ gọi là "gia đình trị" của gia đình họ Ngô.

Nhà văn Phạm Phú Minh, vào năm 2012, đã có một bài viết rất chi tiết về vụ này. Ông cho biết:

"Nhưng tất cả chỉ là suy luận, ức đoán. Chẳng có bằng chứng nào có thể đoan chắc bức tranh vẽ toàn chuột đó là ám chỉ các anh em trong một gia đình. Trừ một việc: chính các anh em đang cầm quyền đó đã phản ứng một cách giận dữ. Tức là họ tự nhận năm con chuột đó chính là tượng trưng cho chính họ. Chính hành vi cho thuộc hạ đập phá tòa soạn báo Tự Do, tịch thu báo, và truy tìm tác giả bức tranh đã xác nhận cái ám chỉ mà dân chúng nghi ngờ đó là đúng".

Nhà cầm quyền đã nổi giận tới mức như vậy thì tác giả bức tranh sẽ lãnh đủ. Nhưng bức tranh không ký tên tác giả. Lúc đó, trong số các họa sĩ cộng tác với báo Tự Do có hai tên tuổi lớn trong làng họa: Nguyễn Gia Trí và Phạm Tăng. Dư luận lúc đó cho tác giả là họa sĩ Phạm Tăng. Nhưng có lẽ đó là lời khai của tòa báo, đồng thời chính tòa báo tung ra dư luận cho tiện lợi. Thời gian đó họa sĩ Phạm Tăng đang ở Ý, nhà cầm quyền chẳng nắm được tóc ông! Nhưng sau này, theo tiết lộ của những người đáng tin về vụ này thì tác giả chính là họa sĩ Nguyễn Gia Trí. Vụ này tưởng chỉ là một tai nạn nghề nghiệp nhưng tác giả Phạm Phú Minh diễn giải thêm:

"Ngày nay nhìn lại vụ bức tranh này, phải nhận đây là một sự kiện rất quan trọng, như một quả bom tấn nổ bùng khơi ngòi cho một loạt hoạt động chống đối chế độ trong những năm tiếp theo, với sự bất mãn của dân chúng ngày một tăng. Phải là người gan góc, đầy bản lãnh và tài năng mới thực hiện được một hình thức chống đối chế độ ngoạn mục như vậy: một bức tranh rất nghệ thuật nhưng hiền lành như một tranh dân gian đón mừng năm mới, in trên bìa số Xuân của một nhật báo uy tín nhất nước, lại ẩn chứa một nội dung tố cáo tính cách không lành mạnh của một chế độ chính trị".

Thơ văn, hội họa là nghệ thuật. Đó là những thứ làm cuộc sống của con người thăng hoa. Nhưng khi cần, thơ văn hay hội họa cũng là những vũ khí hữu hiệu nhất tranh đấu cho quyền sống tự do của con người. Họa sĩ Nguyễn Gia Trí đã dùng vũ khí này khi chế độ đã đi vào con đường độc tài bóp chết tự do của dân chúng. Thi sĩ Vũ Hoàng Chương, con người ốm yếu mỏng manh, cũng đã làm như vậy khi cộng sản cưỡng chiếm miền Nam. Trong những ngày đầu miền Nam rơi vào tay cộng sản, dân chúng cả nước đã hả hê truyền tai nhau một đôi câu đối trác tuyệt khi thành phố Sài Gòn đổi tên đường Công Lý thành đường Nam Kỳ Khởi Nghĩa và đường Tự Do thành đường Đồng Khởi. *"Nam Kỳ Khởi Nghĩa tiêu Công Lý / Đồng Khởi vùng lên mất Tự Do".* Ít người biết tác giả hai câu này chính là thi sĩ Vũ Hoàng Chương.

Tết năm con rồng Bính Thìn, 1976, cái tết đầu tiên dưới ách thống trị của cộng sản, thi sĩ họ Vũ lại có bài thơ "Vịnh Tranh Gà Lợn":

Sáng chưa sáng hẳn, tối không đành,
Gà lợn om sòm rối bức tranh.
Rằng vách có tai, thơ có họa
Biết lòng ai đỏ, mắt ai xanh.
Mắt gà huynh đệ bao lần quáng
Lòng lợn âm dương một tấc thành.
Cục tác nữa chi, ngừng ủn ỉn
Nghe rồng ngâm váng khúc tân thanh.

Bài thơ tự nó đã nói hết về cuộc sống rối rắm, nghi kỵ giữa con người với nhau dưới chế độ độc tài cộng sản. Nhà thơ Nguyễn Mạnh Trinh bàn như sau:

"Những thành ngữ, tục ngữ dân gian dưới tay nghệ sĩ đã thành đắc địa. Chữ đã không còn là một nghĩa nữa mà thành nhiều nghĩa, và sự thâm trầm sâu lắng trong ngữ nghĩa làm bài thơ lột tả được một tâm sự chung của cả một thế cuộc tao loạn đầy bất trắc. Bài thơ được truyền tụng trong thời buổi ấy cũng đã là nguyên nhân để những người cầm quyền cộng sản bắt giam tác giả. Thi sĩ bị giam tại khám Chí Hòa, sau vì đau yếu nên được thả về nhà, mấy ngày sau thì từ trần, vào ngày 6 tháng 9 năm 1976".

Tranh gà tranh lợn ngày xuân trên vách tưởng là hiền lành, ai ngờ cũng là một phương tiện bày tỏ, chống đối những bất công, đàn áp của cường quyền trên đầu người dân. Vui xuân đó nhưng cũng buồn cho xuân đó. Nhưng mùa xuân là mùa hy vọng, biết đâu gà lợn trên vách sẽ có lúc…om sòm!

Song Thao

*(Một vài tranh tết Đông Hồ
tôi mua tại Văn Miếu Hà Nội.)*

*(Hộp đựng 20 bức tranh Đông Hồ
của nghệ nhân Nguyễn Hữu Sam.)*

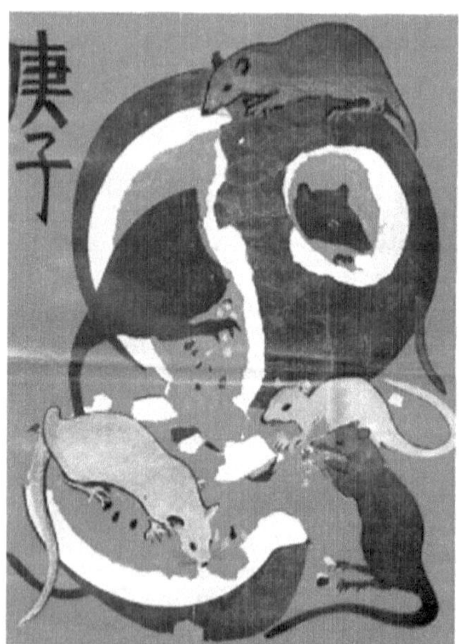

(Bìa báo Xuân Tự Do năm Canh Tý 1960.)

*(Bìa số báo Xuân Canh Tý
của báo Sài Gòn Mới.)*

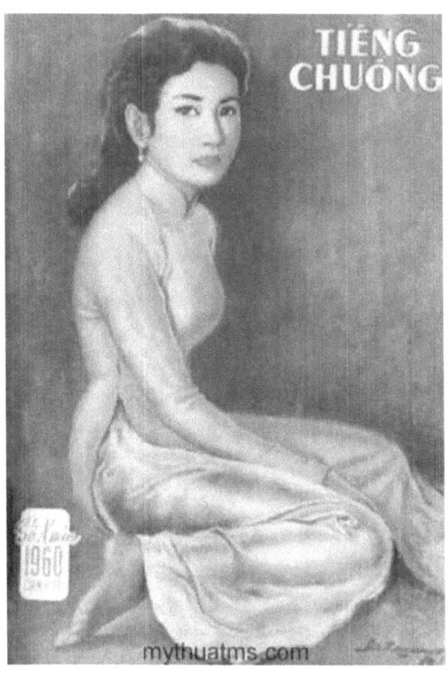

(Bìa báo Xuân Tiếng Chuông năm Canh Tý
do họa sĩ Lê Trung vẽ.)

(Phụ bản lịch 12 tấm của báo Phụ Nữ Diễn
Đàn xuân 1967 với hình nghệ sĩ Thanh Nga.)

(**Xuân Thanh Bình**, tranh họa sĩ Lê Trung,
phụ bản báo Phụ Nữ Ngày Mai.)

(Bìa báo xuân Tự Do
do họa sĩ Phạm Tăng vẽ.)

Người Xông Đất
LÊ VĂN HIẾU

Mồng một không ra khỏi cửa
Không muốn xuất hành
Không muốn mang cái cũ về nhà mình
Không muốn mang muộn phiền sang nhà người khác
Dù lòng ta lành và trong veo - như hạt nước .

Mồng một ta luôn mở cửa
Luôn chờ đợi một điều gì rất mới, cho một ngày rất mới
Nàng Mi Sa lại nằm im chổng mũi
Lũ chim lại lò cò nhảy nhót
Tịnh không điều gì

Mồng một người xông đất nhà mình, lại rất tốt
Vâng, rất tốt
Chân chỉ hơi liêu xiêu vì vai quá nhiều gánh nặng
Ông ta đã đi trên bảy mươi năm cuộc đời
Ông ta mê thơ Đường, và ôm mộng đi ngược về thời Đường
Cuộc du hành không bao giờ vói tới
Ngồi nhâm nhi cùng ta vài cốc rượu
Rồi đứng lên không nổi

Mồng một người xông đất
Thầy bói phán - là cái vong về mười hai giờ khuya, đón giao thừa
Cái vong là nam nhân,
Là đứa con vợ ta mang chưa được tám tháng tuổi
Trong những ngày ăn mày

Ta nhớ bậc đá rong rêu
Ta nhớ những con cá nhỏ
Ta nhớ người đàn bà bụng mang dạ chửa
Trượt chân...

Người xông đất nhà mình
Về từ cõi âm? ■

Tháng Chạp
HUỲNH MINH LỆ

hai hàng vạn thọ trước sân
mấy cây nở sớm đã dần hé ra
chợ phiên xao xác tiếng gà
nhớ mua áo giấy hăm ba về trời
đem sàng củ kiệu ra phơi
năm nay nấu bánh ba mươi giao thừa
…
những ngày xa lắm xa xưa
đêm đêm thôn xóm khi chưa tắc cù! ∎

Quà Xuân
LÊ HÂN

thời gian đi nhè nhẹ
gió thả rong trên đồng
từ tốn tôi thả bước
êm đềm sông xuôi dòng

chúng tôi cùng chuyển động
theo mạch sống mùa xuân
trời đang phơn phớt nắng
rộn rã tiếng chim mừng

bát ngát hương hoa trái
đất trời nhìn nhau vui
nhẹ nhàng từng giọng nói
trung nam bắc cùng cười

ngày xưa vừa trở lại
ngày mai đang ngó lui
thời không gian hiện tại
thơm nồng hơi thở người

mùa xuân đầy đủ cả
sức khỏe tài lộc giàu
lời chúc trên cánh thiệp
câu mừng ấm bàn tay

áo quần giày guốc mới
trang báo xuân thơm lừng
ngôn ngữ tiếng mẹ đẻ
tinh khiết đời thủy chung

gom triệu lời cung chúc
cổ kim gởi mọi người
gói lì xì nho nhỏ
nhịp tim xuân tình đời

tạ lòng anh cùng chị
đã thân ái tặng quà
tình người cho cuộc sống
tôi xin phép mở ra. ∎

Mùa Xuân Xứ Lạ
TRẦN DZẠ LỮ

Xa rồi
Nhớ tháng giêng
Quê
Lâm thâm
Mưa bụi
Em xê dịch buồn
Không còn tôi
ở
cuối thôn
Hát ru người ở
Đầu thôn yên lòng…
Xa rồi
hoa Khế trước sân
Tím câu lục bát, xanh khăn
người tình
Mùa xuân xứ lạ
Một mình
Nhớ quê
tôi lạy phương bình minh
yêu… ∎

Xuân Vọng Cố Hương
DƯ MỸ

Không gian rực sáng ngời hoa tuyết
Ta để hồn mình lạnh với xuân
Xưa đi ai hát câu tiễn biệt
Để nhớ bây giờ hỡi cố nhân.

Con én bỏ mùa xuân biệt xứ
Còn đời ta lạc mất quê hương
Một thời máu thắm tô chiến sử
Bè bạn tan thây giữa chiến trường.

Đêm xuân Bắc Mỹ mơ về phố
Nhìn lại đời mình đã mấy xuân
Cơm áo miệt mài trên đất khách
Quê nhà, lòng chạnh nhớ bâng khuâng.

Bạn hữu mấy thằng chinh chiến cũ
Đông tây nam bắc đã lạc nhau
Cho dẫu qua rồi cơn sinh tử
Mà vẫn ôm hoài một nỗi đau.

Xuân đến rót mời nhau chén rượu
Tao phùng xin hẹn buổi quay về
Trăm nhánh sông đều xuôi ra biển
Ta sao đành bỏ mất tình quê? ∎

Mùa Xuân Nói Về Chữ Tết
NGUYỄN THIẾU DŨNG

Người Việt Nam nói đến Tết là nói về ngày lễ lớn nhất trong năm tổ chức vào những ngày đầu năm âm lịch, nhưng khi nói về những ngày lễ lớn trong các mùa khác của năm ta vẫn dùng chữ Tết cho long trọng, có điều phải thêm những định ngữ để phân biệt như tết Đoan Ngọ, tết Trung Thu, tết Tây.

Có một số người cho rằng "Tết" là do "tiết" (節) của người Hoa biến âm, đó là nhận xét sai lầm. Tuy nhiên nếu cho Tết và tiết không liên hệ thì tầm nhìn cũng bị hạn chế. Từ Tết không chỉ người Việt dùng mà khắp vùng Đông Nam Á đâu đâu cũng dùng âm tương tự để gọi ngày hội lớn nhất của năm. BS Nguyễn Hy Vọng đã dày công tập hợp cách gọi đó trong bài "Tết là gì" (xin trích sau đây):

Nùng:

TẾT
niên Tết năm Tết

Mường:

Thết # Tết
ăn Thết # ăn Tết

Thái:

Thêts Lễ mừng năm mới [New Year celebration]\
Thêts khal Mùa Tết, những ngày tết
Thêts Thày Tết Thái [Thai New Year's celebration]
Thrêts Tết [theo Từ Điển Francais-Thái của Pallegoix]
Thrêts Chìn Tết Tàu / Chinese New Year [Chìn là Tàu]
Chêtr Tết của Thái [fifth

Zhuang:

XIT / SIT Lễ Tết của 20 triệu người Zhuang bên Quảng Tây,
nói tiếng Tai # tiếng Thái xưa!
đươn Sít tháng Tết [mois de festival célébrant la mousson]
[đươn là tháng]

Chàm:

TÍT Lễ tháng năm của lịch xưa Chàm
[tháng gió mùa bắt đầu thổi]
băng Tít ăn Tết
CHẾT Tết
bu-lăn Chêt tháng tết [bu lăn là tháng, tiếng Chàm]
KTÊH lễ hội lớn nhất trong năm của người Chàm

Mon:

KTEH New Year Day of the Mon people in Myanmar
o-TEH New Year celebration with water splashing
o - Tet id
k-Tât New Year rituals
k-Tet id

Khmer:

CHÊTR Tết, lễ mừng tháng năm theo cổ lịch Khmer
là tháng gió mùa bắt đầu thổi ngược lại,
tháng của mùa gió nồm ở Đông Nam Á
[tùy theo nơi, từ cuối tháng tư đến cuối tháng năm]
khae Chêtr tháng tết [khae là tháng] # 13 tháng 4 dương lịch
23 tháng ba âm lịch.
Chêtr khal thời gian có lễ Tết [khal là thời gian].

India:

Chêtr là tên tháng tư và tháng năm của cổ lịch Ấn Độ,

tên của tháng giao mùa đem mưa đến.
[mois du début de la mousson]

Nepal:

TEEJ Lễ đầu năm của dân xứ Nepal

Mustang:

TIDJ / Tidji Lễ đầu năm của xứ Mustang, bên cạnh xứ Nepal
(hết trích)

Bộ sưu tập của BS Nguyễn Hy Vọng cho thấy " cả chục ngôn ngữ và nền văn hóa khác với Tàu, ăn mừng ngày đầu năm của họ mà vẫn mang những cái tên mà ý nghĩa và phát âm, cách nói và đọc đều giống với cái tên, cái tiếng" (bdd) của người Việt ta thì không thể nói cách ta gọi Tết là biến âm từ âm Tiết được, điều này hoàn toàn đúng. Nói chính xác hơn, ngược lại là đằng khác, chính âm Tiết phải do từ âm Tết mà ra. Chứng từ này cho thấy từ trước đến nay Ta đã lầm tiếng Hán tạo ra tiếng Hán Việt, thật sự tiếng Việt mới tạo ra tiếng Hán và tiếng Hán Việt (1)

Hứa Thận (58-147) nhà ngôn ngữ học thời Đông Hán, tác giả Thuyết văn giải tự (2), soạn năm 100 và mãi đến năm 121 mới dâng cho Hán An Đế, đã chỉ ra cách đọc chữ 節 là 子 結 切 (tử kết thiết) thì chữ này không thể đọc là tiết mà phải đọc là tết. Như vậy tiết phải do tết mà ra.

Người Hoa ngày nay gọi ngày tết của họ theo âm lịch là xuân tiết (春節) còn ngày đầu năm theo dương lịch là nguyên đán (元旦). Vậy nên ngày Tết cổ truyền của người Việt thì ta phải đọc là xuân tết, cũng thế đoan ngọ tiết, trung thu tiết, nhi đồng tiết nên đọc là đoan ngọ tết, trung thu tết, nhi đồng tết.

Cách đọc này người dân đảo Hải Nam rạch ròi hơn ta khi họ đọc chữ 生 là đẻ chứ không đọc là sinh như phiên âm Hán – Việt hiện đại.

Nguyễn Thiếu Dũng

Chú thích:

(1) Chữ do người Việt sáng tạo, gọi chữ Hán không đúng nên tạm gọi là chữ Nho, gọi Hán Việt càng sai tôi gọi là tiếng Hậu Thiên do quí tộc Việt tạo ra có sau tiếng Tiên Thiên (tiếng mẹ đẻ)

(2) Sách Thuyết Văn, cuốn từ điển từ nguyên chữ Hán đầu tiên, gồm 14 chương chính và 1 chương mục lục, tổng cộng có 133.441 chữ trong lời ghi chú để giải thích nghĩa chữ. Năm Vĩnh Nguyên thứ 12 (Công nguyên, năm 100), sách Thuyết-văn được hoàn tất nhưng mãi đến năm Kiến Quang thứ nhất (Công nguyên, năm 121), Hứa Thận mới giao cho con là Hứa Xung dâng lên triều đình Hán .

Những... Lá Vàng Đa Cảm
CAO THOẠI CHÂU

Cùng với chút se lạnh phương Nam vào buổi sáng và lúc hoàng hôn vừa tắt, ngoài phố lại lác đác những điểm làm một dịch vụ theo mùa chỉ có vào lúc cuối năm. Không phải một cửa hàng mà chỉ là một vài người cứ đến hẹn lại thu xếp công việc và ra vỉa hè, một chỗ nhỏ dưới mái hiên cùng với ít giẻ lau, chiếc bàn chải mới cáu, thuốc đánh bóng…Và rồi không quảng cáo chi cả mà cũng tụ về những chân đèn, lư đồng, bát hương, những con rùa lẹt bẹt, dăm chú hạc cẳng cao… tạm rời bàn thờ trang nghiêm để xuống đứng trên vỉa hè.

Nhìn chúng khi mới tới đúng là bụi nhưng bàn tay người thợ đã trả lại cái sạch sẽ sáng loáng bắt mắt tạo những điểm nhấn theo mùa làm rạo rực ai đó và có thể bùi ngùi một ai đó..

Xứ này không nhiều chim én, không gió bấc thì những đồ đồng ấy là những lá vàng đa cảm của thời gian như một thông điệp báo cuộc đoàn tụ giữa hai thế giới, giữa người đã khuất với cháu con của mỗi gia đình, nhiều vui mà sao không bùi ngùi khi một quá khứ sống dậy, vào lúc một năm sắp hết? Tâm thức Việt Nam là vậy! Gia đình là hai nửa, mỗi nửa là phiên bản của nhau!

Một năm sắp qua, tấm lịch gầy guộc bao nhiêu vui buồn lắng đọng lại những hân hoan, giận dữ, những mất mát xé lòng, những hụt hẫng chới va chới với, tự hỏi còn gì?. Nỗi khao khát khôn cùng về một bài thơ đang lảng vảng đâu đó chưa nhập vào người, cảm xúc còn lúng búng dưới lớp bụi thời gian.

Nhìn những lá vàng này chợt nhớ lại ngày xưa! Ngày ấy, chẳng phải thợ tranh thủ kiếm thêm mà cũng là "thợ" đánh bóng…cái bút nịt, một trong những "đồ thờ" bằng đồng, một thời KBC 4100 ai mà chả vậy khi mà làm biếng một chút thì cuối tuần khỏi nhìn thấy Sài Gòn. Nhắc đến lại nhớ đến nhà thơ Nguyên Sa, "bạn" đồng khóa 24. Một tối thứ sáu, sang phòng Thầy – ông là Thầy của người viết ngày trước – thấy Cụ cũng đang lui cui đánh bóng cái "đồ thờ" quỷ sứ đó. Ngạc nhiên vì đâu ngờ một nhà thơ từng Tây du giờ cũng biết sợ giống như học trò. Thầy hỏi "Không làm hả", đáp "Không, Thầy ơi", nói xong đưa ra một gói nhỏ "Em tặng Thầy đó", "Có hai cái ?", "Dạ". Ông thầy sáng mắt lên "Có vậy mà mình không nghĩ ra!". Vậy đó Thầy ơi!

Thời gian có thể phủ một lớp bụi lên nhiều thứ nhưng bụi không thể làm mất bản chất thực của những thứ ấy, các món thờ tự sáng loáng ngoài vỉa hè kia nói thế. Những Quang Dũng, Trần Dần, Phùng Quán, Hoàng Cầm, Phan Khôi…những "Thi nhân VN" và biết bao người khác, gia bảo của văn học một thời bị phủ bụi nhưng rồi đồng vẫn là đồng bụi không thể không rơi xuống đất để trả lại màu vàng óng cho những thứ chỉ là đồng không thể là sắt thép hay composite!

Cao Thoại Châu

hoa cải vàng sân đất | tiễn đưa tiết đại hàn
trời thấp mưa lất phất | khắc lập xuân chớm sang

em thướt tha qua ngõ | gót dẫm xác pháo hồng
tôi nghe dội lồng ngực | thanh xuân đời trổ bông

luân hoán

Nhân Dịp Tết Canh Tý Bàn Chuyện Về
Vài Từ "Thậm Ngôn" Trong Ngôn Ngữ Việt

NGÔ NGUYÊN DŨNG

Người Việt thường có tính "phóng đại hoá" trong khi nói. Chuyện một nói thành năm, thành mười. Chuyện nhỏ vẽ vời thành lớn. Nói theo ngôn ngữ bình dân: "Người mình có tính ba hoa, thích nổ." Hay nói theo ngôn ngữ khoa bảng: "Dân Việt có khuynh hướng *thậm ngôn*." Nhưng "thậm ngôn" không phải để khoe khoang hay tự đề cao mình, mà cốt ý thêm mắm dặm muối cho tình tiết câu chuyện thêm ly kỳ, thú vị.

Có lần, đi Sài Gòn thăm nhà, tôi ra chợ mua cá thác lác về nấu canh. Tôi nói với chị bán cá:

- Em bán cho chú hai trăm gờ-ram cá thác lác.

Chị vội vã cân lấy cân để.

- Ủa, sao nhiều vậy em?, tôi hỏi.

- Dạ, hai trăm ngàn nhiều lắm, chú à!, chị ngớ mặt.

Tôi lặp lại:

- Chú mua hai trăm gờ-ram, đủ để nấu canh cho một bữa cơm thôi.

Chị bán hàng xịu mặt ủ ê:

- Vậy mà con tưởng chú muốn mua hai trăm ngàn. Sao chú không nói hai lạng cho dễ hiểu? Làm con mừng muốn *chết*!

Giọng điệu thất vọng của chị làm tôi ái ngại. Nhưng lại tức cười trong bụng. Chỉ vì cách sử dụng động từ "chết" của chị bán cá. Hẳn là chị nói theo thói quen. Chị cứ nói thôi, chẳng cần tìm hiểu tại sao chị lại "thậm ngôn" như vậy. Còn tôi không màng chuyện cá mắm, tôi chỉ quan tâm chuyện từ ngữ.

"Mừng" là một tĩnh từ dùng biểu cảm khi gặp phải một tình huống tốt. Nhưng cớ gì phải thêm từ "chết", là một biểu cảm vô cùng xấu, vô đây để diễn tả một nỗi hân hoan tột độ, một cảm xúc "vui mừng khủng khiếp"? Nói theo ngôn ngữ Việt hiện đại là "mừng khủng"! Nghe mà "mắc cười muốn *chết!*"

Tôi chợt nhớ, có xem một lần trong mạng truyền thông You-Tube, một đoạn phim chiếu cảnh con chó nhỏ gặp lại chủ sau nhiều năm xa cách. Nó nhảy mừng ủng oẳng một lát, bất chợt lăn ra bất tỉnh. Vài phút sau mới tỉnh lại. Trường hợp này, tiếng Việt gọi là "chết giấc". Con chó mừng tới độ "bất tỉnh cầu sự". Nhưng, cái mừng của con chó là cảm xúc trước một sự kiện có thật; còn nỗi vui của chị bán cá là nỗi vui giả, chị mừng hụt, vì hiểu sai.

"Chết" có nghĩa gì, người Việt mình, ai cũng hiểu. Nhưng rất nhiều khi, "chết" còn được sử dụng để phóng đại, cường điệu hoá một sự việc. Không phải chỉ trong những trường hợp bất lợi: "Mệt gần *chết!*", "Mỏi chân muốn *chết!*", "Thèm muốn *chết!*"; mà ngay cả những lúc thuận lợi: "Ngon gần *chết!*", "No muốn *chết!*" Có luôn chuyện "sướng muốn *chết!*"

Thay cho "chết" là "dễ sợ". "Sợ" cũng là một từ có biểu cảm không tốt. Với "dễ sợ", chúng ta có thể hoán chuyển trọn vẹn thay cho "chết", nhưng hàm ý nhẹ hơn: "Chỉ thấy *sợ* thôi, chưa đến nỗi *chết!*"

Để diễn tả một nhan sắc ngoại hạng, đẹp... khủng, kiểu chim sa cá lặn, của một người con gái, sẽ có người thậm thọt:

[Không biết con nhỏ đó, nó ăn cái giống gì mà đẹp *dễ sợ* vậy ta!]

Thông thường người ta chỉ cảm thấy sợ khi gặp phải một hiện tượng xấu, thí dụ "mưa lớn *dễ sợ*", "đau bụng *dễ sợ*", "đường xấu *dễ sợ*". Còn đằng này: "đẹp *dễ sợ*", "giàu *dễ sợ*"; thậm chí có người còn nói: "Tốt *dễ sợ*". Những cái đẹp, cái giàu, cái tốt đó đâu có gì bắt người khác phải sợ hãi. Mà có lẽ chỉ là những kiểu cách ví von, sử dụng những từ ngữ cường điệu cốt để lột tả một trạng thái phản diện.

Giới trẻ, để thay thế cho "sợ", họ nói "tè": "dễ *tè*". "Tè" có nghĩa gì, dễ hiểu thôi. Điểm đặc biệt ở từ này là âm điệu. Chỉ cần nghe thôi, là ngộ ra nghĩa. Và, khác với cách sử dụng "chết" và "dễ sợ", "dễ tè" chỉ được dùng để diễn tả những biểu cảm thuận lợi:

[Thằng nhỏ mới năm tuổi mà lanh *dễ tè*, biết hát nhạc vàng, nghe hay *dễ sợ*!]

Hoặc:

[Ngó cái mặt ông đại gia, xấu muốn *chết*, mà giàu *dễ tè*!]

Còn nữa:

[Cái quán hủ tiếu thấy dơ *dễ sợ*, mà rẻ và ngon *dễ tè*!]

Chỉ cần nghe, là xúc cảm... vỡ oà, thiếu điều ướt cả quần!

Tính thậm ngôn trong ngôn ngữ Việt không chỉ dừng lại ở đó, mà đạt tới cao điểm cường điệu với từ "ghê".

"Ghê" là trạng từ thường khi sánh đôi với một động từ hay một tĩnh từ nhằm nhấn mạnh ý nghĩa. Khi có ai đó buột miệng phán một câu vu vơ: "Thấy *ghê*!", là hiểu rồi, không cần giải thích dài dòng. Lôi thôi *ghê*!

[Chị bán, tui trả giá. Hổng chịu thì thôi, làm cái gì *ghê* vậy?]

Ở ngoài chợ, khi nghe có người đôi co như vậy, có thể thấy trước chuyện chẳng lành sắp sửa xảy ra.

Anh con trai tới tuổi lập gia đình, theo má và bà mai tới xem mặt cô con gái nọ. Về nhà, đứa em gái tò mò dọ hỏi. Anh trả lời vắn tắt: [*Ghê* quá em!] Chỉ vỏn vẹn một từ *ghê*, cô em gái có thể hình dung ra ngay cái dung nhan người phụ nữ chưa từng gặp mặt kia. Nói vậy, *ghê* là sao? Không dễ giải thích. "Ghê" không phải chỉ diễn tả cái bề ngoài không mấy ưa nhìn, mà còn là một từ gây ấn tượng không thoải mái. Ở đây, phải tận dụng cả năm giác quan: Thính, thị, khứu, vị và xúc giác; mới có thể giải thích rõ ràng từ "ghê". Còn gì gớm ghiếc hơn cái cảm giác khi luồn tay xuống bùn, chạm phải một vật gì đó trơn lầy, lại còn biết nhúc nhích. *Ghê* muốn *chết*!

Đó là bàn về những biểu tượng không mấy đẹp. "Ghê" còn được dùng rộng rãi hơn vậy nữa: "Con nhỏ đó đẹp *ghê*!", "Thằng nhỏ thông minh *ghê*!", "Cô bé hát hay *ghê*!", v.v... Đã đẹp, đã thông minh, đã hay mà còn *ghê* nữa, nghĩ lại, nghe là lạ, nhưng vui tai. Và nhất là, một khi có từ *ghê* thêm vô, người ta mới có thể lột tả trọn vẹn nét đẹp, tính thông minh, giọng hát hay của người được nhắc tới.

Tuy nhiên, trong câu sau:

[Con mụ đó, một đống cháu nội, cháu ngoại, mà còn đi sửa mắt, bơm môi, độn vú, hút mỡ bụng, mới *ghê*!]

Có vẻ như "ghê" trong câu này là một từ đệm, được thêm vô hàm ý nhạo báng, và bắt buộc phải đi chung với "mới", cho đủ ý mỉa mai. Với kiểu nói này, phải nghe, phải thấy, mới hiểu thấu, chữ viết không diễn tả nổi. Tác giả đành bó tay!

Ý xấu của «ghê» còn tăng thêm mấy bậc, khi đi chung với một vài nhân xưng đại danh từ giống cái: mẹ, bà hay mụ nội. «*Ghê* thấy mẹ!". "*Ghê* thấy bà!". "*Ghê* thấy mụ nội!". Lạ quá, tại sao chỉ có bà con dòng họ bên cánh phụ nữ được chiếu cố, còn những người thuộc cánh "phụ nam" chẳng được đếm xỉa tới? Tác giả bó tay lần nữa!

Viết tới đây, tác giả mới nhận ra những ý kiến của mình mang nhiều địa phương tính. Hình như chỉ có người Sài Gòn hay người miền Nam mới nói năng như vậy. Còn những người miền khác thì sao?

Tác giả bó tay lần cuối cùng và xin kết thúc bài tản văn này ở đây.

Ngô Nguyên Dũng

HOA MAI

bụ bẫm chùm chồi non	cành nâu lá xanh mướt
hoàng mai tinh túy hồn	mãn khai tình vạn vật
em ngồi bên mai vàng	cả hai cùng lộng lẫy
tôi đỡ mùa xuân sang	thơ ấm em bay bổng

luân hoán

Mùa Xuân Trên Hòn Mỏ Quạ
TIỂU NGUYỆT

Hạnh bưng thau quần áo đi men theo con đường mòn nhỏ giữa đám đậu xanh xuống suối. Con đường quen thuộc nàng thường đi hằng ngày, hôm nay nàng bỗng thấy như có sự đổi mới - cái nắng vàng tươi, sáng bừng đang dịu dàng chiếu xuống cả khu rừng, đồi núi. Bất chợt nàng thấy lòng hân hoan, khi nghe tiếng chim ríu rít quanh đây, và nàng như "thấy" mùa xuân đang về trên hòn Mỏ Quạ.

Hạnh ngước nhìn bầu trời trong xanh, chập chờn từng dải mây trắng; hít thở cái không khí mát dịu, lành lạnh của sương đêm còn sót lại. Phía trước nàng, những bụi chuối phía cuối rẫy vẫy những tàu lá rung rinh trong gió sớm, như đón chào ngày mới!.

Nàng bước lại chỗ tảng đá bằng phẳng đổ thau quần áo xuống, rồi thả chân xuống dòng nước trong vắt, nghe cái lạnh thâm u của núi rừng. Hạnh vò từng cái áo, cái quần, bỏ vào thau xà phòng vừa pha ngâm một lát rồi mới giặt. Hạnh nhìn qua phía bên kia bờ suối - những đóa mai rừng nở lác đác một màu vàng tinh khôi chen lẫn trong màu xanh dịu dàng của cây lá, cảnh sắc ban mai ấy gợi cho nàng một thoáng bâng khuâng. Nàng thì thầm: "Một mùa xuân thương đau nữa đang về!"

- Chị Hạnh xuống suối sớm hen!

Hạnh cười với Nụ - con gái của chú thím Mân, đang xuống suối gánh nước:

- Hôm nay chị rỗi việc, nên xuống suối giặt đồ sớm. Em không đi chợ à?

- Dạ không! Bữa nay không có gì bán nên em không xuống chợ.

- Đường xa, lại đồi dốc, gập ghềnh, mỗi lần xuống chợ mất cả buổi. Khổ quá em nhỉ!

Nụ cười, giọng cô bé hồn nhiên:

- Vậy mà em thấy thích chị ơi! Ở đây, không ồn ào xe cộ, không ai tranh giành, ghen tỵ với mình. Muốn tắm thì xuống suối, không ai dòm ngó, thoải mái vô cùng! - Nói đến đây, cô bé chợt cười ha hả - Hồi mới đến đây, em cũng hơi buồn, nhưng lâu rồi quen dần, có thêm người trôi dạt đến, thấy thích, yêu mến mảnh đất này rồi chị.

Hạnh ngước lên nhìn cô bé lộ vẻ ngạc nhiên vì câu nói già dặn của Nụ:

- Phải tập yêu mến, thích nghi thôi em!- Hạnh cười vui, đất nào cũng hiền, chỉ có người dữ thôi mà em.

Đôi tay Hạnh nhanh nhẹn vò mớ quần áo trong thau xà phòng, rồi bỏ xuống suối xổ từng cái trong làn nước trong vắt, mát rượi. Cái gây lạnh của dòng suối, hơi thoảng mát dịu của sương đêm còn vương vất lại quanh đồi, khiến Hạnh bỗng thư thái, an vui hơn. Dường như bao nỗi buồn đau, lo toan cũng chìm dần trong trí nhớ. Nụ lên phía trên dòng suối, lấy đôi nước, rồi mang lại một tảng đá bên bờ suối ngồi chơi.

Giọng Nụ thân mật:

- Chị Hạnh này! Khi nào thì anh Tâm mới trở về vậy?

Nghe cô bé hỏi, Hạnh thấy lòng mình chùng xuống - một nỗi buồn man mác xâm chiếm tâm hồn nàng.

Nàng gượng cười:

- Chim sổ lồng rồi biết bao giờ nhớ đến chiếc lồng cũ, em!

Cô bé im lặng, dường như cũng đã hiểu ra mọi điều.

Một mùa Xuân nữa lại về trên hòn Mỏ Quạ - thế là nàng đã đón ba mùa xuân trôi qua nơi đây, trên vùng rừng núi heo hút này. Ngày mới đến đây, nàng tưởng mình không chịu đựng nổi với cái lạnh, cái thâm u của núi rừng, với con đường gập ghềnh đèo dốc, cách trở xa xôi. Từ Lam Sơn, phải đạp xe hơn một giờ đường (nếu đi quen) về hướng Bắc, qua hai con suối, mới đến hòn Mỏ Quạ. Vào mùa lũ, nước chảy xiết không thể nào qua được, cả mấy gia đình xúm xít ở đây phải chịu cảnh thiếu gạo, thiếu mắm, chờ qua lũ mới xuống chợ được. Hạnh nhớ, mùa nước lũ đầu tiên khi nàng mới đến; vì quá bất ngờ không có sự chuẩn bị, nên nàng phải ăn bắp luộc thay cơm đến ba ngày, (may mà đám bắp vừa đến kỳ thu hoạch), nước rút mới xuống chợ mua gạo. Rồi quen dần. Đến mùa mưa, dù có túng thiếu không mua được gì, nhưng gạo và mắm phải có trong nhà, lỡ nước lũ về có gạo mà nấu.

Ở đây - có năm, bảy gia đình tá túc trong những túp nhà tranh, vách lá - dân làm cây, lấy củi, gọi họ là dân *"xóm Rẫy"*. Họ khai hoang đất rừng trồng thuốc lá, dưa hột, bắp, đậu, mùa nào trồng thứ nấy. Mỗi người đến từ mỗi nơi, từ một cảnh đời neo đơn nghèo khó, nhưng đùm bọc, thương nhau như bà con quyến thuộc. Hạnh được vợ chồng người anh họ giới thiệu, dẫn dắt đến đây, sang nhượng cho một mẫu đất rừng để trồng trọt. Thuở trước, nàng chỉ đi dạy, rồi về nhà làm những việc lặt vặt trong nhà, có bao giờ biết cầm cuốc là gì; vậy mà, chỉ mười ngày, nửa tháng, nàng quen dần với công việc, rồi thành thạo như bà con đã ở lâu năm nơi đây. Nghĩ lại, những tháng ngày còn ở quê nhà, nàng không biết làm gì để kiếm sống, khi bị "buộc phải nghỉ dạy" (vì có chồng vượt biển và cha đang cải tạo, học tập); khiến nàng bàng hoàng, thảng thốt. Hạnh cảm thấy chơi vơi, cô độc như kẻ bị rơi ào xuống hố sâu.

Nàng phải gởi hai đứa con nhỏ cho mẹ, rồi theo anh chị vào Mỏ Quạ, với niềm hy vọng sẽ có được một cuộc sống bình yên, với mảnh đất mới; rồi sẽ về đón các con vào chung sống sau khi ổn định. Nhìn quanh, những gia đình quây quần ở đây, mỗi người có một hoàn cảnh riêng, không ai giống ai; nhưng ai cũng mở lòng, cảm thông, sẵn sàng giúp đỡ người đến sau. Một lần, cần ít tiền mua giống cho kịp thời vụ, Hạnh ghé nhà bác Sáu ở đầu dốc hỏi mượn; bác đã sẵn lòng, vui vẻ móc túi đếm từng tờ giấy bạc được bọc kỹ. Hạnh thấy ấm lòng, vì vẫn có nhiều tình yêu thương giữa chốn đèo heo hút gió này.

Hạnh quần quật với bao nhiêu là công việc, hết cuốc cỏ đám bắp, lại gieo trồng đậu xanh, chở chuối xuống chợ - chưa tính đến mùa thu hoạch, có khi không kịp ăn cơm. Hái đậu từ sáng sớm, đến trưa mỏi rã người cũng không có chút thời gian nghỉ ngơi; bởi còn phải đập, giũ, sàng sảy để lấy hạt, vì trưa nắng đập dễ bung hạt đậu; chiều lại phải ra rẫy hái tiếp. Nhiều khi mỏi quá, nàng phải quỳ gối xuống hái, có khi nằm nghỉ ngay luống đậu một lát, rồi trở dậy hái tiếp. Nàng hái cho đến khi nào hết mới thôi, không dám thuê mướn ai, bởi tiền đậu hái được, bán không đủ trả tiền công mướn. Thời gian cứ trôi qua cùng công việc, nàng không để ý gì đến ngày tháng, cứ mải miết làm cho đến hết việc thì thôi. Nhưng công việc làm của nàng không bao giờ hết, cứ như dòng nước chảy, cuốn nàng trôi đi từng ngày.

***

Vừa thấy mẹ đạp xe về tới đầu rẫy, thằng Huy, con Hà chạy ùa ra mừng rỡ. Hạnh xuống xe, dắt chiếc xe nặng trĩu những bịch đồ mới mua vào nhà. Thằng Huy, con Hà chạy lúp xúp theo phía sau xe.

Thằng Huy hỏi:

- Mẹ mua gì mà nhiều vậy mẹ? Mua đồ tết hả mẹ?

Con Hà cười rạng rỡ:

- Đồ tết. Ôi vui quá!

Hạnh quay lại nhìn các con với đôi mắt rưng rưng:

- Ừ! Mẹ bán chuối được bao nhiêu mua sắm tết cho nhà mình rồi nè! Có cả quần áo mới của các con nữa đó!

Nhìn các con vui, Hạnh thấy lòng mình cũng ấm lại. Khó khổ, bươn chải thế nào, cuối năm nàng cũng mua cho các con mỗi đứa một bộ quần áo mới, để chúng mặc vui chơi trong những ngày đầu năm mới - dù chúng chỉ đi ra, đi vào, hay loanh quanh năm, bảy ngôi nhà trong "xóm rẫy" này thôi. Mùa xuân chỉ thoáng ngang qua vùng Mỏ Quạ nầy vài hôm rồi đi mất.

Hạnh cho các con mặc thử quần áo mới mua. Nàng muốn nhìn chúng trong bộ áo quần mới, tuy với loại xoàng xĩnh, rẻ tiền, may sẵn. Thằng Huy cười tít mắt trong chiếc quần tây xanh, áo trắng, xoay qua, xoay lại trước mặt mẹ, luôn mồm: "Đẹp quá! Vừa vặn như thợ đo rồi cắt may, phải không mẹ?". Còn con Hà, giọng líu lo: "Đẹp không mẹ? Đẹp không anh Hai?". Hạnh bâng khuâng với niềm hạnh phúc hiếm hoi khi ngắm nhìn các con; sự vui mừng của chúng có lúc, khiến nàng có chút tủi thân!

Chú Mân vác cây cuốc trên rẫy về, ngang qua nhà nhìn thấy mấy mẹ con Hạnh đang thử đồ, nói với vào:

- Chà! Mẹ con nhà này có đồ mới mặc ăn tết rồi đấy hở?

Hạnh cười vui:

- Dạ! Bán chuối mua cho tụi nhỏ mỗi đứa một bộ cho nó mừng á chú! Chú lên rẫy về hả?

- Tao lên vườn xoài coi thử, rầy quá cháu à! Năm nay chắc không đậu được bao nhiêu!

- Dạ! Mình phun thuốc chứ chú!

Chú Mân chép miệng:

- Thì phải vậy chứ sao cháu! - ông chép miệng, tiền mua thuốc cũng bộn mà. Thôi tao đi nghen!

- Dạ chú! Nói với thím hôm nào có đổ bánh thuẫn gọi cháu với nghen!

- Ừ!

Hạnh nhìn theo cái dáng gầy gò, xanh xao của chú Mân, lòng đầy thương cảm. Gia đình chú đã đến mảnh đất này như một mệnh số - Sau năm 1975, mọi người rủ nhau lên núi tìm trầm, đãi vàng, lấy cây, chặt củi; bởi ở quê không có việc gì để làm, không buôn bán được, mọi nhu yếu phẩm như đường, gạo, café, vải vóc chuyên chở đi đều bị "quản lý thị trường" ngăn cấm, đóng thuế, hay tịch thu (đã có hợp tác xã mua bán). Ông Mân cuốn theo cơn lốc lên rừng tìm trầm, đãi vàng; vàng trầm đâu không thấy, mà sốt rét rừng hành hạ đến rụng hết tóc. Rồi ông theo người ta lên hòn Mỏ Quạ chặt cây, làm củi; thấy khu đất này vị trí thuận lợi, có suối nước chảy quanh năm; bèn đến đây khai hoang, trồng trọt. Ông chặt cây, dọn đá dồn vào từng đống nhỏ, rồi cuốc xới thành đất canh tác. Đất tốt, trồng gì cũng không cần phân bón, vẫn lên xanh, tươi tốt. Sau đó, ông đưa vợ con lên - gia đình ông là người đầu tiên khai hoang vùng đất lạ, hoang vắng này, rồi dần dần có gia đình ông bà Sáu, rồi thêm gia đình anh chị Nhu, mẹ con bà Sen. Bà Sen đang lâm cảnh neo đơn, buồn vì bị chồng bỏ, chạy theo một người phụ nữ khác; nên tìm lên rừng núi cho thân an. Bà đã buồn lo đến ngã bệnh tưởng không thể nào qua khỏi, nhưng rồi trời thương, bà khỏe dần, mạnh mẽ đứng lên, vượt qua nỗi đau, làm đủ việc để kiếm tiền nuôi con. Bà được ông Mân kêu vào rẫy cuốc cỏ giúp, rồi thấy cuộc đất vùng này tốt, quyết định vào đây khai hoang, trồng trọt luôn. Mọi người ở đây cũng muốn có thêm người vào sống cho đông vui, nên đều hết lòng giúp đỡ bà Sen những ngày đầu mới đến, như người thân ruột thịt ở quê. Hạnh là người "nhập cư" sau cùng ở đây.

Người này ở làm ăn được, rủ thêm người kia, cùng những mảnh đời nghèo khó như nhau, để cùng nhau đùm bọc. Ở quê, kiếm được bát gạo cho hôm nay, lại lo nghĩ đến ngày mai, rất bấp bênh; cho nên, dù tận trong vùng Mỏ Quạ xa xôi, đèo dốc, mà kiếm được cái ăn, họ vẫn tìm đến. Bấy giờ, đời sống của mọi người đang dần thu hẹp trong miếng ăn, cái mặc thôi!

Buổi trưa, nhân lúc các con ngủ, Hạnh đi vòng chung quanh rẫy chặt chuối để sáng ngày mai ra chợ. Dạo một vòng, nàng lựa những buồng chuối già chặt trước, bán dần; bởi mỗi ngày nàng chỉ có thể chở được ba, bốn buồng chuối xuống chợ mà thôi. Nàng nghĩ, mấy ngày giáp tết, ai cũng gắng mua vài nhánh chuối để cúng, bán có giá gần gấp đôi, lại bán nhanh, nên phải cố mà chở. Chặt chuối xong, nàng rọc một ít lá chuối, xếp lại gọn gàng từng xấp, bán cho người gói bánh chưng, bánh tét. Cũng có thêm tiền. Hạnh tự nhủ, gắng chịu khó để có tiền mua sắm cho ba ngày tết, con cái ăn ngon một chút, và đổ một ít gạo vào cái lu trống.

Tối, quây quần chơi với con một chút rồi ba mẹ con đi ngủ. Thằng Huy, con Hà nằm xuống là ngủ khì, như việc chúng ăn, chúng chơi vậy. Hạnh nằm nhắm mắt, cố dỗ giấc ngủ, nhưng cứ trăn qua, trở lại, không thể nào chợp được mắt. Bao nhiêu nỗi trăn trở về cuộc đời, về ngày mai, cứ day dứt trong lòng. Nàng cảm thấy màn đêm vô cùng sâu thẳm, như muốn nuốt chửng nàng, khiến nàng chới với, hụt hẫng.

Nàng mở cửa, bước ra ngoài hiên. Trăng hạ tuần vằng vặc sáng soi khắp vùng đồi núi một màu vàng lung linh, mờ ảo; gợi nhớ những đêm trăng của một thời tuổi trẻ, xa xưa; khiến nàng bâng khuâng, xao xuyến. Và trong cái màu trăng liêu trai ấy, dường như thấp thoáng bóng người bạn tuổi thơ (nhà sát nhau, chỉ cách cái hàng rào) giành trăng với nàng thuở nào, chấp chới trong nàng. Kiều - tên người bạn, khoe với nàng: *"Hạnh ơi! Qua nhà mình chơi ngắm trăng. Bạn thấy trăng của nhà mình sáng đẹp hông?"*. Nàng đang đứng bên nhà nhìn lên trời, thấy trăng đang sáng ở trên đầu mình, liền trả lời: *"Trăng của nhà mình, sao bạn nói của nhà bạn?"*. Kiều liền cãi lại: *"Của nhà mình đấy chứ!. Hổng tin, bạn qua đây xem nè!"*. Nàng tức tốc chạy sang nhà bạn. Nhìn lên trời, nàng ngạc nhiên: *"Ủa! Trăng của nhà mình sao lại sang đây vậy? Chắc tại mình sang nhà bạn nên trăng đi theo đó thôi"*. Kiều cãi: *"Hổng phải, của nhà mình thiệt đó, nhà bạn làm gì có trăng?"*. Chuyện tuổi thơ đã mấy mươi năm, tưởng đã mờ xa, bỗng dưng như trước mắt. Nàng cười một mình, nhớ nghĩ đến bạn - có lẽ, ở cõi xa xôi nào đó, Kiều cũng nhớ nàng, dù âm dương cách trở? Nhưng dù thế nào, kỷ niệm tuổi thơ, mỗi lần nhớ lại, cũng làm nàng nghe cay cay ở khóe mắt.

Đang bị ánh trăng cuốn hút, nàng muốn đi dạo dưới ánh trăng, để ngắm nhìn cảnh núi đồi tĩnh mịch giữa đêm trăng thanh vắng. Nàng vào nhà, lấy chiếc khăn choàng lên đầu rồi bước vội ra vườn. Nàng đi ngược lên dòng suối - ánh trăng chứa chan một màu vàng lạnh lẽo, óng ánh trên những tán cây qua màn sương mỏng; cùng với tiếng róc rách của dòng suối, làm nàng thoáng bâng khuâng. Nàng thầm nghĩ, có lẽ mình nhạy cảm quá chăng, khi nhìn thấy một cảnh vật đẹp?. Nàng hít thở thật sâu, cánh rừng như huyền nhiệm hơn trong mắt nàng. Một cơn gió nhẹ thoảng qua, cây lá rung lên xào xạc. Một vài con chim trong lùm cây bỗng bay vụt lên cao, cất tiếng kêu não nùng, hốt hoảng, càng làm cả cánh rừng thêm huyền bí, hoang vu.

Hạnh bước chậm rãi, đi dần lên đầu con thác. Tiếng nước đổ ầm ầm từ trên cao xuống, nghe vang dội cả khu rừng. Nàng ngồi trên tảng đá ngắm nhìn thác nước dưới trăng. Thác nước đổ tung bọt trắng xóa, óng ánh dưới trăng, gợi cho nàng nỗi nhớ thương mông lung.

Hạnh ngồi tắm mình trong ánh sáng dịu dàng, bao nhiêu nỗi buồn vui, khổ đau hạnh phúc - tất cả đan xen vào nhau, làm nàng bàng hoàng. Nàng cảm thấy mình thật nhỏ bé, giữa đất trời rộng lớn này.

Nhìn lên trời cao, ánh trăng vẫn vằng vặc sáng, như thấu hiểu nỗi lòng nàng - nàng bỗng mạnh mẽ hơn, một niềm tin về ngày mai đang bừng sáng trong nàng. Có lẽ, ánh trăng huyền nhiệm trên cao, cho thêm sức mạnh và niềm hy vọng đang xanh mầm, réo gọi trong trái tim đơn côi của nàng.

Hạnh đứng dậy, choàng lại chiếc khăn trên đầu định trở về, nhưng vừa đứng dậy nhìn quanh lần cuối, nàng bỗng phát hiện rõ bóng người đang ngồi lặng im trên một tảng đá phía trên. Hạnh bước đến, thật chậm, như sợ bóng người tan đi. Bóng người như có linh cảm, chợt quay lại - hỏi lớn: "Cô Hạnh đó à?".

- Dạ, Chị Sen…

Bà Sen vẫn ngồi im, như cũ - Hạnh nói:

- Chị cũng không ngủ được hay sao?

- Chị không ngủ được từ đầu mùa trăng, em à!

- Chị buồn lo gì nữa, cho thêm mệt?

- Làm sao không buồn, hở em?

- Xa quê, rời bà con xóm làng cũ lên núi, ai không buồn hả chi?

- Chị còn nỗi đau bị ruồng bỏ, bạc tình, làm chị càng cô độc ray rứt mỗi đêm đặt lưng xuống giường - Bà Sen thở dài, ban ngày bận bịu thì thôi, chiều tối là buồn.

- Em nghĩ, số phận mình vậy, hãy sống cho riêng mình đi, thời gian đời người đâu còn dài để buồn thương viển vông?

Bà Sen vẫn ngồi lặng lẽ.

Hạnh bước đến gần bà Sen hơn, như lời thầm thì:

- Người ta còn thương nhớ đến mình, thì mình mới thương nhớ, còn kẻ bạc tình vậy, chị nên quên phứt đi cho nhẹ gánh!

- Chị cũng sẽ vậy, nhưng lúc nầy, thì chưa làm được.

Hạnh đứng yên phía trước mặt bà Sen chờ đợi một lúc, thấy bà như đang lim dim ngủ. Nàng nói khẽ: "Chị ở lại, em về trước chứ để con thức dậy, khóc, nhé?"- rồi quay đi, vội vã, dường như muốn né tránh gương mặt đang khô cứng lại, dưới ánh trăng vàng bệch. Bước được vài bước, Hạnh ngoái lại nhìn - bà Sen vẫn ngồi im, như một tượng đá.

Đẩy cửa vào nhà, nàng rón rén nằm xuống bên các con, nhắm mắt.

***

Bé Hà thức dậy, nhìn sang bên cạnh không thấy mẹ, vội bước xuống giường đi ra nhà sau, gọi. Hạnh đang chuẩn bị mâm cơm chay cúng ông bà sáng Mùng Một, nghe tiếng con gái gọi, liền lên tiếng:

- Con đánh răng súc miệng rồi vào gọi anh dậy, Mùng Một không được ngủ nướng.

Bé Hà "dạ", rồi chạy lên đập mạnh vào người anh trai, giục:

- Dậy đi! Dậy nhanh anh Hai. Mẹ gọi dậy, sáng Mùng Một Tết rồi kìa!

Thằng Huy vùng dậy, nói nhanh:

- Sáng rồi hở? - giọng tỉnh táo, mừng rỡ - tới Tết rồi.

Huy vội vàng chạy xuống nhà sau, reo lên: "Tới Tết rồi.Tết rồi, mẹ ơi! Tới tết rồi". Hạnh nhìn thấy con trai mừng vui, lòng mình cũng rộn ràng.

Nàng nhìn con từ đầu đến chân, dặn:

- Các con đi đánh răng súc miệng cho sạch sẽ, rồi chuẩn bị lạy ông bà sáng Mùng Một.

Bé Hà nhanh nhảu:

- Thay đồ mới nữa chứ mẹ!

- Ừ! Thay đồ mới nữa.

Hai đứa trẻ chạy đi đánh răng, súc miệng, cười nói huyên thuyên, rối rít. Sự mừng vui của chúng làm căn nhà nhỏ bé, hiu quạnh nhộn nhịp hẳn lên. Hạnh nghe mùa Xuân như đang phả vào ngôi nhà tranh vách lá tạm bợ của mẹ con nàng bầu không khí ấm áp, tươi vui, đầy sức sống. Nàng nhớ lại thuở nhỏ của mình - tối ba mươi, lòng nàng cứ trạo trực, không muốn đi ngủ, dù ba mẹ nàng luôn giục *ngủ đi, sáng mai là mùng một rồi*". Nàng cứ chờ đợi cái giây phút "giao thừa" năm cũ bước qua năm mới - chờ mãi, chờ mãi, rồi đôi mắt ríu lại lúc nào chẳng hay. Năm nào cũng ngủ quên, đến khi gần sáng mới giật mình thức dậy.

Thằng Huy và con Hà mặc đồ mới đi ra, đi vào, cười nói rộn ràng, phụ giúp mẹ lấy cái chén, đôi đũa, bày mâm cúng, mang lên bàn, rồi ra ngoài sân nhìn sang nhà hàng xóm. Hạnh nhắc nhở:

- Các con không được qua nhà hàng xóm sớm đấy nghen. Đầu năm phải kiêng cữ!

Bé Hà thắc mắc:

- Sao lại phải kiêng cữ? Kiêng cữ cái gì, hở mẹ? Tết vui mà!

Hạnh tươi cười, giải thích:

- Vì người ta nghĩ, người đầu tiên đến nhà đầu năm mới, sẽ là người mang vận may, hay rủi ro đến cho cả năm. Thường gọi là "đạp đất", chỉ có người lớn…

- Vậy đến khi nào tụi con mới được qua nhà thằng Bi, con Nở chơi? - nói rồi, Hà quay sang anh, chắc tụi nó cũng bị lẩn quẩn trong nhà, ngoài sân như anh em mình bây giờ chứ gì, phải hông anh Hai?.

Hạnh nghiêm giọng:

- Lát nữa có ai đến thăm nhà, chúc Tết, các con phải vòng tay thưa chào đàng hoàng đấy nghe chưa? Thủng thỉnh trưa một chút mới được đi chơi xa.

- Dạ! Tụi con biết rồi mẹ!

Buổi sáng đầu năm mới trông thật khác lạ - Ánh nắng trong trẻo chiếu xuống khắp đồi núi một màu vàng ấm áp. Những khúc ca xuân rộn ràng từ chiếc máy cassette cũ phía nhà anh Nhu vọng lại - mùa xuân như đầy nhựa sống căng tràn khắp ngọn đồi hoang vắng nầy. Nàng rửa mặt, thay quần áo, rồi thắp nén hương đứng trước bàn thờ - khấn nguyện, *"xin một năm mới an lành, sức khỏe"*, không quên cầu ơn trên gia hộ cho bà con, làng xóm ở quê nhà.

Anh chị Nhu ăn mặc chỉnh tề, dắt bé Na - đứa con gái tám tuổi của anh chị, sang "đạp đất", chúc tết mấy mẹ con Hạnh. Vừa bước vào nhà, anh chị Nhu nói lớn - giọng vui vẻ:

- Chúc mừng năm mới mẹ con em!

Hạnh cười tươi, đón anh chị vào nhà, rót tách nước trà, giở hộp bánh đặt sẵn trên bàn, mời:

- Chúc mừng năm mới anh chị! Cảm ơn anh chị đã đến xông đất nhà em. Mời anh chị ăn cái bánh, uống tách nước trà đầu năm. Hạnh tâm sự, năm nay em không làm gì hết, chỉ riêm ký gừng, và đổ ít bánh thuẫn thôi.- nàng chợt cười vui, À, anh chị có đi chùa lễ Phật đầu năm không?

Chị Nhu mỉm cười:

- Chắc chiều mới đi. Cô Hạnh có đi không?

- Dạ! Chắc lát nữa em đưa hai đứa nhỏ đi chùa lễ Phật đầu năm, rồi qua xóm Thượng cho tụi nhỏ chơi một lát rồi về, đó chị.

Anh Nhu góp chuyện:

- Quanh năm ở mãi trong "hóc núi" này miết, cô cho tụi nó đi chơi chớ tội. Mình, bị giam sao cũng được, nghĩ thương mấy đứa nhỏ. Tội nghiệp.

- Cũng đành phải chịu vậy, chứ sao anh! Biết làm sao hơn được?.

- Bây giờ ở đây, trồng được thứ này, thứ nọ, bớt lo; chớ hồi đó, khổ lắm cô ơi! Tôi chuyên sống bằng nghề "làm cây", quanh năm ở trong rừng, một hai tuần mới về nhà một lần. Không có nghề nghiệp gì, cũng không có rẻo ruộng, nên theo mấy người bạn làm cây, trong buổi giao thời khó khăn, "gạo châu củi quế" này, cô à. Có lần, tôi làm cây ở đây, thấy gia đình ông Mân trồng cả hecta xoài, và mấy mẫu đậu xanh tươi tốt. Tôi nghĩ, sao mình lại không vào đây khai hoang, trồng trọt để có một cuộc sống ổn định, an cư - ở đây đất tốt, lại không phải mua, mình có thể trồng cây gì tùy thích. Thế là, tôi vào đây phát rẫy trồng bắp, trồng đậu như ông Mân. Sau một thời gian, mới về đưa bả và mấy đứa nhỏ vào đó chớ.

Thằng Huy dắt con Hà và Na ra ngoài hiên, ba đứa cười nói rôm rả. Trò chuyện một lúc, cả ba bày chơi rượt bắt, nói cười vang vang, vui vẻ. Tiếng cười reo hồn nhiên của chúng, át cả tiếng nói chuyện của người lớn trong nhà. Anh chị Nhu gọi ba đứa vào nhà, lì xì cho anh em Huy mỗi đứa một phong bì màu đỏ. Anh dặn:

- Cậu lì xì cho hai cháu đây. Năm mới chăm ngoan, học giỏi hơn năm cũ đó nghen!

Huy nhanh nhảu:

- Dạ cháu cảm ơn cậu! Chúc cậu mợ năm mới sức khỏe!

Chị Nhu cười:

- Thằng này giỏi nhỉ! Chúc sức khỏe là nhất đó con. Chỉ cần có sức khỏe, là có tất cả. Giàu sang mà không có sức khỏe, thì để làm gì.

Được khen, Huy cười rạng rỡ, gương mặt nó chợt đỏ lên.

Nhận bì lì xì cầm trên tay, Hà rất vui, nhưng có phần mắc cỡ. Nó cúi mặt, nói lí nhí:

- Dạ! Con cảm ơn cậu!

Chị Nhu xoa lên đầu Hà, giọng trìu mến:

- Thương quá! Cô Hạnh nuôi dạy con giỏi thiêt. Phải chi ở dưới làng, cho tụi nó đi chơi Tết với nhau, ở đây chúng thiệt thòi quá!

Hạnh cười:

- Biết sao được chị ơi! Thôi kệ vậy, miễn có việc để làm, có cái để con ăn đi học, ở đâu cũng được, rồi sẽ quen thôi.

Nàng mở bóp, lì xì cho bé Na. Ba đứa chạy ùa ra sân….

Nhìn tụi trẻ, nàng thấy ấm lòng, sắc xuân hồn nhiên hiện hữu khắp nơi - từ núi rừng đến phố thị, không phân biêt. Niềm vui của trẻ thơ truyền sang người lớn, như truyền sức sống mới mầu nhiệm.

Tiếng ông Mân vui vẻ từ đầu ngõ: "Chúc mừng năm mới, cô Hạnh" nghe rộn ràng hẳn lên. Không khí mùa xuân có lẽ đã tràn ngập vào căn nhà nhỏ của mẹ con nàng.

Ánh nắng đã lên cao, sáng bừng, chan hòa ấm áp, thương yêu!

Tiểu Nguyệt

lâu năm cư ngụ chung nhà
trở thành bè bạn đậm đà tình thân
đầu xuân ngày tết đến gần
chúng ta cùng những chủ nhân chúc mừng:
năm mới tất cả thẳng lưng
đừng ai cúi trước người dưng nước ngoài
lh

Người Giữ Trẻ
HỒ ĐÌNH NGHIÊM

Từ cuối đường Victoria đến ngôi trường Tiểu học St- Pascal, theo lối nói của dân địa phương là cách khoảng 4 blocks. Đi bộ, với vận tốc bình thường, nếu có nhẩn nha đôi chút thì mất chừng hai chục phút. Như vậy, anh luôn có mặt ở nhà Mary lúc 7.30 AM. Trường Pascal từng sửa sang nhiều phen nhưng quyết giữ dáng cổ xưa nguyên thủy. Con số 1959 đúc bằng xi-măng gắn dưới mái ngói trầy trụa, chợt vẹt, sứt mẻ và anh nhớ đó là năm sinh của anh. Cả hai có mặt cùng lần, cùng đương cự với những tàn phai. Gạch đá và xương thịt. Ngôi trường thu cất những linh hồn thơ dại và xác thân anh nghe không êm, trắc trở một linh hồn lạc lối cực lòng bám víu bên trong.

Khi anh tới căn nhà số 298, bước lên ba bậc thềm với đôi ba chậu hoa nồng mùi. Đứng hít thở lấy hương không lâu thì cánh cửa tự động mở ra. Mary đã sửa soạn xong mọi thứ, cho chính bà cũng như cho cậu con trai học lớp Một ở trường Pascal. Nếu xét theo sách bói toán thì Mary có số cực, bởi bà luôn lật đật, luôn bị sự chuyển động của thời gian chi phối, kéo lê. Chào hỏi đôi câu, hôn con, xong thì lên xe nổ máy vội vàng lái chiếc Camry màu xám vụt trôi về hướng trung tâm thành phố. Thằng Prat tìm nắm tay anh, tay còn lại bận ôm một hộp nhựa đựng thức ăn nhẹ do mẹ sắp đặt, những thứ mà Prat đòi hỏi. Lưng nó đeo cái túi có in hình Batman. Tựu trung, người Prat là nơi tập họp nhiều màu sắc vui mắt. Mary từng cho anh hay: Trẻ con nên ăn mặc như vậy, ở xa bạn dễ nhìn nhận ra ngay. Bà không nói tới chuyện thất lạc nhưng anh hiểu, anh buộc phải lưu tâm, chớ rời "cục cưng" luôn năng động kia. Prat dạn dĩ, nó làm anh ngạc nhiên khi xem anh là kẻ khả tín, đáng tin cậy dù quen biết chẳng mấy lâu. Ở trường, thầy cô luôn dạy: Đừng nói chuyện với kẻ lạ. Chữ stranger thường mang ý xấu, cần cảnh giác đứng xa. Trong mắt Prat, anh hoàn toàn không phải kẻ xa lạ.

- Sao chú không đi làm như mẹ cháu?

- Bởi vì chú lớn tuổi hơn mẹ. Đến số tuổi nào đó người ta cần nghỉ ngơi. Nhưng đi cùng Prat tới trường như thế này cũng là "đi làm", chu toàn công việc do mẹ cháu cậy nhờ.

- Mẹ trả lương cho chú?

- Dĩ nhiên. Mẹ biết chú nghèo. Chú có bổn phận phải bảo vệ Prat.

- Chú biết kung-fu?

- Không. Đâu phải làm bảo vệ đều phải học qua võ công.

- Chú ở xa nhà cháu không?

- Đi xe buýt mất gần tiếng mới tới.

- Sao chú chẳng ở luôn trong nhà cháu?

- Bởi đó là sự tính toán của người lớn. Cả mẹ lẫn chú chưa từng nghĩ ra sự giản tiện nào cả.

- Cô giáo Sylvie có hỏi cháu, chú là ai?

- Prat trả lời thế nào?

- Là bạn của mẹ.

- Giỏi.

Anh không được quyền bước vào sân xi-măng, như các phụ huynh, thảy đều đứng ngoài hàng rào ngăn cách, họ sẽ ra về khi các cháu nhỏ lần lượt biến mất sau cánh cửa gỗ. Prat chỉ học tới 14.30, mọi sinh hoạt, nghỉ ngơi đều được chỉ định. Prat thường mang về nhiều tranh vẽ bằng bút màu, anh cảm động vì có lúc anh được tô xanh mặt mày, dáng cao lêu nghêu nắm tay một nhóc con tự nhận là "tôi". Từ tám giờ đến hai giờ rưỡi, như thế, anh có lắm thời gian để làm xong những việc xét cần thanh thoả, mà nghĩ cho cùng thì anh hầu như vô công rỗi nghề. Việc đưa đón Prat cũng tựa là cách để giết bớt cái ngồi không. Chen lẫn vào đó anh thường mang giấy viết nhằm ghi xuống những suy nghĩ chợt hiện, không nhất thiết phải sâu sắc hoặc trôi chảy. Cách khuây khoả đầy nhọc mệt và có thể nó vô hại.

Anh bước vào một quán ăn. Tiền trả công anh luôn được Mary cho vào phong bì, bà tế nhị không viết lên ngân phiếu. Bà hiểu đã có lúc anh dắt con bà đi ăn kem, mua bánh kẹo bằng chính những tờ giấy bạc bà vừa trao tay. Quán không mấy đông, khi anh chọn xong thức ăn thì có một người đàn ông tiến tới gần, đặt ra lời đề nghị:

- Tôi có thể ngồi chung bàn không? Có bất tiện không?

- Chẳng sao đâu. Anh trả lời khi ngó lên khuôn mặt có nhiều râu. Công nhân viên chức gần đây vẫn thường ra ăn trưa, dáng vẻ người này trông như một kẻ chuyên về ngành địa ốc mua bán nhà cửa hoặc dụ mua bảo hiểm nhân thọ các thứ. Y phục tươm tất, cái tươm tất tốn kém thời giờ để tạo ta một vỏ bọc đúng theo quy định nghề nghiệp.

- Tôi nhìn ra ông cả tháng nay. Người chung bàn khởi sự. Do đâu ông có được thứ công việc ấy?

Anh thực sự ngạc nhiên và bắt đầu quan sát kẻ đối diện.

- Ồ, tôi quên giới thiệu tôi là cha của Prat, tôi hy vọng là Mary không nói xấu về tôi cho ông nghe.

Anh than thầm, như vậy là trưa nay mình ăn không ngon bát phở vừa chọn.

- Chúng tôi xa nhau đã bảy năm và tôi nghĩ quyết định của Mary là đúng, tôi từng lầm lỗi nhưng ăn năn đã không làm Mary thay đổi. Tôi mang tội, tới mức độ mà toà án không cho tôi được gần vợ con trong chu vi mười cây số vuông.

- Việc gì ông phải nói ra chuyện đó với tôi? Tôi chỉ là một người giữ trẻ, không hơn không kém và tôi chẳng muốn biết chuyện phiền lòng của bất kỳ một ai. Đổi ngược là ông, khi tôi tìm tới để nói những điều ấy ra chắc hẳn ông cũng khó chịu.

- Do nhờ ông trông coi thằng Prat, Mary có khi đã "ăn cắp" thời gian để chung vui với tình nhân. Tôi biết tay đó và tôi không nghĩ là họ hạnh phúc.

Anh nói xin lỗi, rồi đứng lên. Anh tiến tới quầy trả tiền bát phở, bảo cô thu ngân là tôi muốn mang đi thay vì ăn tại chỗ. Anh nghĩ ra một góc khuất ở công viên, nơi có gã homeless đầu bù tóc rối thường hả họng ra ngủ say trên ghế. Mình sẽ ngồi ăn gần đó, mùi phở chắc không làm đàn chim quang quác bay về chầu chực. Và mình, có nên thuật lại cho Mary nghe điều bất thường hôm nay?

Anh chưa tìm ra một khung cảnh thuận tiện, anh phân vân đồng thời Mary vẫn giữ dáng vẻ của một người bận rộn. Có thể Mary hồi xuân, bà cần một bồi đắp, một nơi nương tựa, một vỗ về bấy lâu thiếu vắng. Tất cả chỉ là phỏng đoán, tốt nhất anh nên đứng trong lằn vôi quy định của một đứa chăm coi con bà. Thế rồi một ngày kia, điện thoại trong túi áo anh phát tiếng chuông reo. Đó là cái điện thoại mà Mary mua cho anh, dặn anh đừng bỏ quên đâu đó, nó chỉ dùng liên lạc, thông báo cho anh khi có chuyện cần giúp đỡ. Và giờ đây giọng Mary yếu hơi trong tai nghe. Tôi hiện ở trong bệnh viện, tôi bị tai nạn. Đón Prat xong, ông có thể mang cháu vào thăm tôi không? Ở Jean Talon ấy, lầu ba phòng 304. Hình như Mary không đủ sức nói tiếp. Anh nhìn đồng hồ, còn ba mươi phút nữa thì tiếng chuông reo sẽ inh ỏi thông báo buổi học chấm dứt. Trời đổi màu, tin khí tượng có thể đã dự đoán sai, cơn mưa sẽ trút xuống sớm hơn, trưa chiều thay vì tối. Mọi thứ đều bất ngờ, chẳng ai lường trước được điều gì cả.

Không mấy nhiêu khê, anh dắt Prat tìm đúng chỗ. Chẳng một ai vào chốn này mà mang theo sự háo hức cả, ngay hạng tuổi trẻ con như Prat. Khung cảnh ở đó tiềm ẩn một thứ làm người ta rụt rè. Hãy đến đây. Mary nói cùng một cánh tay dong, đến cho mẹ ôm. Đầu Mary được quấn đống vải trắng như đang chịu tang. Tay trái thì bó bột thạch cao. Rất may, chỉ có hai chỗ bị chấn thương do chịu một lực va chạm từ chiếc xe bất ngờ đâm vào bên hông.

- Dự trù tôi sẽ nằm đây trong hai ngày, đợi kết quả xem sọ não có bị rạn không.. Làm phiền ông quá, ông chịu khó giúp đỡ chúng tôi nhé. Mang nó đi ăn và tối về ngủ ở nhà tôi.

Mary nói cùng với bàn tay rời Prat để bấu vào tay anh. Một thỉnh cầu và một sự tín nhiệm. Anh gật đầu. Anh an ủi: Rồi sẽ êm đẹp thôi, bà gắng tĩnh dưỡng. Có cần tôi mang gì vào cho Mary không? Chưa khi nào anh nhìn ra nụ cười thân tình của Mary tựa thế, dù đó là một môi cười cố gắng vượt qua cơn đau. Cảm ơn ông nhiều, tôi không quên tình cảm tốt đẹp mà ông luôn trao cho hai mẹ con tôi. Tôi hiểu do đâu mà Prat quý mến ông. Anh nhìn ra một giọt nước lăn ra khỏi đuôi mắt. Và anh, anh chưa đủ vượt qua giới hạn để đưa tay lau khô nó.

Đứng ngoài cửa phòng, một gã đàn ông thầm lặng trông vào. Anh hiểu, anh nên để cho Mary đón nhận một vòng ôm, một nụ hôn cần thiết. Gã là nhân tình của người mẹ đơn thân và có thể gã vô tình đã làm cho Mary lâm nạn.

Anh dẫn Prat đi ra đợi thang máy mở cửa. Prat nắm chặt lấy tay anh, nó thực sự cô đơn. Anh cũng lẻ loi, anh thấy mình như một gà trống nuôi con. Nuôi trong câm nín.

4. 12. 2019
Hồ Đình Nghiêm

Nxb Nhân Ảnh sẽ giúp các bạn
thực hiện in sách bất cứ thể loại nào các bạn yêu cầu

Tản Mạn Tết Con Chuột
NGUYỄN THÀNH

Sài Gòn cứ tới độ tiết Lập đông, những cơn gió se lạnh ùa về len lỏi khắp phố phường thì người ta đã cảm nhận được hương Xuân đã lấp ló trong sự nhộn nhịp tất bật của dòng xe cộ trên khắp ngả đường. Hàng hóa cho mùa Noel, cho tết Tây theo những chuyến xe lớn nhỏ xuôi ngược khắp Sài thành, bánh mứt kẹo đã thấy xuất hiện lác đác ở các khu chợ và tiệm tạp hóa…

Tết sắp về xen lẫn những vui, buồn, lo…

Chỉ có trẻ con là vui nhiều vì "Ăn chưa lo, nghĩ chưa tới". Niềm vui chỉ đến với những người có điều kiện, còn những người lao động tay chân vất vả, những công nhân viên chức sống nhờ vào đồng lương thanh bần eo hẹp thì canh cánh trong lòng khi ngày Tết gần kề.

Tết đến, cưới hỏi khá nhiều, nhận được thiệp mời miệng cười mà mặt méo xẹo. Đi ba, bốn cái đám cưới là bay hết nửa tháng lương. Tiệc tùng diễn ra liên tục, thôi nôi, sinh nhật, tất niên họp mặt cuối năm bạn cũ, bạn mới, cơ quan, bạn học các cấp… bay nốt nửa tháng lương còn lại. Vợ chồng cùng làm thì nhín một chút cho cơm cháo hàng ngày, độc thân lại về rỉa bố mẹ.

Ngoài khoản tiệc tùng, là chuyện quà cáp biếu xén cũng nhiêu khê não ruột. Tặng, biếu quà rẻ tiền thì sợ mất lòng, muốn mua quà có giá trị chút, đứng tần ngần trước món đồ có giá trị mắt trố ra nhìn, tay vân vê bóp chặt cái túi mà đứt ruột khi nghĩ đến bố mẹ mình, vợ con mình. Đi một vòng đầy đủ lễ nghĩa quan hệ thì cũng muốn bay nốt tháng lương 13….

*

Bộ mặt Sài Gòn thay đổi hàng ngày, lâu vài tháng hay cách năm đi qua một tuyến đường quen thuộc nhìn không ra vì những công trình đồ sộ mọc lên khắp nơi. Ra ngoại thành mới ngợp, những dãy nhà như thành phố phương Tây sừng sững bề thế, nhờ qui hoạch sau, có mặt bằng đất rộng nên xây dựng hợp lý thành khu dân cư có đủ những điều kiện dân sinh nhưng khá đắt đỏ…

Đất lành chim đậu, người các nơi đổ về Sài Gòn ngày càng đông, sự phân bổ lao động chưa hợp lý nên không quản lý nổi số người gia tăng mỗi ngày. Trên các đường phố luôn ồn ào náo nhiệt, nạn kẹt xe như cơm bữa, góp phần làm ô nhiễm môi trường trầm trọng và tiêu thụ nhiên liệu một cách bất hợp lý…

Sự phát triển thấy rõ, lẫn trong sự sầm uất đâu đó thỉnh thoảng ta vẫn gặp những phận đời long đong cùng những quang gánh rong ruổi khắp đường phố, hay những buổi trưa nóng hầm hập nghe tiếng rao “Ai… ve chai không”, “Bánh gai, bánh mật, bánh ú đâyyyyyy…”… vọng sâu thẳm trong các con hẻm nghe tức ngực…

Cầu mong cuộc sống không quá khắt khe với những phận đời…

*

Sắp sửa đến Tết con Chuột, gọi Canh Tý cho từ ngữ đẹp hợp với Xuân, chứ thật ra nghe tới con chuột chẳng ai vui nổi. Trong toàn loài chuột mấy chục giống, chỉ có vài giống là có ích như chuột bạch làm kiểng chơi hay thí nghiệm y học hoặc vô hại như con chuột xạ (hay còn gọi là chuột chù). Nói về con chuột chù này cũng dị đoan chút, hồi xưa bố tôi nói nghe chuột chù kêu từng tiếng một chít… chít… chít là điềm xui giống như nó kêu chết… chết… chết. Khi nghe nó kêu rít lên từng tràng dài liên tục nghe như tiếng cười là điềm may mắn, mà lạ là trong nhà có chuột chù thì sẽ không có bất cứ loài chuột nào khác dám lai vãng, kể cả nhà có nuôi mèo, mèo cũng chừa ra không bắt…, tới giờ này tôi cũng chẳng hiểu vì sao?

Ngoài mấy giống chuột tôi vừa nói tới, thì còn lại toàn là giống chuột phá hoại khắp nơi, từ mùa màng hoa quả đến đồ ăn thức uống trong nhà, còn gieo rắc đủ loại bệnh tật… Đã vậy chúng là loài gặm nhấm, no nê nứt bụng rồi chúng vẫn cứ phải gặm liên tục mọi thứ đồ vật cho mòn răng nên đồ đạc trong nhà nát bấy hết. Tạo hóa sao sinh ra cái giống loài ghê tởm, bởi vậy nhắc tới chuột chẳng ai vui được là vậy.

Diệt nó cũng đủ mọi cách từ keo dính, bẫy chuột đủ loại, cho ăn bả… nhưng chẳng tận gốc được, chúng sinh sôi nảy nở bầy, đoàn nhanh chóng mặt. Đôi khi gặp con chuột lờn mặt, mình ngồi đó mà nó lởn vởn qua lại, còn vểnh râu nhìn mình như thách thức làm tức tím mặt…

Khắc tinh của chúng là loài mèo, chỉ cần nuôi một con trong nhà, chuột ngửi thấy hơi mèo là biến, ngo ngoe giỡn mặt mèo gặm nát xương. Ấy là nói mấy con chuột lớn cỡ cườm tay đổ lại, chứ có lúc người ta thấy con chuột cống khổng lồ rượt con mèo thì bỗng giật mình tưởng có đại loạn, lộn tông, lộn giống, đảo lộn kỷ cương… Nghĩ vậy rồi đâm ra tội nghiệp con mèo, con chuột lớn quá mà!

Mà cũng tức lắm, nuôi được con mèo tốt bắt chuột giỏi, tưởng được yên tâm ăn ngủ không phải lo cái đám chuột phá hoại trong nhà. Đùng một cái con mèo mất tích, mất tiêu chẳng thấy tăm hơi luôn. Nghe trong xóm nói có mấy thằng chuyên giăng bẫy bắt trộm mèo làm thịt nhậu. Không phải chỉ nhà mình, thỉnh thoảng mấy nhà hàng xóm cũng bị mất mèo… ai cũng tức, chỉ biết chửi đổng cho nư giận, chứ chúng như ma quỉ hoạt động trong bóng tối biết đâu là đứa nào…

*

Thôi mùa xuân sắp về, nói chuyện buồn lo thất chí lắm. Khắp nơi đã khởi sắc mới, các nhà vườn trồng hoa, cây kiểng chuẩn bị vào vụ mùa thu hoạch, hàng hóa Tết cũng chuẩn bị tung ra thị trường. Khó khăn mấy, mỗi gia đình cũng cố vun vén có chút hương vị Tết để đón tiếp khách đến chơi xông đất và thầm mong một năm mới thay đổi ngày càng tốt hơn…

Chỉ tiếc là giờ không còn nghe tiếng pháo nổ đì đùng đêm giao thừa xua đuổi ma quỉ và đón chào những điều tốt đẹp, an lành. Trong ký ức của nhiều người vẫn còn vọng mãi dư âm của Tết xưa…

Nguyễn Thành

Mùa Xuân Yêu Em

THÁI TÚ HẠP

(Dành tặng Ái Cầm)

mùa xuân từ thuở yêu em
núi non xứ Quảng cũng mềm bước đi
hàng cây nẩy lộc thầm thì
nghe như giòng suối từ bi cội nguồn

mùa xuân từ độ bao dung
tiếng chung thủy ở, tiếng đường mật vui
tiếng hờn ghen, tiếng ngậm ngùi
tiếng đau dao cắt, tiếng mùi mẫn yêu

lúc khuya sớm thuở quê nghèo
lúc chinh chiến lửa phận treo tuổi mình
lúc ngã ngựa, khi tàn binh
lúc non cao vẫn trọn tình thăm nuôi

trùng dương u thảm phận người
quẩn quanh hải đảo tiếng cười đắng cay
xa rồi thác lũ trời tây
đời hư ảo thoáng chim bay cuối ngàn

đất trời thơm ngát lộc non
cho ta xuân thắm vô vàn yêu em. ∎

Tết Nhớ Phan Trước Viên
CHU VƯƠNG MIỆN

ta ở núi này trông núi nọ
mây lên ngun ngút tỏa hàng cây
mười năm quăng bút làm du sĩ
trời đất bao la chả thấy mày

mày nằm trong đất năm 68
ta mãi giang hồ khắp đó đây
núi đỏ rừng xanh đi khắp cả
sao vẫn chưa qua kiếp đọa đày

núi Ngũ Hành sao chồm ra biển
mày nằm an nghỉ kiếp thư sinh
mười năm Phạm Thái nhòa theo sóng
ta vẫn thương nhau mộng chưa thành

ta ở núi này trông núi nọ
núi nào cũng một thuở đầu xanh
quê hương đã rách giờ thêm nát
mày hãy nằm đây, giấc ngủ lành. ∎

Mùa Xuân Nào Đó
HÀ NGUYÊN THẠCH

Còn những chén rượu sầu lòng chưa uống cạn
nên làm thơ còn có nghĩa chờ say
lúc say khướt sẽ lăn tròn hoài vọng
chạy quanh đời nghe hồn nhẹ như mây

em hãy nhớ hong tình trên ngọc tóc
cho trăm năm lòng rối tận chân mày
anh cũng sẽ trôi hoài theo dòng máu chảy
chờ tim em, ngày đổi nhịp tình phai

Còn những ánh mắt nhìn nhau không nói hết
nên làm thơ là gõ nhẹ lên tim người
một sớm nào ngôn ngữ vỡ trên môi
em có thể giấu trong tim dòng nước mắt

khóc cuộc tình vừa trổ nụ hôm qua
bóng lá sầu bỗng chen giữa cành tươi
nghe ký ức xếp từng ngăn lá rụng
(thuở yêu người gió thổi mãi không nguôi!)

Còn những gót chân người đi qua rất vội
nên làm thơ là khép kín hồn mình
hồn mỏng quá nên em nhìn vẫn thấy
dẫu tình si loang lổ giữa lòng anh

khối vàng tay không giữ nổi áo người xanh
chắc em hiểu vì sao những bờ cỏ úa
 mọc hoang vu trong đáy mắt u tình
mọc rất dày trên cõi đắng thơ anh

em nào biết một mai đời cũng xế
(ngã xuống thơ anh tìm lại dấu môi mình)
Còn những mùa xuân lòng chưa đuổi kịp
nên làm thơ là thách thức với thời gian

dựng đau thương như một cõi thiên đàng
nuôi hạnh phúc bằng những chùm trái cấm
em có đến xin quay lưng cùng ngày tháng
bởi trăm năm cũng giãy chết giữa môi hường

một đời người tay với mãi lầm than
chân giẫm mãi cho bóng trườn khát vọng
 (sống là gắng xô ngã thân mình chung với bóng
mộ thiên thu đã xây sẵn giữa lòng sầu)

Chắc ngậm ngùi mai lỡ có xa nhau
em hãy nhớ còn mùa xuân nào đó. ∎

Xuân Ca
THIẾU KHANH

Em có biết bởi mùa xuân xinh quá
Cứ hồn nhiên như hoa lá trên cây
Ta trân trối như trụ đồng tượng đá
Chợt thẹn thùng em gỡ thoát hai tay.

Em có thấy nụ sương trên ngọn cỏ
Buổi sớm mai sương mới mọc trên trời
Ta rối rít cho nên em động vỡ
Thành âm giai khúc khích ở trên môi

Em có nghe bài xuân ca trong đất
Cỏ non thơm con dế hát rì rào
Em có thấy những chồi xuân mở mắt
Gió thì thầm hoa lá nép vai nhau

Con chim nhỏ bay chuyền trên nhánh mới
Tiếng hót dài lóng lánh nắng ban mai
Từng chuỗi ngọc ở ngang trời gieo vãi
Rơi tung tăng tiếng nhạc xuống môi người

Cùng buổi sáng nên cùng chung vội vã
(Em cũng nghe hơi thở ở trong hồn?)
Ta bay nhảy và lòng không mặc cả
Con bướm nào phơi phới cánh môi hôn! ∎

Ký Ức Ngày Xuân
CHÂU YẾN LOAN

(Lễ hội Bài chòi)

Mẹ tôi là con gái duy nhất trong một gia đình có năm người con trai, mẹ là chị cả hiền lành, đảm đang, là cánh tay mặt của bà ngoại trong việc chăm sóc, nuôi dạy các cậu tôi, vì thế từ khi mẹ lấy chồng, bà ngoại không muốn cho mẹ tôi ra ở riêng, thương mẹ tôi, ba tôi đành ở rể với ngoại suốt mười chín năm trời, do đó mà khi tôi còn nhỏ bà ngoại đi đâu cũng dắt tôi theo, bà con, hàng xóm gọi tôi là cái đuôi của ngoại.

Đà Nẵng quê tôi, một vùng đất xưa kia của người Chăm được sáp nhập vào lãnh thổ Đại Việt từ năm 1306 khi Chế Mân dâng hai châu Ô và Rí làm sính lễ cưới cô công chúa Huyền Trân. Cho đến giữa thế kỷ XVI, Nguyễn Hoàng vào trấn thủ Thuận Hóa, Quảng Nam- Đà Nẵng vẫn là vùng Ô châu ác địa, cư dân phức tạp gồm nhiều thành phần ô hợp. Những di dân người Việt từ Nghệ An, Thanh Hóa phải xa rời nơi chôn nhau cắt rốn của mình đến Quảng Nam lập nghiệp thường sống thành từng nhóm nhỏ trên vùng đất còn mang đậm dấu ấn của văn hóa Chăm. Từ âm nhạc, y phục cho đến những ngôi tháp với cách kiến trúc độc đáo khiến họ không khỏi cảm thấy văn hóa Chăm vừa có những nét đẹp riêng đầy quyến rũ nhưng lại vừa xa lạ, huyền bí khiến họ phải e dè, bất ổn. Để có một cuộc sống bình yên nơi xứ lạ quê người, ngoài việc bảo tồn những thuần phong mỹ tục của dân tộc, những di dân phải kiêng kỵ nhiều thứ để tránh những rủi ro bất trắc đang rình rập quanh mình. Những điều đó được lưu truyền từ đời này sang đời khác, lâu dần trở thành những phong tục, tập quán khó phai. Hơn 7 thế kỷ đã trôi qua, người dân quê tôi vẫn không quên ơn những người Chăm, chủ nhân cũ của mảnh đất họ đang sinh sống nên bên cạnh các phong tục của dân tộc Việt, người Quảng Nam-Đà Nẵng còn có những nghi lễ theo tập tục của người Chăm như mâm cơm cúng đất ngoài sân trong lễ rước ông bà, tổ tiên về ăn Tết, ngoài những lễ vật còn phải có đĩa rau luộc, chén mắm cái. Cúng xong, người chủ lễ lấy mỗi thứ đồ cúng một ít bỏ vào chiếc xà lét làm bằng bẹ chuối gấp lại đem treo trước hàng rào hay ngã ba đường để mời những vong hồn người Chăm về hưởng Tết.

Tôi sinh ra và lớn lên tại thành phố Đà Nẵng, hơn 70 mùa xuân trôi qua trên mảnh đất chôn nhau cắt rốn, tôi đã chứng kiến nhiều sự đổi thay của quê hương. Ngày nay, cuộc sống hối hả thời hội nhập làm cho cái Tết cổ truyền không còn như trước, nhiều lễ nghi, phong tục đã rơi vào quên lãng khiến cho tôi lắm lúc thấy tiếc nuối, bâng khuâng mỗi khi nhớ lại những cái Tết năm xưa, khi tôi hãy còn là một cô bé lẽo đẽo theo bà ngoại xem Hát Bội ở đình làng hay ngồi bên bà trong rạp Bài Chòi lắng nghe anh Hiệu cất giọng mùi mẫn hò câu ca giới thiệu quân bài tới mà lòng tràn đầy hồi hộp, nôn nao.

Ngày Tết ở quê tôi thuở ấy có nhiều nghi lễ và hội hè lắm, nhưng tôi khoái nhất là được bà ngoại dẫn đi đánh Bài Chòi.

Bài Chòi là một kiểu đánh bài ngồi trên chòi mà đánh nhưng nó không chỉ là một trò chơi bài mà nó còn gắn liền với nghệ thuật diễn xướng với các nghệ nhân chính là anh Hiệu, chị Hiệu - những người quản trò dẫn dắt cuộc chơi. Bài Chòi là món ăn tinh thần không thể thiếu đối với người dân lao động sau một năm làm lụng vất vả, những ngày Tết là dịp để họ nghỉ ngơi thư giãn, thưởng thức thú vui, lấy sức để tạo đà làm việc ở năm tới. Tập tục đánh Bài Chòi trong Tết xưa của người Việt là một trong những hoạt động văn hóa cộng đồng đầy giá trị mà không mang nặng tính đỏ đen, cờ bạc. Thông qua trò chơi này, người ta được nghe những câu hát ý nghĩa về quê hương, đất nước lưu truyền trong dân gian, bên cạnh đó là được gặp gỡ, giao lưu và còn có những phần thưởng may mắn để mang đến niềm vui ngày đầu xuân.

Nhà ngoại tôi ở gần Miếu bà, nơi đây có một khuôn viên bao la, bát ngát, chung quanh là khu dân cư đông đúc thích hợp để lôi cuốn những người đến vui chơi, vì vậy làng, xóm thường hay chọn địa điểm này để tổ chức các lễ hội ngày xuân như hát Bội, Bài Chòi.

Gọi là Bài Chòi vì người ta dựng 9 hoặc 11 chòi, chia thành 2 bên, mỗi chòi cao độ 2-3m, rộng đủ vài ba người ngồi chơi bài và một chòi trung tâm (chòi mẹ) ở giữa dành cho các vị chức sắc địa phương.

Bộ bài để đánh Bài Chòi là bộ bài tam cúc cải tiến, gồm 33 lá, với những tên được chuyển thành nôm na như: Nhứt Nọc, Nhì Nghèo, Ông Ầm, Thằng Bí, Lá Liễu v.v..vẽ trên giấy, dán vào thẻ tre.

Trò chơi bắt đầu khi anh Hiệu (trong trang phục áo dài khăn đóng chỉnh tề) cất tiếng hò một bài lục bát hoặc song thất lục bát bằng chất giọng "rặt" phương ngữ địa phương. Rồi tiếng trống chầu nổi lên tạo không khí rộn ràng lôi cuốn, thúc giục biết bao người hòa mình vào cuộc chơi cùng với những tiếng hô vang dội hào hứng. Anh Hiệu (tức người hô thai) xóc ống bài rút ra một con nhưng anh không vội xướng tên ngay mà để gây thêm sự hồi hộp và bắt người chơi phải suy đoán, anh Hiệu hô lên một câu thai hoặc một câu ca dao có tên con bài. Ví dụ:

Chầu rày đã có trăng non,
Để anh lên xuống có con em bồng.

Là con Bát Bồng.

Bên trên các chòi tre, người chơi vừa hồi hộp lắng nghe tên con bài xem có trúng con bài của mình không vừa thưởng thức các điệu hò, vè, các trò diễn của các anh, chị Hiệu

Chòi nào trúng tên con bài thì gõ mõ để anh Hiệu mang con bài đến. Trúng 3 con bài là chòi đó "tới", xổ một hồi mõ dài. Khi đó anh Hiệu cầm lá cờ nhỏ, bưng khay rượu đến trao phần thưởng cho người trúng và cắm lên chòi lá cờ đuôi nheo bằng giấy để đánh dấu một lần thắng.

Lễ hội Bài Chòi tuy là một hội đánh bài nhưng đây là một loại hình sinh hoạt giải trí dân gian, một hình thức chơi bài không có tính sát phạt, không cốt ở chỗ ăn thua mà chỉ để vui xuân, giải trí. Người dân đánh Bài Chòi vào dịp đầu xuân vừa là để cùng gia đình, làng xóm vui chơi, vừa để cầu may, cầu lộc đầu năm:

"Đầu năm bói toán đâu xa,
Bài Chòi một hội biết là rủi may"...

Một hội Bài Chòi có thể gồm nhiều ván (thông thường là ba ván) và Ban tổ chức thu được số tiền bán các thẻ bài cái (gọi là tiền xâu). Tiền xâu này dùng để chi cho các anh, chị Hiệu, dàn nhạc và những người trong Ban tổ chức. Nếu còn thừa thì chuyển sang cho hội chơi năm sau, thiếu thì trích quỹ làng phụ chi cho hội. Tiền thưởng cho người thắng cuộc chỉ mang tính chất tượng trưng, được quan niệm như là lộc đầu xuân, mang lại may mắn cho người chơi trong năm mới. Ngoài việc thử thời vận hên xui vào dịp đầu năm, người ta tìm đến Bài Chòi còn để thưởng thức giọng hô, tài ứng đối và lối diễn trò của anh, chị Hiệu.

Để giúp vui cho cuộc chơi còn có một ban nhạc cổ gồm đờn cò, kèn, sanh, trống hòa tấu lên khi có chòi "tới".

Nét độc đáo của trò chơi Bài Chòi là ở việc xướng những câu ca dao, tục ngữ, hò, vè, hoặc kể những câu chuyện trong dân gian có nội dung ý nghĩa tương ứng với tên gọi của mỗi con bài được rút ra như:

Nửa đêm gà gáy le te
Muốn đi rón rén đụng nghe cái ầm.*(Ông Ầm)*
Lưng choàng áo đỏ
Đầu đội khăn đen

Chân đi lèng quèng
Là ông chân gãy.*(Tử Căng)*
Lội suối trèo non
Tìm con chim nhỏ
Về treo trước ngõ
Nó gáy cúc cu. *(Chín Cu)*
Chầu rày đã có trăng non
Để anh lên xuống có con em bồng. *(Bát Bồng)*

Thành công của hội Bài Chòi phụ thuộc phần lớn vào tài năng của các anh, chị Hiệu, họ vốn là những người lao động bình thường, thích ca hát, được trời ban cho chất giọng tốt, biết nắm vững lề lối hô và diễn, có khả năng sáng tác, có thể ứng khẩu thành thơ và cải biến nhanh lời hô tại chỗ, đặc biệt phải thuộc lòng rất nhiều tục ngữ, ca dao, bài vè để vận dụng vào tình huống thực tế. Rồi sau Tết, khi cuộc chơi đã tàn họ lại trở về với cuộc sống vất vả của người lao động chân tay như cũ.

Lễ hội Bài Chòi là nét văn hóa độc đáo của người miền Trung nhưng càng ngày càng mai một. Hiện nay lễ hội này đang được vực dậy ở Hội An và ở một số vùng quê Quảng Nam, còn ở Thành Phố Đà Nẵng nó đã vắng bóng hơn nửa thế kỷ rồi.

Riêng đối với tôi, dù ngoại tôi đã vĩnh viễn ra đi gần 60 năm nhưng mỗi khi Xuân đến, Tết về thì ký ức ngày xưa lại sống dậy trong tôi như ngày nào hai bà cháu đang ngồi trên chòi cao, lắng nghe giọng ca mùi mẫn của anh, chị Hiệu hô tên quân bài mà lòng nôn nao, hồi hộp, vui, buồn lẫn lộn...

Châu Yến Loan

HOA ĐÀO

mơn mởn hồng son môi | em thanh xuân yếu điệu
hồn ai tan giữa trời | thì ra Trần Mạnh Hảo

mê hoa hay say đào | cũng đều thành thi sĩ
bứng trăm giấc chiêm bao | trồng gốc thơ kỳ vĩ
luân hoán

Mùa Xuân Trong Ca Từ Của Phạm Duy

PHAN TRANG HY

Phạm Duy viết về mùa Xuân rất nhiều. Ở đây, tôi xin nêu một vài cảm nhận về mùa Xuân qua ca từ trong một số bản nhạc của ông.

Trong bài hát "Một Bàn Tay" (Sài Gòn 1959), hình ảnh bàn tay được nhắc đi nhắc lại cùng với hình ảnh 4 mùa như thể bàn tay đi suốt cả thời gian, tạo nên những cung bậc tâm hồn của cuộc đời. Đây là cung bậc nhập vào cuộc đời đầy hân hoan, nhìn đâu cũng thấy Xuân, cũng thấy ai cũng đáng yêu, thấy ai cũng góp lòng vun xới tình người cao *đẹp*:

> *"Bàn tay đưa anh đi gặp cuộc đời*
> *Một Xuân bao dung ai cũng là người*
> *Bàn tay vun xới, ôi bàn tay đưa lối*
> *Dọc đời, thơ hát đầy vơi".*

Còn trong bài "Nhạc Tuổi Vàng" (Sài Gòn 1960), Xuân trong bài hát chỉ là những gì đã qua, chỉ là kỷ niệm đẹp một thời:

> *"Tuổi vàng như bông lúa thơm tho ngày mùa*
> *Trên cành đồng chiều tà*
> *Nhớ Xuân xa, khi còn thơ…"*

Mỗi khi Xuân về, muôn loài cũng trở mình đón Xuân. Nào là "Nắng trên thềm lấp lánh/ Lũ bướm vàng tung cánh/Với to nhỏ chim hót trên cành", nào là "cỏ nõn nà", nào là ốc, dế, giun, chuồn chuồn, ong, nai "quấn quýt người con gái đương tơ":

> *"Một con ốc nằm yên giấc ở đồi hoang*
> *Bỏ mộng ngoan từ vỏ, vươn chào đón Xuân*
> *Khiến cho đàn giun dế*
> *Cũng ngước mặt nghênh đón*
> *Bóng dáng người con gái tươi ròn*
> *Chuồn chuồn ngấp nghé ở vòm tre*
> *Rồi bay tới cùng đàn ong lượn vuốt ve*
> *Khiến cho đàn nai bé*
> *Kéo nhau về bỡ ngỡ*
> *Quấn quýt người con gái đương tơ"*...

(Trên Đồi Xuân, Sài Gòn 1975)

Viết về những bài hát nói về mùa Xuân, tôi không thể không viết bài ca "Tuổi Xuân" (Sài Gòn, 1973). Đọc đi, đọc lại lời bài hát và nghe Thái Hiền hát, lòng tôi như thấy cô bé tinh khôi, bỗng dưng "dậy thì" thấy lòng mình đổi biến đổi: *"Bỗng dưng yêu đời! Bỗng dưng yêu đời!"*. Cô bé trải lòng yêu thiên nhiên vũ trụ kỳ diệu, yêu quê hương đất nước đẹp ngời, yêu mọi nơi, mọi chốn trên trái đất mỏng manh, yêu cuộc sống, cuộc đời qua bao thăng trầm không ngơi nghỉ. Rồi, cô bé thấy lòng yêu người: *"Bỗng dưng yêu người! Bỗng dưng yêu người!"*. Cô yêu từ những người gần gũi, thân yêu, từ trẻ thơ đến cụ già, từ thầy cô, đến bạn bè, từ xóm vắng đến phố thị. Tôi như thấy tiếng lòng reo vui của cô bé: *"Bỗng dưng vui nhiều! Bỗng dưng vui nhiều"*. Cô vui nhiều khi được mẹ ba nuông chiều, được anh chị thương yêu, được mọi người tôn trọng, và hơn hết và luôn được yêu. Tôi cũng thấy hình ảnh cô bé đang lớn: *"Bỗng dưng mơ màng! Bỗng dưng mơ màng!"*. Lòng cô bé rộn ràng vui khi tình yêu thương tràn ngập. Cô hát ca về tuổi xuân đẹp của mình: *"Em ca em hát, em vui rộn ràng"*.

Còn "Xuân Hành", một bài hát với ca từ như thơ. Thơ có những bài hành như "Tống biệt hành" của Thanh Tâm, "Hành phương Nam" của Nguyễn Bính, "Trường Sa hành" của Tô Thùy Yên, "Biên cương hành" của Phạm Ngọc Lư. Ở đây, tôi xin nêu lời của bài hát có tính chất của một thể hành. Nếu "*Tống biệt hành*, một cuộc chia ly thường tình nhưng chứa đựng trong nó cả một vũ trụ biệt ly" (Châu Minh Hùng), nếu "*Hành phương Nam* không chỉ là khát vọng bứt phá khỏi vòng vây cơm áo, mà hơn thế, là khát vọng của sự bứt phá khỏi kiềm tỏa của một tẻ nhạt cô đơn. Song đáng thương, chí bình sinh đáng cảm thông ấy đã không thỏa ước, vẫn một phương Nam cô đơn thiếu vắng tình người" (Nguyễn Tấn Ái), nếu *Trường Sa hành* "diễn tả tâm trạng những người lính trấn đảo nhưng cuối cùng trở về nỗi thao thức thân phận của con người" (Nguyễn Thị Thảo An), nếu "Có thể nói, *Biên Cương Hành* là một trong những bài thơ hay nhất viết về chiến tranh, không chỉ của thi ca miền Nam, mà cho cả nền thi ca đất Việt" (Đỗ Trường), thì "Xuân hành" là cuộc hành trình của NGƯỜI với bao trở trăn về phận của mình trên thế gian này. Muôn đời nay, ai cũng tự hỏi: Ta là ai? Ta từ đâu đến? Ta sẽ về đâu? Từng có nhiều quan niệm của tôn giáo, triết học, nghệ thuật về những câu hỏi trên.

Từng xem, bức tranh *"Chúng ta từ đâu đến? Chúng ta là ai? Chúng ta đi đâu?"* của danh họa Paul Gauguin (1848 – 1903) trên Internet, tôi như thấy cuộc hành trình của con người trong kiếp sống vô thường này. Đó là sự trăn trở đúng nghĩa đầy chất NGƯỜI trong cõi nhân gian. Đã là NGƯỜI dù có trở trăn cũng phải chấp nhận phận NGƯỜI như là sứ mệnh của mình. Nói như chúa Kitô là mình phải tự vác thập giá của mình: "Ai muốn theo Thầy, phải từ bỏ chính mình, vác thập tự giá mình mà theo" (theo Mác-cô, Tân Ước); nói như Đức Phật trước khi nhập Niết Bàn là phải tự thắp đuốc mà đi: «Này! Các người phải tự mình thắp đuốc lên mà đi! Các người hãy lấy Pháp của ta làm đuốc! Hãy theo Pháp của ta mà tự giải thoát! Đừng tìm sự giải thoát ở một kẻ nào khác, đừng tìm sự giải thoát ở một nơi nào khác, ngoài các người!..» (theo buda.vn). Tất cả đều cho ta chấp nhận sống sao cho ra sống:

"Người là TA, một mùa Xuân tỏa ánh nắng mai
Bước lên đời mang một duyên tình duyên mới
Người là TA, đường nhân ái còn đi mãi mãi
Hết bước Xuân, TA gọi nhau về trong NGƯỜI"

(Xuân Hành, Sài Gòn 1959)

Trong bài "Xuân Thì" (Sài Gòn 1953), bài ca đẹp như bài thơ viết về mùa Xuân của đất Mẹ Việt Nam. Mùa Xuân đến, chuyện chiến chinh lùi xa. Chỉ còn lại hy vọng tốt lành. Mùa Xuân quả thực đem đến nhiều hy vọng mỗi chúng ta: "Ngày mà Thượng đế tạo ra hy vọng có lẽ cùng một ngày ngài tạo ra mùa Xuân" (Bern Williams). Và cũng vậy, Phạm Duy hy vọng một mùa Xuân hòa bình chỉ còn lại nỗi mừng vui khi yêu thương tràn ngập:

"Tình ra núi Bắc, non Đông
Duyên về tới chốn Nam sông, Tây rừng
Gọi đàn chim trắng như bông
Tin lành đưa xuống khắp vùng trên nước ta
Êm êm tiếng hát trăng tà
Tình soi trên phím tay ngà gái trinh
Người ôm nhân loại trong mình
Cười tuôn nước mắt cho Xuân tình dấy men".

Với niềm hy vọng về mùa Xuân tốt đẹp, Phạm Duy như muốn hóa thành hoa tỏa hương, đem thương yêu, niềm vui đến với mọi người, đem tình yêu đua nở dâng hiến cho đời. Trong niềm vui yêu thương ngập tràn hương hoa mùa Xuân, tác giả cảm nhận được bao thôn nữ hân hoan thưởng ngoạn hoa Xuân, chúc tụng mùa Xuân thái hòa, nghe được tiếng lòng của bao cụ già thầm mơ hoa trẻ mãi:

"Xuân! Hoa tỏa hương mới
Nhân quần ân ái đã kêu đòi niềm vui
Xuân! Hoa là tình tôi
Đua nở cùng ai cùng quyến luyến mọi nơi
Có một bầy thôn nữ nhìn hoa
Chúc cho Xuân vui vẻ thái hòa
Có một vài tóc trắng thầm mơ
Ước cho hoa nở mãi không già"

(Hoa Xuân, Sài Gòn 1953)

Mùa Xuân đối với Phạm Duy không những tốt đẹp mà còn hiền. Ông ao ước được sống trong cõi Xuân hiền ấy. Cõi Xuân hiền ấy là cuộc tái sinh như thể đất trời mãi là Xuân:

"Xuân non, Xuân già, Xuân vẫn Xuân quen

Mới biết Xuân là cuộc tái sinh duyên
Thu, Đông, Hạ chết
Nhưng Xuân còn nguyên
Khuyến khích dòng máu về tim
Xuân không lên đường, Xuân đứng êm êm
Đứng mãi trong đời để cõng ta lên
Yêu Xuân đằm thắm
Yêu Xuân một phen
Và sống cùng với Xuân hiền"...

(Xuân Hiền, Sài Gòn 1972)

Còn trong bài "Xuân Ca" (Sài Gòn, 1961), cái tôi đầy sức Xuân của Phạm Duy tràn ngập khao khát. Khao khát ấy chính là hoài bão, khát vọng sống cống hiến dù biết rằng, đã là người thì ai cũng sẽ chết, sẽ thành tro bụi chốn hồng trần. Bởi lẽ, còn Xuân là còn mơ ước, hy vọng, là còn trẻ mãi đầy sức sống theo thời gian, bởi "Không bao giờ là quá già để đặt ra mục tiêu khác hoặc một giấc mơ mới" (S. Lewis):

"Xuân tôi ơi, sức Xuân tôi còn khát khao
Dù nay, dù mai cũng như mọi ai chết trong địa cầu
Xuân muôn năm có ta Xuân còn hỡi Xuân
Thì xin, thì Xuân hãy cho tình nhân sống thêm vài lần"

Có thể khẳng định rằng, qua một số lời bài hát viết về mùa Xuân, Phạm Duy đã góp phần không nhỏ vào việc làm đẹp cho tiếng Việt, giúp cho người nghe càng thêm yêu tiếng nói của mình như ông đã từng cất lời *"Tôi yêu tiếng nước tôi từ khi mới ra đời"* (Tình Ca).

Tháng 10/2019
Phan Trang Hy

gọi bông thay vì hoa | cho em thêm chất phác
vạn thọ vàng hiên nhà | mái tranh liền mái ngói
4.BÔNG
VẠN THỌ *luânhoán*   thương thương những giọng nói
                      vang nhịp tim nông thôn
tỏa thơm mùi nhang khói | cung kính đỡ linh hồn

Mùa Xuân Ở Trên Cao

MANG VIÊN LONG

Cứ một ký lô cọng lá dừa được vuốt sạch- Hiên mua lại với giá năm ngàn đồng. Mỗi ký cọng lá dừa Hiên bó được ba cây chổi. Mỗi cây chổi đem ra chợ bán được năm ngàn loại tốt và bốn ngàn loại thường. Hằng ngày vợ chồng Hiên ngồi suốt từ sáng sớm đến tối mịt mỗi người bó được từ 15 đến 20 cây chổi!

Hiên thường nhận làm chổi lá dừa- còn Mân- chồng nàng nhận làm chổi đót; vì chổi lá dừa dễ làm nhẹ nhàng và cũng "dễ ăn" hơn. Đót mua vào 350 ngàn đồng một ký nếu được chọn vuốt chải ngay ngắn sạch sẽ trước thì mỗi ngày Mân bó được 20 cây. Giá bán có 3 loại: Loại đặc biệt bán giá 22 ngàn đồng, loại tốt giá 20 ngàn, loại thường giá 17 ngàn đồng một cây. Hiên đã có lần tính thử cứ một ký đót sẽ kiếm được một trăm ngàn đồng tiền công lãi. Mân đã có lúc làm quên trưa một ngày bó được 20 cây! Trong hai chục cây chổi ấy- anh phải chia cho lão Năm-Bụng và dì Sáu hết hai chục ngàn đồng cho mỗi người một ngày tiền cỏng còng lưng vuốt đót làm sạch- sắp xếp ngay ngắn cho anh. Ngày đầu gọi lão Năm-Bụng và dì Sáu đến giúp- Mân nói với vợ: "Mình chia sẻ cơm cháo cho Bác Năm dì Sáu nghe em? Mình kiếm được miếng cơm thì hai người cũng có bát cháo mà! Còn con Nghĩa thằng Tình- mình nên để cho con nó có thời gian mà học... Đời tụi mình đã lỡ vậy- không lẽ để con cả đời cắm đầu xuống mấy cọng đót cọng lá dừa ? Nhìn thấy tụi nó cắm cúi vào bó đót suốt ngày anh không yên tâm được em à!".

Hiên ngước nhìn chồng với tia nhìn yếu ớt chậm- vì nỗi buồn lo trĩu nặng và nhiều đêm thức khuya bên bó chổi trong ánh đèn điện tròn đỏ quạch:

- Em cũng đã nghĩ vậy mà! Hiên thở dài- tháng Chạp này công việc nhiều chổi bán được- chúng không thể kham nổi đâu?

- Ăn uống thì quanh quẩn chỉ có mắm với rau thức khuya dậy sớm vậy anh ngại Tết chúng đau thì thêm khổ!- Mân tiếp tục buộc dây nhựa quanh bó chổi đang làm dang dở...

Lão Năm-Bụng sống một mình nơi góc phía sau hiên đình làng từ ngày vợ lão mất vì bệnh xơ gan! Lão đã phải bán đi thửa vườn và căn nhà tranh còn lại để trả tiền nợ đã vay lo chữa chạy thuốc men cho vợ từ nhiều tháng trước. Trả nợ xong còn một ít để làm vốn kiếm ăn thì đứa con trai duy nhất lưu lạc ở Sài Gòn nghe tin đã trở về gầm gừ hạch sách lão rồi lấy hết khoản tiền còn lại mới chịu ra đi! Lão Năm buồn. Ngã bệnh- và chiếc bụng của lão ngày một lớn lên. Hàng xóm thường gợi tên thứ Năm của lão kèm theo chữ "Bụng" để phân biệt với lão Năm- Kèn trong ban tang lễ của đình. Cả hai đều sống chui đụt hai bên ngôi đình làng như đôi bạn chí cốt- như hai đám rong bèo tình cờ bị trôi dạt vào chân cầu...

Tình cảnh của dì Sáu cũng thật cay đắng: Trước nhà dì cũng thuộc loại khá giả trong thôn. Ruộng đôi ba mẫu. Vườn cây ăn trái vài hecta. Vợ chồng dì sớm chiều trà thuốc thong dong một thời. Sau năm 75- ruộng thì giao nộp cho hợp tác xã còn vườn cũng được "hiến" để xây cất nhà kho. Gia đình dì Sáu được cấp cho một khoảnh đất ở cuối thôn, sau lưng ngôi trường tiểu học. Ông Sáu xin vào làm cai trường còn dì Sáu thì hằng ngày với mẹt bánh kẹo cóc ổi ngồi trước cổng trường kiếm từng đồng bạc lẻ của đám học sinh nghèo khó!

Hai cậu con trai của dì Sáu dần dà cũng đều tốt nghiệp đại học- nhưng cả hai đều ở lại Sài Gòn kiếm việc làm tìm người yêu mua đất cất nhà- không đứa nào chịu về quê để gần gũi sớm hôm với vợ chồng dì cả! Sau ngày Ông Sáu mất vì cơn đột quỵ khi vẫn còn cầm trên tay cái dùi đang đánh trống tan trường- Cậu con trai trưởng về đem dì

Sáu vào Sài Gòn sống chung. Ai cũng vui mừng cho dì từ đây có cuộc sống an nhàn hạnh phúc bên dâu con cháu nội ở Sài Gòn. Nhưng chỉ vì cái "tật" nhỏ của dì để là cái cớ cho người con dâu hắt hủi dì ra mặt- Dì Sáu có "tật" ghiền thuốc lá từ ngày còn ông Sáu bên cạnh. Mỗi lần muốn hút thuốc ông Sáu đều nhờ vợ mồi lửa rồi đưa cho mình. Dì làm việc châm thuốc cho chồng một cách thích thú âu yếm. Còn ông Sáu thì hả hê nói hút thuốc vậy mới ngon. Vài năm sau, khi sinh thằng con đầu dì đã ghiền thuốc rồi! Ông Sáu mất, dì càng hút thuốc nhiều hơn. Có lần dì đã nói với Hiên: "Dì biết đàn bà hút thuốc là hư hỏng nhưng sao mỗi lần ngồi không nhớ dượng mày, dì lại nhớ điếu thuốc?" Dì cười hồn nhiên: "Đêm đêm dì ngồi với điếu thuốc như thấy có ông ấy bên cạnh vậy cháu á!". Chính vì cái "tật" không rứt bỏ được ấy mà người con dâu đã nặng lời với dì nhiều lần để rồi dì phải lầm lũi trở về sống cô độc trong căn nhà rách trước dột sau: "Bà có đủ thói hư tật xấu vậy, không thể sống chung với tôi được đâu!". Người con trai nghe lời vợ nói sang sảng ngay trước mặt mình- cũng chỉ im lặng. Dì đã khóc: "Mẹ biết mẹ không còn xứng đáng với con, con cho mẹ về quê để gần gũi với bà con làng xóm được ngày nào hay ngày ấy con ạ!". Không sống được trong nhà của người con trưởng dì khó có thể về ở chung với người con trai thứ vì người con dâu đã có lần nói thẳng với dì ngay ngày đầu mới chân ướt chân ráo vào Sài Gòn: "Mẹ liệu ở chơi vài hôm rồi về, ở đây sinh hoạt đắt đỏ mà tụi con còn phải lo cho con ăn học chi phí nhiều nữa không gánh nổi thêm ai được nữa!". Dì ngồi nghe mà nước mắt cứ rưng rưng, lòng điếng lặng; cảm thấy toàn thân như mềm nhũn đi, tan rã ra. Sau phút bàng hoàng như tia điện cực mạnh quét qua người, dì chỉ cười thầm, nghĩ đất Sài Gòn nhà cửa rộng rãi sang trọng vậy mà cũng không có một chỗ nhỏ nào cho mẹ mình?. Những thứ tiện nghi trang hoàng sang trọng đẹp đẽ kia đã choán hết chỗ rồi? Chỉ với mẹt bánh kẹo, cóc ổi ngày nào cộng với chút tiền bồi dưỡng cho một lao công hạng bét, vợ chồng dì đã "cõng" nổi hai đứa con qua bao tháng năm cơ mà?

Hiên loay hoay xếp lại nắm tiền nhàu nhò đang cầm trên tay, thoáng nở nụ cười mơ hồ trên gương mặt đờ đẫn vì mất ngủ. Hôm nay là phiên 18, còn 2 phiên chợ nữa là hết năm rồi! Hai phiên 23 và 28 là tiền lời ròng mà vẫn còn gần một trăm cây chổi nữa... Những phiên giáp Tết, Hiên vừa đặt gánh chổi xuống lề đường phố chợ là người mua xúm lại, Hiên tất bật chào mời không kịp thở. Có người mua chổi cho cả năm vì kiêng đầu năm không mua được. Có người vừa về nhà mới, cũng mua đến chục cây mỗi loại. Hiên cắm cúi với đống chổi năm tiền trong tay mặc cho khu chợ náo nhiệt với đủ thứ âm thanh rộn ràng của xe cộ, của mấy chiếc máy phóng thanh quảng cáo áo quần modern khuyến mãi, bánh, kẹo, bột giặt, kem đánh răng, của mấy chiếc loa xách tay quảng cáo keo dính chuột, bột chùi đồng, bấm lỗ tai... Hiên dường như luôn mải mê với những toan tính trong đầu mặc cho cái nắng đổ xuống mỗi lúc một gay gắt làm nóng bừng khuôn mặt, mặc cho mồ hôi chảy ròng ròng xuống đôi má xanh xao không kịp lau, mặc cho mọi người nhộn nhịp se sua áo quần lướt qua, lượn lại phía trước và cũng mặc cho mùa xuân đang réo gọi đâu đó quanh mình. Hiên chỉ cảm thấy đói cồn cào trong ruột. Nàng ngước nhìn quanh một lượt như để tìm cái gì có thể mua ăn được nhưng chỉ thấy toàn là người đông nghịt chen chúc, nàng cảm thấy ngầy ngật, hơi chóng mặt và cơn buồn nôn bắt đầu dấy lên nhẹ nhàng. Đêm qua Hiên đã gắng thức làm cho đến khi nghe tiếng gà gáy lần đầu sau nhà mới thu xếp công việc chui vào giường nằm. Mân trở giấc ôm hôn nàng thật lâu làm nàng không chợp mắt được. Một phần chân trái của Mân đã bị mất sau trận Dakto năm nào thường xui Hiên thao thức mỗi lần được Mân âu yếm đòi hỏi! Một phần chân anh đã bị mất đi lâu rồi, có lẽ đã tan thành cát bụi ở bìa rừng hốc núi nào rồi nhưng nỗi buồn tủi cứ vẫn còn đeo đẳng suốt đời anh. Sau 75, nhiều người đã nhìn ngó vào khúc chân còn lại của anh như nhìn vào điều gì đáng ghê tởm. Nhiều lần gia đình Mân đã bị từ chối không cho nhận phần trợ cấp cho gia đình nghèo vì không nằm trong diện "chính sách" để đền ơn đáp nghĩa. Hiên vì thế càng thương yêu cho nỗi bất hạnh của Mân như thương yêu cho chính bản thân côi cút cô độc hẩm hiu của mình. Nhớ năm nào, Mân tình cờ gặp Hiên tất tả dìu dắt hai đứa em chạy ngược lên phố tránh bom đạn khi hiệp định Paris đang chuẩn bị ký kết. Sau đó không lâu anh tìm lại căn nhà của người bác mà Mân đã giúp đưa chị em Hiên đến tạm trú để xin được hỏi nàng làm vợ. Cha mẹ Hiên đã ở lại quê mong giữ chặt hai bồ lúa vừa mới gặt phơi khô chưa kịp ăn một hạt đã không còn nữa cùng với ngôi nhà cháy rụi! Người bác đã hoan hỉ đứng ra tổ chức lễ cưới cho Hiên nhanh chóng ngoài dự đoán của Mân. Ông bảo: "Chiến tranh mà cháu! Sống với nhau sớm được ngày nào thì mừng ngày đó! Thời của tụi bay sao mà khổ hung dữ vậy? Bác miễn hết mọi lễ lộc chỉ

cần cháu yêu thương đùm bọc chị em con Hiên thật lòng là quý rồi!".
Gần hai năm sau, tháng Giêng năm 75 Mân bị thương ở Dakto. Và anh
đã được trở về cùng Hiên trên cặp nạng gỗ...

Sáng nay Hiên ra đi sớm khi Mân và hai con chưa thức dậy,
chưa có chút gì bỏ vào chiếc bụng trống từ sau bữa cơm chiều vội vã.
Hiên buộc mấy cây chổi còn lại thành bó lớn, đặt tạm lên lề đường
chệnh choạng bước vào phía trong cổng chợ kiếm một cái gì để ăn...

Hiên cầm hai càng xe kéo phía trước, Tình và Nghĩa phụ đẩy từ
phía sau. Chiếc xe cải tiến mua lại của HTX đã phế bỏ, Mân ra sức sửa
sang mấy hôm, cũng đã giúp cho mẹ con Hiên nhiều chuyện như sáng
nay. Chiều hôm qua được nghỉ học, ngồi lân la nghe mẹ vừa bó những
cây chổi cuối cùng cho phiên chợ cuối năm, vừa nhắc kể chuyện Tết,
hai anh em Tình đều nao nức xin mẹ được đi coi chợ phiên Tết 28....

- Mẹ đã hứa đến phiên chợ cuối năm cho hai đứa con được đi
theo mà mẹ? Tình thỏ thẻ, mắt nhìn dò xét vào khuôn mặt ưu tư im
lìm của Hiên.

- Đúng rồi - Nghĩa reo lên - Mẹ cho tụi con phụ đẩy xe nhé?

Tình giật nhẹ bàn tay Hiên: "Sáng nay con nghe ba nói sẽ chở
chổi lên chợ bằng xe cải tiến vì mẹ không gánh chổi một mình được
hết mà?".

Hiên dừng tay, nhìn thật chậm vào đôi mắt của Tình rồi đến Nghĩa,
nàng như nhìn thấy trong đôi mắt thơ ngây của chúng mùa xuân vẫn còn
trong trẻo nguyên vẹn. Tuổi thơ của chúng thật hồn nhiên nhưng cũng
thật lặng lẽ. Hiên ước mong nỗi khổ không đến quá sớm với chúng như
bao lũ nhỏ đang lang thang trên các nẻo phố chợ mà nàng vẫn thường
gặp. Hiên mừng thầm, khẽ cười: "Phiên cuối năm phải dùng xe, nhưng
hai con theo mẹ làm gì cho mệt? Mẹ kéo một mình cũng được mà? Mệt
khúc nào mẹ nghỉ khúc đó. Hai đứa ở nhà chơi phụ ba quét dọn tưới hoa,
có khỏe hơn không?"

- Còn đến ba ngày tha hồ dọn dẹp mà mẹ? Tình cố nài nỉ.

- Anh Tình nói đúng đó mẹ- Nghĩa lại kéo tay Hiên- Nhà mình
có gì đâu mà để quét dọn?

Thật tình là ngôi nhà tranh vách đất nền lát gạch thẻ của vợ
chồng Hiên không có gì để quét dọn cả! Nó trống trải với mấy thứ vật

dụng cần thiết cũ càng nằm im lìm từ thuở nào, như cuộc đời trống trải đơn độc không mấy đổi thay của họ bấy lâu. Chạy lo cho miếng ăn manh áo bút mực thuốc thang cho gia đình qua ngày đã là khó rồi, lấy gì mà sắm sửa? Hiên nhìn thấy sự nghèo khó của mình đã phần nào không che giấu được đôi mắt thơ trẻ của con, nàng vui vẻ: "Được rồi! Nhưng phải dậy sớm nghe chưa? Phải ăn no vào thì mới đẩy xe được, nếu không hai đứa còn làm nặng thêm xe của mẹ nữa thì bỏ phiên chợ..."

Buổi sáng. Gà gáy canh tư...

Chiếc xe của mẹ con Hiên đã qua được khỏi con đường hẻm lầy lội tăm tối rẽ qua con đường bê tông rộng dẫn lên quốc lộ. Con đường sáng lờ mờ. Chiếc xe lọc cọc... lọc cọc gõ đều trong buổi sớm còn ẩm đục hơi sương gây gây lạnh. Người đi chợ gồng gánh, thồ, chở thấp thoáng trong cõi im lặng của đất trời cuối Chạp như những bóng ma chập chờn nhẫn nại trên đường. Không có một tiếng nói nhỏ nào trong cái vắng lặng buồn tênh của buổi sớm mai miền thôn dã. Ai ai cũng chật kín nỗi lo toan tính trong chiếc đầu đã mụ mẫm cả tháng nay rồi! Tết gần kề mà mưa gió vẫn chưa nguôi. Hai cơn bão lũ dữ dằn nối tiếp 9 và 10 đã quét sạch cả sự nghiệp gầy dựng cả đời của nhiều gia đình mà mới chỉ ngóc đầu lên là đã thấy Tết đến! Người mất đi vừa tròn một trăm ngày chưa nguôi buồn thương thì xuân lại về! Trên đường chỉ có tiếng gió. Gió khua động hàng tre hai bên đường nghe rõ từng chập lào xào như lời thì thầm của làng xóm còn đang mê ngủ trong nỗi bàng hoàng bão lũ vừa đi qua. Tình cảm thấy hơi nóng râm ran trong người, mồ hôi cũng bắt đầu thấm ướt hai bên gò má. Tình cắm cúi dang hai tay đẩy mạnh xe để phụ cho em, nghĩ phía trước mẹ chắc cũng đã thấm mệt lắm rồi! Chợ còn bao xa? Tình muốn cất tiếng hỏi mẹ, nhưng sợ chiếc xe sẽ nặng thêm chậm mất buổi chợ phiên cuối cùng.

Tiếng Nghĩa bỗng vọng lên bất chợt:

- Mẹ ơi! Có phải phiên này mẹ mua áo quần mới cho con không?

- Ừ!

- Mua cho con đôi dép nữa nhé? Dép cũ của con bị đứt quai lâu rồi!

- À...

- Anh Tình có được mua đồ Tết không mẹ?

- Có!

- Mẹ mua bánh kẹo như nhà con Minh nữa chớ mẹ?

- Ừ!

- Mẹ có mua gì cho ba không?

- Có!

- Mẹ mua gì?

- Để mẹ bán được hết xe chổi này rồi sẽ tính con à!

- Nếu mẹ bán không hết thì sao?

- Gắng ngồi đến chiều thế nào cũng hết mà con!

- Mẹ có mua gì cho mẹ không?

- Không!

- Sao mẹ không mua đôi dép? Đôi dép mẹ đứt quai lâu rồi mà?

- Mẹ cột lại....

Nghĩa im lặng. Nó cắm cúi gắng sức đẩy, nghe hơi thở mình nặng nề thoi thóp trong lồng ngực. Chiếc xe đã trườn lên mặt quốc lộ lọc cọc lọc cọc tiến vào khu chợ tràn ngập ánh diện. Nghĩa ngước nhìn lên bầu trời thấy đã ửng chút nắng, từng đám mây xám vần vũ còn sà thấp bay lơ lửng trên đầu...

Nó chợt cảm thấy mùa Xuân hình như còn ở khuất trên ấy, rất xa, trên cao...

Quê nhà những ngày vào xuân...

Mang Viên Long

5. HOA THƯỢC DƯỢC

cùng lộng lẫy sặc sỡ | mỗi em một sắc riêng
thược dược như thiếu nữ | thanh xuân mượt dáng tiên
từng có người "sụp lạy" | khi kính cẩn ngồi thiền
ta nén lòng xao xuyến | chờ thời khắc hữu duyên

luân hoán

Rồi Mùa Đông Cũng Đến

KHALY CHÀM

ngày chuyển điệu tiếng gọi mùa đông
cho dù sự gắng gượng không thể lóe sáng âm thanh
người ta bắt đầu chuẩn bị cho vẹn phần cuộc vui
chúng ta đang bị nghiêng trong vời vợi ngữ cảnh

tế bào luôn chen lấn tê rần mạch máu
giữa nụ hôn và nồng nàn tôi cố giữ được dấu chấm than
hóa thành giọt rơi tái tạo thời gian chưa đến
như kẻ phạm tội cười điên trong mắt mặt trời

chẳng ít lần em rao bán giả thuyết
về điểm nhấn của phút giây mùa thu giao hoan
sản sinh ra cảm tính mở phơi trước mùa đông
thị dân mở mắt nhìn giấc mơ xoay tròn những gam màu

tôi vịn con chữ mang khuôn mặt ánh sáng
dung chứa mùi lá nõn thơm thoảng mùa xuân hồi ức
thành phố náo nhiệt dường như mặt phẳng đã cong
người đời không cần bận tâm về một ví dụ…

những cây xanh dọc vỉa hè luôn thở khẽ khàng
thầm hát ru mùa thu ra đi
rồi mùa đông cũng đến. ∎

Xuân Thiền
NGÀN THƯƠNG

trong tim dòng máu xuôi về
chảy vào huyết quản sơn khê thuở nào
giờ đành bó gối nhìn sao
cho vơi bớt nỗi hư hao cuộc đời

dường như xuân đã đến rồi
bên sông mưa bụi rơi ngoài dặm sương
hoàng thành trở giấc khói hương
hơn trăm năm vọng tiếng buồn xa xưa

mặt hồ con nhện giăng tơ
sen tàn liễu rũ rêu mờ tịnh yên
mênh mang trong cõi xuân thiền
nghe hồi chuông vọng riêng mình lãng du. ∎

Thư Gởi Chị Mùa Xuân
HUỲNH LIỄU NGẠN

thế là hơn mười năm
em không về quê nữa
mẹ chắc già lắm rồi
tóc em giờ cũng bạc

mảnh vườn sau cây ổi
mảnh vườn trước cây cau
mỗi lần mưa là rụng
thoảng mùi hương trên đầu

chừng như trời trở rét
tháng giêng về đâu đây
thời gian sao mau quá
mới đó đã năm đầy

thương chị lo chạy gạo
đong không đầy miệng ăn
chị già đi trước tuổi
quên hết cả trăng rằm

thế mà vui cứ vui
chị viết thư qua hỏi
em giờ như thế nào
tánh tình còn nông nổi

tính em thì lêu lổng
chỉ biết có làm thơ
đâu làm ra tiền được
nên em nghèo xác xơ

chị đừng lo em nữa
mẹ đừng rầy con chi
cuộc đời nó đưa đẩy
có đến thì có đi. ∎

Một Đời Riêng Nhau

MH HOÀI LINH PHƯƠNG

(với n.t ngày cũ…)

Cho nhau Xuân của một thời…
Ta lìa nhau … hết một đời bể dâu.
Tìm về trong giấc chiêm bao
Trăm năm mới biết… bạc đầu còn thương…

Hoa cúc vàng theo tình mấy độ…
Yêu người đâu đếm những mùa xa…
Người xưa… ừ nhỉ nhiều năm nữa
Hiu hắt riêng mình ta với ta.

Nhìn về quê cũ mờ sương khói
Nhắm mắt cho qua một kiếp người
U uất bên này trời lưu lạc
Người đành bỏ lại một mình tôi

Thắp nén hương lòng, hương kỷ niệm
Tưởng người còn đó, vẫn quanh đây…
Tri âm ly cạn mừng xuân mới
Ta vẫn còn nhau suốt dặm dài… ∎

Washington D.C Xuân 2020.

Đóa Hoa Xuân
NGUYỄN MIÊN THƯỢNG

Ta nghe nói xuân này em đẹp lắm
Bờ mi cong môi mắt cũng tuyệt vời
Giọng oanh vàng thỏ thẻ sóng trùng khơi
Mùa xuân hát hay em tôi vừa hát

Hoa nở rộ giữa đời vui bát ngát
Chim én về lay tóc gió tung bay
Em xinh tươi duyên dáng tựa trời mây
Những cụm mây kéo xuân dài bất tận

Ba ngày tết hương xuân còn tiềm ẩn
Gió đi về còn ngất ngưởng say xuân
Bước miên du nghe rộn rã tưng bừng
Em cảm nhận hồn xuân dâng phơi phới

Má phấn môi son chào mùa xuân mới
Nghe đông phong về rạo rực buồng tim
Ta đón mùa vui háo hức về tìm
Gặp em bên trời nở hoa hàm tiếu

Em đóa vô thường giữa đời kỳ diệu
Ta ướp hương tình trong sắc vô ưu
Em mang tình nồng của xuân cố hữu
Thả xuống ngày vui đậm nét xuân thì. ∎

Chiều Ba Mươi Tết
Tổng Kết Bảy Mươi Năm
NGUYỄN HÀN CHUNG

Không nghĩ mình lại thọ
ngót nghét lứa bảy mươi
bây chừ đi cũng tốt
ở lại dĩ nhiên tươi

Sớn sác yêu nhiều lắm
rốt cuộc đậu một người
trời hành cho cái tội
thập thò không dám chui

Trời cho thọ thì thọ
còn cười được thì cười
tay gõ phím chưa mỏi
còn tản thần tới nơi

Em mô mà thả thính
ta rửng mỡ nhận lời
tội gì mà không sút
(sút bằng mồm vậy thôi)

Các cô bạn quen biết
chắc bổi hổi bồi hồi
cười ngả nghiêng ngả ngửa
cho anh chàng lả lơi

Vẫn cái tính nông nổi
yêu bằng thơ không nguôi
bị tình nhân mắng mỏ
anh chỉ được nước cùi. ∎

Vô Tận Xứ

VIỆT DƯƠNG

> *Thiên nhai hải giác hữu cùng thì*
> *Duy chỉ tương tư vô tận xứ.*
> *Cổ thi*
> *Chân trời góc bể còn đi tới*
> *Chỉ có tương tư không bến bờ.*
> *(Vi Huyền Đắc dịch)*

1.

Nguyên chợt thức giấc và nghe tiếng dương cầm ở phía đầu nhà vọng lại. Chàng kéo chiếc chăn mỏng phủ lên cổ, lắng nghe từng âm thanh nổi dậy trong sự yên tĩnh và hơi se lạnh của buổi tảng sáng. Tiếng đàn trải dài trong khoảng nửa tiếng, rồi ngừng lại một lúc lâu. Chàng tưởng đã hết, nhưng không, tiếng đàn lại nổi dậy... lên cao trong vắt, dồn dập, rồi âm thanh trầm xuống, rời rạc tan dần. Đây mới là bản cuối cùng và lần này thì chàng nhận ra đó là bản Clair de Lune của Debussy.

Thế ra cô con gái bà chủ nhà lại là một tay đàn dương cầm. Nguyên mỉm cười với ý nghĩ là bỗng dưng chàng lại rơi vào khung cảnh đượm màu vương giả cổ kính của tòa nhà cổ với vườn cây và tiếng dương cầm. Sau hơn hai năm ra miền đất gọi là vùng hỏa tuyến này, Nguyên khá quen với nhiều khu vực của Huế, nhưng riêng Vỹ Dạ vẫn mãi là một nơi giữ nguyên nguồn quyến rũ với nét đẹp lạ có chất cổ tích, với những ngôi nhà cổ đầy hương thơm của hoa nhài, hoa ngọc lan và những cô gái thoáng hiện rồi mất hút trong vườn cây sau giậu dâm bụt. Nhiều buổi chiều đi tản bộ dọc con đường xuyên qua thôn Vỹ, Nguyên đã thầm ước giá có được một căn phòng trong vườn cây kia để thỉnh thoảng có thể tìm những giây phút yên tĩnh trong thời lửa đạn. Vì thế, khi đại đội của Nguyên được về Tiểu Khu nghỉ dưỡng quân sau một trận đánh bị nhiều tổn thất ở căn cứ Quảng Xuyên, chàng đã nhờ mấy người phụ trách hậu cứ đại đội ở Huế tìm thuê cho một chỗ ở Vỹ Dạ. Khi nghe Nguyên ngỏ ý nhờ, mấy nhân viên hậu cứ đều can là thời gian dưỡng quân tối đa chỉ được 2 hay 3 tháng, không nên thuê nhà, nếu cần ở ngoài cứ tới nhà họ. Nghe lời can, chàng cười nói ý mình là muốn có một chỗ lâu dài ở Vỹ Dạ, không phải chỉ trong thời gian dưỡng quân mà sau này nữa. Cuối cùng, ông trung sĩ tên là Lũy, phụ trách tiếp liệu, nói với Nguyên là Vỹ Dạ không có nhà cho thuê, nhưng ông đã kiếm được một chỗ nhà bà con ở Cồn Hến, cũng nhà gạch cổ, vườn cây biệt lập, không thua gì nhà ở Vỹ Dạ mà yên tĩnh thì còn hơn, vì Cồn Hến chạy song song với Vỹ Dạ, chỉ cách một dòng sông hẹp. Ông cho biết chủ nhà là công chức, thuộc dòng gia thế. Ông đã mất cách đây ít năm, chỉ còn bà với bốn người con. Người con trai trưởng tốt nghiệp Quốc Gia Hành Chánh, đi làm ở xa, hai người con gái và một cậu út còn đang đi học. Thật ra bà không nghĩ đến việc cho thuê nhà, nhưng do ông giới thiệu, lại thấy nhà ngang còn hai gian bỏ trống nên bà ưng thuận. Đây là một tòa nhà cổ đơn giản. Nhà trên ba gian thông với bếp và nhà ngang ba gian. Chàng ở gian cuối cùng của nhà ngang, gian giữa để nhiều thứ đồ đạc. Còn gian sát với nhà trên và bếp là phòng của cô con gái lớn tên là Thanh Thảo, nữ sinh Đồng Khánh. Chung quanh nhà là vườn rộng với nhiều loại cây trái như nhãn, thanh trà, măng cụt và nhiều loại hoa như hoa hồng, tường vi, nhài và ngâu. Ngay cổng là một cây hoàng lan bóng rợp đường vào nhà.

Bà chủ, gọi là bà Phán, tuy đã sáu mươi, nhưng vẫn còn nét kiều diễm sắc sảo của một thiếu nữ khuê các với tiếng nói thanh tao, và hai cô con gái, nhất là cô chị, chắc hẳn là hiện thân của mẹ thời niên thiếu. Sau mấy ngày dọn đến đây, Nguyên được sống gần với một sắc thái gọi là điển hình của miền Thần Kinh mà chàng đã có những ấn tượng lâu năm qua thơ văn và qua sự truyền tụng. Đó là những cánh áo lụa với suối tóc phủ vai và tiếng nói như chim hót ẩn hiện trên hiên nhà.

Nghe tiếng xe Honda dừng lại phía cổng, rồi tiếng lao xao của một số người đi vào. Nguyên ngồi bật dậy, tung chăn nhảy xuống giường. Chàng mở cửa nhìn ra, thấy cả ban nhân viên hậu cứ và ông đại đội phó đang đứng trước hiên, bèn nói lớn:

- Xin lỗi quý vị, tôi dậy trễ. Mời quý vị vào nhà.

Mọi người bước lên hiên, nhưng không vào nhà mà đứng lại ở hiên.

Ông đại đội phó nói:

- Thôi để chúng tôi ngồi ngoài này cho thoáng, rồi bảo mấy người đi cùng: Vô nhà đem ghế ra đây các cậu.

Khi Nguyên trở ra hiên, ngồi xuống ghế, ông đại đội phó nhìn chàng cười nói:

- Chỗ ở thế ni thì chỉ có thua tiên. Chúng tôi là người Huế mà cũng khó có cơ duyên với tới được.

Nguyên cười, chỉ vào trung sĩ Lũy:

- Cơ duyên là ở ông này. Ông ấy là cứu tinh của những kẻ vô gia cư như tôi, rồi nhìn vào xấp hồ sơ trên tay ông, hỏi:

- Quý vị đến tôi sớm thế này, chắc có việc gì gấp?

Ông tiếp liệu đáp:

- Dạ, không có việc chi gấp, chỉ xin thiếu úy duyệt qua một số hồ sơ và ký một số báo cáo. Rồi nhân tiện, anh em chúng tôi mời thiếu úy qua phố uống cà phê.

Trong khi đọc hồ sơ, Nguyên hỏi:

- Quý vị định tới đâu?

Trung sĩ Lũy đáp:

- Mời thiếu úy qua Lạc Sơn. Nhân dịp hiếm có ni, ông cũng nên chiêm ngưỡng những màu sắc của một nơi rộn ràng nhất Huế.

Nguyên cười:

- Tôi ra ngoài này đã hơn 2 năm, cũng đã nhiều lần ngồi ở hè đường Lạc Sơn và Phấn với một ly cà phê để nhìn đủ thứ nhan sắc trong một buổi chiều.

Chàng ngừng lại, ký nốt mấy bản báo cáo, rồi nói:

- Cám ơn quý vị có lòng chiếu cố, nhưng xin để lần khác. Còn hôm nay dành phần cho tôi. Trước hết, chúng ta ra An Hòa ăn bún, rồi tới cà phê Tôn ở Đại Nội. Tôi nghe nói cà phê Tôn đã lâu, nhưng chưa biết mùi vị thế nào.

Trung sĩ Tòng, phụ trách quân số, người nhỏ loắt choắt, nổi bật chỉ ở hai mắt kính cận thị, giờ mới lên tiếng:

- Thời còn đi học, em cũng thường hay tới Tôn – Tòng cười: Đám học sinh mới lớn tới Tôn để tập làm nghệ sĩ, vì Tôn là quán của trí thức và nghệ sĩ Huế.

Chuẩn úy Song nói:

- Có một thời tôi cũng theo bạn tới Tôn, nhưng quán bên thành quách hiu quạnh không thể giữ mình lâu, còn Lạc Sơn ở ngay đầu chợ thì xô bồ và ồn ào, nên bọn tôi chọn quán Ngự Viên bên Gia Hội.

Nguyên hỏi:

- Cái tên nghe vương giả, nhưng có gì đặc biệt?

- Ngự Viên ở trong một khu vườn, bàn được đặt rải rác bên những gốc cây. Tới đây, nếu không uống cà phê, khách có thể gọi những loại trà đặc biệt như cúc, sen và Chính Thái. Về khung cảnh thì Ngự Viên không quá lặng như Tôn mà cũng không quá ồn như Lạc Sơn – Song cười: Ngoài ra còn có những mái tóc làm duyên cho hương cà phê và khu vườn.

Nguyên đứng dậy theo những tiếng cười của mọi người, rồi nói:

- Vậy hôm nào chúng ta sẽ tới Ngự Viên.

2.

- Tối thứ Bảy răng anh Nguyên không đi chơi?

Nghe tiếng hỏi, Nguyên quay lại thấy Thảo đang đứng bên cạnh chiếc ghế xích đu ở trước gian giữa, ngạc nhiên thốt lên: A, cô Thảo, rồi nói:

- Thời gian này với chúng tôi, ngày nào cũng là thứ Bảy, Chủ nhật cả mà có muốn đi cũng không biết đi đâu.

Thảo ngồi xuống ghế xích đu, nói:

- Tại anh không muốn đi, chớ bên phố đâu có thiếu rạp *ciné*, quán nhậu, quán cà phê.

- Tới mấy chỗ đó phải có bạn, còn tôi chỉ có mấy ông lính trong đơn vị - Rồi như chợt nhớ một điều, chàng tiếp: Cô Thảo ạ, hơn hai tuần nay, bây giờ tôi mới có dịp nói một lời là xin cám ơn tiếng đàn của cô.

Thảo ngạc nhiên:

- Anh nói chi lạ. Anh không phiền lòng vì phải thức sớm là quá quý rồi, răng lại cám ơn. Tôi thường tập đàn buổi sáng, sau khi học bài xong - Ngừng lại một lát, rồi nàng nói thêm như để giải thích: Vì ở biệt lập xa nhà trên, nên việc đàn buổi sáng đã thành một thói quen. Tôi sợ làm phiền anh, nên đã đàn muộn hơn.

Nguyên nói:

- Như thế, phải nói đó là cơ duyên, vì nhờ sự biệt lập mà ngôn ngữ có thêm thành ngữ "tiếng đàn về sáng". Từ trước đến nay, người ta chỉ nghe nói "tiếng đàn trong đêm" chớ chưa từng nghe "tiếng đàn về sáng".

Thảo cúi xuống cười, một lúc sau ngước lên:

- Tôi coi việc đàn cũng như việc học bài, nhưng nghe anh nói thì tiếng đàn về sáng...

Thấy Thảo ngập ngừng như đang tìm chữ, Nguyên ngắt lời:

- Cô cảm tiếng đàn của mình thế nào, chỉ cô biết. Còn tôi nói đây là nói theo cảm xúc của người nghe. Nhưng cứ tưởng tượng được tỉnh dậy trong âm thanh của Serenata, Clair de Lune hay của Ngọc Lan, Suối Tóc, cô sẽ cảm được sự kỳ diệu của tiếng đàn về sáng.

Như nhận ra sự chân thật trong cách nói đùa bóng bẩy của Nguyên, Thảo nói:

- Hôm nay thì tôi hiểu điều chú Lũy nói anh là nguồn vui của đại đội. Nhưng còn một điều..., Thảo ngập ngừng đưa tay hất mái tóc về phía sau, nhìn Nguyên:

- Tôi không hiểu tại răng anh lại ra miền hỏa tuyến ni. Vì ngay nhiều người Huế đi Thủ Đức cũng đã chọn ở lại miền Nam.

Nghe Thảo hỏi, Nguyên nhớ lại sau trận đánh bị nhiều thiệt hại ở Quảng Xuyên, chuẩn úy Song, đại đội phó, đã nói với chàng: "Gia đình tôi ở Huế, nên tôi phải về Huế. Còn anh không dưng ra miền đất nghèo, bão lụt hàng năm và đánh nhau tối ngày ni làm chi?". Lời của người đại đội phó phản ảnh những thực tế mà Nguyên đã trải qua hơn hai năm qua, vì gọi là ra Huế, nhưng Huế là bóng dáng thoáng qua có vẻ xa lạ, còn chàng chỉ quen thuộc với những vùng hoang dã, những thôn xóm đầy vết bom đạn và những người dân lam lũ, với những đêm dài nằm trên võng phủ poncho nghe mưa gió ào ào qua những rặng cây. Nguyên biết mình chọn Thừa Thiên do một âm hưởng lãng mạn, nhưng cái đẹp mơ hồ này đã biến mất sau một thời gian khi chàng phải đối diện với những trận đánh du kích suốt ngày qua từng luống khoai, từng bờ tre. Từ đó chàng mơ hồ nhận ra rằng ở xa Huế thì Huế gần, còn tới Huế thì thấy Huế xa quá. Bây giờ nhìn tóc Thảo xõa đầy hai bờ vai trên màu lụa trắng, trong bóng lá phản chiếu ánh trăng lay động trên hiên, tâm trí Nguyên bỗng lại tràn ngập những âm hưởng của ngày trước. Chàng bật diêm châm điếu thuốc, rồi nói:

- Việc chọn miền đất này là do những tiếng gọi từ xa và từ lâu, vì khi còn ở ngoài Bắc, tôi được học mấy cuốn Tân Quốc Văn của Trần Ngọc Chụ, Hoàng Quý Bình và Hoàng Đình Tuất, trong đó có những bài văn hoặc thơ nói về Huế. Sau 1954, ở trong Nam tôi không thấy bộ sách đó. Cô còn nhỏ, chắc cũng không biết bộ sách đó nhỉ?

Thảo đáp:

- Dạ.

- Trong cuốn lớp nhất có mấy bài tôi nhớ là bài Con Đường Cái Quan, thuật lại lời con đường xe lửa xuyên Việt, đoạn cuối cùng có câu: "Con tàu dừng lại. Tàu đã đến Huế rồi. Huế với những nàng tiên kiều diễm với núi Ngự sông Hương". Rồi một bài thơ, tôi quên nhan đề, với những câu:

Đường vô xứ Huế quanh quanh,
Non xanh nước biếc như tranh họa đồ.
Yêu em anh cứ anh vô,
Kệ truông Nhà Hồ, kệ phá Tam Giang.

Xe hơi đã đến đèo Ngang,
Đấy qua Hà Tĩnh đường sang Quảng Bình.
Danh sơn gặp khách hữu tình,
Đèo Ngang ơi hỡi là mình với ta.

Nguyên ngừng lại một lát, rồi nói:

- Hai bài này không có gì gọi là tuyệt tác. Bài Con Đường Bắc Nam là một bài tự thuật bình thường, còn bài thơ thuần chất ca dao, nhưng không hiểu sao lúc ấy tôi lại chịu nhiều ấn tượng. Vì thế sau này di cư vào Nam, tôi tìm đọc thêm nhiều sách, truyện viết về Huế, nghe nhiều bản tình ca của Huế như Mưa Trên Phố Huế, Đêm Tàn Bến Ngự, Mắt Huế... rồi nghe Hồ Điệp ngâm bài Đây Thôn Vỹ Dạ của Hàn Mặc Tử với những câu:

Thuyền ai đậu bến sông trăng đó,
Có chở trăng về kịp tối nay?
Mơ khách đường xa khách đường xa
Áo em trắng quá nhìn không ra,
Ở đây sương khói mờ nhân ảnh
Ai biết tình ai có đậm đà?

Thì nguyện là sẽ phải tới Huế để biết sông Hương, núi Ngự và thôn Vỹ Dạ. Cứ thế, dần dần miền đất Thần Kinh trở thành một ám ảnh đầy thơ mộng và bí ẩn.

Thảo bỗng ngắt lời:

- Nhưng chừ thì tôi sợ anh thất vọng.

Nguyên nói:

- Không thể nói là thất vọng, vì thiên nhiên và con người Huế vẫn còn đó. Có điều chiến tranh đã làm biến đổi nhiều và làm mờ đi những tiếng gọi của ngày trước. Nhưng đó là chuyện khác. Còn bây giờ tôi đang nói về điều cô hỏi. Ngưng lại một lát như để nhớ chỗ bị ngắt lời, chàng tiếp:

- Chính do điều ám ảnh về sự thơ mộng và bí ẩn của Huế mà hè năm 1958 tôi đã ra đây đi lang thang suốt hơn hai tháng.

Thảo hỏi:

- Anh thấy Huế ngày đó với chừ khác nhau ra răng?

Nguyên đáp:

- Khác nhiều. Vì lúc đó là thời bình nên mọi thứ êm ả với khung cảnh thiên nhiên đậm đà hơn. Tôi nhớ từ khoảng Phú Lương qua Dạ Lê tới gần Huế, hai bên đường là bờ tre xanh thắm, nhiều chỗ cành lá vươn ra chạm mui xe. Hai bên đường Vỹ Dạ nhiều giậu dâm bụt và trong vườn nhiều hoa hơn. Những quán bánh bèo ở Ngự Bình, Thiên Mụ và Vỹ Dạ còn nguyên nét thôn dã với những chiếc bánh đổ trong những chén nhỏ, muốn lấy ra phải dùng con dao làm bằng thanh tre mỏng. Bây giờ vào quán không còn thấy thứ bánh bèo đó mà chỉ thấy bánh đã xếp sẵn trên đĩa. Tôi nhớ thứ bánh ngày trước, nhưng không tìm đâu ra loại quán đó dù là quán ở chợ quận hay bên đường.

- Lúc nớ anh có tới mấy lăng tẩm?

- Tất nhiên phải tới. Được cái may, ra đây tôi kết thân được với một anh tên Điện, học Quốc Học, ở đường Hồ Xuân Hương, và hai chúng tôi đã dùng xe đạp tới mấy lăng như Minh Mạng, Thiệu Trị, Tự Đức, và tới cả cầu ngói Thanh Toàn. Cô có nhớ hai câu hò về cái cầu này?

- Hai câu nớ thì ở Huế nhiều người biết - Thảo nói, rồi đọc:

Ai về cầu ngói Thanh Toàn,

Cho em về với một đoàn cho vui.

- Tôi muốn đến cái cầu này là do hai câu hò đó và Điện đã dẫn tôi đi. Năm ngoái đại đội tôi hoạt động ở hai quận Hương Thủy và Nam Hòa, nên đã có dịp trở lại vùng lăng tẩm và cầu Thanh Toàn. Bây giờ lăng tẩm gần như hoang phế. Lăng nào cũng chỉ có rêu phong, lá rụng đầy sân, đầy đường với tiếng chim hót. Còn cầu Thanh Toàn thì xác xơ. Có lẽ ít người qua lại nên con đường tới cầu và quanh cầu đầy cỏ.

Thảo nói:

- Tôi là người Huế, nhưng chưa đi tới cầu Thanh Toàn, chỉ biết qua ảnh. Còn lăng tẩm thì cũng chỉ tới được lăng Minh Mạng và Tự Đức với ba mạ trước năm 60. Chiến tranh đã thu hẹp Huế mà tôi lại là con gái nên không thể muốn đi mô thì đi như anh. Nhưng trong thời gian lang thang như rứa, anh thấy được chi là thơ mộng và bí ẩn của Huế?

Nguyên ngẫm nghĩ một lát rồi nói:

- Chất thơ mộng của Huế biểu hiện ở toàn thể thiên nhiên núi sông, cây cỏ và nét dáng con người. Nhưng nếu nói riêng thì các cô áo dài trắng, đội nón, đạp xe dưới những hàng phượng vỹ trên đường Lê Lợi, trên cầu Trường Tiền hay sự lặng lẽ của sông Hương nhìn ngược dòng về phía đồi núi phía tây bắc là những nguồn cảm hứng khó nói bằng lời. Còn sự bí ẩn là ở khung cảnh cổ kính với những cô gái ẩn hiện trong những khu vườn ở Vỹ Dạ hay Kim Long.

Thảo nói:

- Tôi đã hỏi người Huế như rứa, mỗi người nói một điểm nào đó, nhưng không ai nói bao quát mà gọn như anh. Hình như người Huế cũng mơ hồ về những điều người ta nói về Huế.

Nguyên lắc đầu:

- Không chắc điều tôi nói đã tới được một phần của sự thơ mộng và bí ẩn của Huế. Nhân cô hỏi thì nói ra một nhận xét theo cảm quan riêng thế thôi. Nhưng tới đây thì chắc cô đã hiểu vì sao tôi ra miền đất này.

Nhìn hai bàn tay Thảo xếp vào nhau trên màu lụa trắng mờ ảo dưới ánh trăng, Nguyên hình dung những lúc hai bàn tay kia đuổi theo âm thanh trên phím dương cầm. Bỗng một nguồn sợ hãi ập đến, vì chàng nhận ra tâm trí mình đã bị cuốn vào một nguồn quyến rũ mà nếu để nó lậm vào sâu thì sẽ mang lụy. Một mối hận Nguyên mang nặng từ mười mấy năm qua lại dâng lên. Ngày đó, do đam mê, mỗi buổi chiều chàng đã đạp xe đi theo một cô nữ sinh Trưng Vương có mái tóc phủ vai gần một năm mà không nói một lời. Nhưng cuối cùng cô gái đó đã cúi xuống nhổ nước bọt với ánh mắt khinh bỉ khi chàng đạp xe qua cổng nhà. Nguyên hận mình đã đam mê để bị phỉ nhổ. Từ ngày ấy, Nguyên sợ sự quyến rũ và trước những cô gái đẹp, chàng giữ tâm trạng kính nhi viễn chi.

Nguyên bật diêm châm điếu thuốc khác, rồi ngước nhìn Thảo:

- Hơn hai năm qua gọi là ra Huế, nhưng tôi chỉ sống với mìn bẫy, bắn sẻ và pháo kích ở những thôn làng hẻo lánh. Từ nay nhờ bác và các cô, tôi hy vọng sẽ có những giờ phút sống an bình giữa vườn cây và sông nước Cồn Hến. Nhiều lần tôi đã đứng lại rất lâu trên cầu nhìn hai bên bờ xanh ngắt của dòng sông phân cách Vỹ Dạ và Cồn Hến với bóng người dưới những tàn cây cổ thụ vươn tỏa ra mặt sông.

Thảo nói:

- Anh không biết chớ từ xưa đến chừ, Cồn Hến và Vỹ Dạ đã coi dòng sông như giếng nước của nhà mình.

Nguyên cười:

- Nếu thế thì cô là người đã chiếm phần lớn giếng nước Cồn Hến - Vỹ Dạ. Vì chiều nào tôi cũng thấy cô bơi lội trên đó.

- Còn anh mô có thua ai, chỉ mới tới được hai ngày đã ra chiếm dòng sông - Thảo bật cười đáp lại, rồi nói: Mà anh có thể ở dưới nước cả buổi như rứa thì đúng là một tay bơi lội chuyên nghiệp. Tôi chưa thấy ai ở đây bơi được như rứa.

Nguyên lắc đầu:

- Không phải chuyên nghiệp, nói như thế thì quá. Vì tuy tôi biết bơi lội từ lúc 7, 8 tuổi, vì làng tôi thuộc tỉnh Quảng Yên, bên cạnh một nhánh sông Bạch Đằng, rồi khi ra ngoài này, tôi có nhiều dịp ở gần biển và sông. Nhưng kiểu bơi của tôi là kiểu của nông dân, có thể ở dưới nước lâu mà không chìm thế thôi. Còn kiểu bơi của cô mới là kiểu tập luyện có phương pháp, nhanh mà gọn.

Thảo cười, định nói thì dừng lại khi thấy Thanh Chi bước nhanh từ nhà trên xuống. Chi cúi chào Nguyên, rồi hỏi Thảo:

- Chị có biết tập hồ sơ với lá thư của anh Khuê ở mô không. Mạ tìm hoài không thấy. Em độ chị đọc và để dưới phòng chị.

Thảo lặng yên như để nhớ lại, rồi gật đầu:

- Chắc để trong ngăn tủ.

Nguyên nhìn Thanh Chi hỏi:

- Ở đây có một dòng sông thật đẹp mà sao cô Chi không đi bơi?

Chi đáp:

- Dạ, cũng có thỉnh thoảng, nhưng Chi lội dở lắm.

- Không dở mô. Tại dị đó - Thảo cười nói, rồi đứng dậy chào Nguyên, cùng Chi vào nhà.

3.

Nguyên mới về được ít phút thì Thảo tươi cười bưng một cái khay bước vào.

- Chào anh, anh mới về.

Nguyên đứng dậy:

- A, cô Thảo.

Thảo đặt chiếc khay lên bàn, rồi nói:

- Trung Thu anh không ở nhà, nên mạ tôi bảo dành phần lại cho anh.

- Cám ơn bác và các cô có lòng nhớ đến. Đã lâu lắm tôi không sống với khung cảnh Trung Thu trong gia đình. Trung Thu năm nay tưởng được ở đây với bác và các cô thì lại phải đi - Chàng ngừng lại để nén sự xúc động: Lúc nãy mới về đến cổng, nhìn chiếc đèn sao treo ở hiên dưới ánh trăng, tôi tưởng như mình đang trở về với thời học trò ở ngoài Bắc. Ngày đó Trung Thu mà có được một chiếc đèn thì quý lắm, không thường như bây giờ đâu.

Thảo hỏi:

- Nhà ni không ai còn nhỏ mà răng anh lại cho đèn?

Nguyên cười:

- Các cô thì lớn với ai. Tôi nghe cô giành chiếc đèn bông mai đấy thôi! - Thấy Thảo cúi xuống cười có vẻ thẹn, chàng nói thêm: Các cô với cậu Trung vẫn còn là học sinh mà thiếu đèn thì thiếu hương vị Trung Thu.

Thảo như chợt nhớ ra, lấy con dao nhỏ trên khay cắt chiếc bánh thập cẩm và bánh dẻo, rồi rót trà ra tách:

- Việc của tôi chỉ có chừng ni mà nghe anh nói nên quên mất. Chừ xin mời anh hỉ - nàng nói rồi quay gót bước nhanh ra cửa.

Nguyên nâng tách trà có hình vẽ một nhánh đào màu xanh dương, nhìn màu nước hổ phách với hương sen thoang thoảng, bỗng một nguồn ấm áp dâng lên. Trước đây, khi nghe ông tiếp liệu nói là ông phải kể nhiều về đời sống và nhất là cảnh không gia đình của anh, bà chủ nhà mới bằng lòng cho thuê và hẹn là chỉ cho thuê một thời gian, Nguyên đã định thôi. Nhưng sau đó thấy việc người ta ngại lính tráng là chuyện tự nhiên, còn mình sống thế nào là do mình, nên đã dọn đến. Vì sẵn có ý nghĩ như thế, Nguyên không quan tâm đến việc làm thân với những người trong gia đình. Có dịp tiếp xúc thì nói chuyện vui, rồi chàng quên và trở lại với đời sống lặng lẽ. Niềm vui của chàng là đang được sống với khung cảnh cổ kính đượm màu thôn dã và những nguồn quyến rũ của Vỹ Dạ. Trong hai tháng tới đây, chàng tưởng như đã quên tiếng bom đạn khi ngồi ở chiếc ghế vải ngoài hiên thoảng hương ngâu, đọc sách và nghe tiếng chim hót. Có lẽ đời sống lặng lẽ hồn nhiên này đã làm tăng sự quý mến của gia đình chủ nhà đối với chàng mà điểm dễ thấy là bà chủ đã gọi chàng bằng cậu, hoặc bằng tên, coi như con cháu, còn Thanh Chi và Trung đã xưng em khi trò chuyện. Cách đây ít ngày, khi Nguyên đem bánh và ba chiếc đèn Trung Thu lên biểu gia đình, chàng đã sửng sốt thấy bà Phán bật khóc khi bà nhìn thấy mấy chiếc đèn. Sau đó bà giải thích là mấy cái đèn đã nhắc lại những ngày ông Phán còn sống, vì tết Trung Thu nào ông cũng mua cho mỗi đứa con một cái. Chàng không ngờ việc mua mấy cái đèn, chỉ coi như thứ quà vui, lại trở thành một mối xúc cảm của cả gia đình.

Nguyên đứng dậy định đi lấy chiếc bếp dầu hôi đun nước pha bình trà khác thì bỗng một tiếng nổ như bom làm rung chuyển nhà cửa, liền đó một tiếng nổ gần hơn làm chàng lảo đảo ngồi xuống ghế và buột miệng: Pháo kích! Hai tiếng nổ kế tiếp xa hơn. Nguyên ước lượng trái đầu gần Đập Đá, trái thứ nhì sát đầu Cồn Hến, còn hai trái sau phía cầu Trường Tiền. Khi nghe tiếng nổ chuyển về phía Tây Lộc, chàng vội đi lên nhà trên. Vừa tới trước gian giữa thì Thảo mở cửa bước ra, Nguyên chỉ lên nhà, rồi cùng Thảo bước nhanh lên bậc thềm.

Thảo gõ cửa đợi một lúc, cửa mới mở. Nhìn Trung, Thảo hỏi:

- Mạ mô?

Trung vẫn còn sợ, không nói ra lời, chỉ vào gầm bộ ván ngựa.

Nguyên lên tiếng:

- Thưa bác hết pháo kích rồi.

Nhìn Thanh Chi và bà Phán lồm cồm bò ra khỏi gầm ván, mặt vẫn còn tái xanh, chàng tới cầm tay bà dẫn tới bàn, kéo ghế cho bà ngồi, rồi nói:

- Đó là hỏa tiễn 122 ly. Bác nghe tiếng nổ lớn, tưởng gần, nhưng không phải đâu. Con ước lượng nó nổ ở phía Đập Đá và Trường Tiền.

Bà Phán có vẻ hoàn hồn, nhìn Nguyên:

- Tưởng như đổ nhà. Chẳng biết núp ở mô, nên mạ con chui dưới bộ ngựa.

Nguyên nói:

- Thưa bác, mục tiêu pháo kích của nó ở khu này là Tiểu Khu và trung tâm MACV, còn mục tiêu trong thành nội là Mang Cá và sân bay Tây Lộc. Nhà mình ở đây gần mục tiêu pháo kích. Sao bác không nghĩ đến việc làm hầm trú ẩn trong nhà?

Thảo nói:

- Ở đây có một số nhà đã làm hầm. Bọn Thảo cũng có nghĩ tới, nhưng cứ chần chờ, vì mấy mạ con chẳng biết làm răng.

Nghe Thảo nói thế, Nguyên nhìn bà Phán:

- Thưa bác, nhân dịp con còn ở nhà, nếu bác và các cô muốn làm hầm, con sẽ tính cho. Việc đơn giản chớ có gì khó đâu. Nhà mình có bộ ngựa dày như thế kia thì tốt lắm. Chỉ cần bao cát xếp thật dày chung quanh là thành một cái hầm kiên cố.

Bà Phán vui hẳn lên:

- Nghe cậu nói, mới nghĩ ra. Thế ngày mô Nguyên làm được?

- Dạ, làm ngay ngày mai – Chàng vừa nói vừa đứng dậy đi đến bộ ván dùng gang tay đo chiều dài, rộng và cao. Trở lại bàn nhẩm tính, rồi hỏi Thảo:

- Cô biết vựa cát ở đâu không?

Thảo đáp:

- Dạ biết, ở gần đây thôi.

- Sáng mai cô bảo họ chở cho 4 thước, còn bao cát tôi sẽ đem về.

Thảo nhìn Nguyên ngập ngừng: Thảo... muốn làm một cái ở dưới nhà được không?

- Chỉ cần thêm bao cát và ván – Chàng gật gù: Cô tính thế cũng phải, vì khi pháo kích, chạy lên nhà trời tối có thể vấp té, mà lúc đó ai mở cửa. Nhưng còn ván?

- Nhà còn một bộ ván nữa.

- Hầm dưới cô chỉ cần một tấm, vì hai tấm sẽ choán hết phòng. Như thế cần 6 thước cát – Nguyên nói, rồi hỏi: Khoảng 12 giờ đã có cát sẵn sàng chưa?

- Sáng sớm xuống bảo họ chở thì chắc đến trưa phải có.

- Vậy khoảng 1 giờ tôi sẽ đem theo vài anh em trong đại đội về giúp. Chàng quay sang vỗ vai Trung: Ngày mai Trung giúp anh một tay, việc của chú là xúc cát hoặc buộc bao cát.

Thảo hỏi:

- Còn bọn Thảo làm chi?

- Hai cô là chủ, không làm gì hết, chỉ đứng nhìn và sai bảo nhân công. Cả nhà cùng cười.

Chàng nhìn đồng hồ:

- Hơn 2 giờ rồi, bác đi nghỉ thôi.

Nguyên đứng lại giữa sân thoảng mùi hoàng lan với tiếng xào xạc của gió thổi qua lá cây. Nghe sự yên tĩnh từ phía Đập Đá, chàng hy vọng mấy trái hỏa tiễn đã nổ trên sông. Nhưng hướng về Tây Lộc, khu dân cư chật hẹp, nhà cửa san sát... chàng hình dung những tiếng khóc bên xác người với những đống gạch vụn và những miếng tôn quần bay khắp nơi. Hai năm qua trong những cuộc hành quân, Nguyên đã mấy lần chứng kiến xác binh sĩ tan theo tiếng nổ của đầu đạn đại bác 105 ly được gài bên những trái mìn đặt dưới những cái hố bẫy bên đường hay dưới những lùm cây. Những cái chết trong trận chiến, những cái chết do bắn sẻ, những cái chết do mìn bẫy... Mỗi lần đi là mỗi lần nghĩ đến cái chết... Nhìn lên hiên, chàng thấy Thảo đứng ở cửa nhìn ra sân.

4.

Khi ra đến gần bờ sông, Nguyên thấy Thảo và Trung đứng trên bậc xi măng chỉ trỏ như đang bàn cãi điều gì. Chàng dừng lại lưỡng lự, rồi tìm đường đi xuống phía dưới. Lâu nay, ngày nào về sớm Nguyên cũng đi bơi, nhưng vì giữ ý, chàng đi khác giờ hoặc tránh gặp Thảo ở cùng một chỗ. Đi vòng qua hai khu vườn, thấy đã khá xa chỗ chị em Thảo, Nguyên rẽ ra sông, định sẽ bơi qua bờ bên phía Vỹ Dạ thì nghe tiếng Trung gọi. Nhìn lên, thấy Trung đang cười, vẫy tay, có ý gọi chàng tới. Nguyên nghĩ thầm, cười như thế kia thì chắc hai chị em có chuyện vui chớ không phải cãi nhau, nhưng chàng đứng yên, vẫy tay ra hiệu gọi Trung xuống chỗ mình.

- Em với chị Thảo thi lội. Em thắng, nhưng chị ấy cứ cãi, đòi thi lại – Trung vừa thở vừa nói.

Nguyên cười:

- Đòi thi lại thì cứ thi chớ sợ gì. Chú sợ thua à?

- Dạ không, nhưng em nhờ anh làm trọng tài.

Nguyên bật cười vỗ vai Trung:

- Hai chị em chú sao mà ăn thua dữ vậy?

- Em không ăn thua, nhưng chị Thảo nói hoài là ở đây không ai có thể lội hơn chị ấy – Trung vừa nói vừa kéo Nguyên đi.

Nguyên bước theo Trung và nói:

- Thảo năng tập luyện nên có thể nói như thế. Ở đây, thỉnh thoảng anh cũng thấy vài người bên Vỹ Dạ bơi, nhưng có ai bơi thường xuyên như Thảo đâu.

Vừa tới gần Thảo, Nguyên nói:

- Chị sao không biết nhường em mà lại đòi ăn thua đủ như thế?

Thảo cười:

- Thi có độ răng nhường được.

- Vậy là cô đem cờ bạc vào cái giếng Cồn Hến – Vỹ Dạ - Chàng nói, nhìn Thảo bật cười, rồi hỏi: Thế bây giờ quý vị muốn tôi làm gì cho canh bạc này?

Trung đáp:

- Em với chị Thảo thi lại, lội hai vòng. Anh ở trên bờ làm trọng tài.

Nhìn đôi mắt đen ánh lên nét vui tinh nghịch của Thảo dưới chiếc mũ bơi khi nghe chàng nhắc đến cái giếng nước Cồn Hến- Vỹ Dạ, Nguyên muốn Trung thắng cuộc thi này xem ánh mắt đó sẽ biến đổi thế nào, nên chàng nói:

- Tôi đoán cô không nhận thua là do bờ bên này nước quá nông và bờ lồi lõm, khó xác định ai chạm bờ trước.

Trung nói như reo lên:

- Đúng như rứa. Chị ấy bảo em tới gần bờ đã không bơi mà chống chân nhào vô.

- Nếu vậy, để được chính xác, điểm kết thúc vòng hai sẽ ở bờ bên kia. Lấy bậc xi măng sát mặt nước làm chuẩn. Ai chạm tay vào bờ trước là người đó thắng – Nguyên nói rồi nhìn Thảo hỏi: Được không?

Trung gật đầu:

- Như rứa là hết cãi.

- Vậy bây giờ chúng ta bơi qua bờ bên kia – Nguyên nói rồi bước xuống nước, lấy chân đẩy người lao ra xa. Thảo và Trung lao theo làm nước tung tóe cả một vùng. Cả ba cùng tới bờ một lúc. Nhìn thân hình Thảo nở nang trong chiếc quần cụt ống dài tới đầu gối, áo chẽn và mũ bơi giữ gọn mái tóc, Nguyên chỉ Thảo nói:

- Kiểu nhà nghề thế này, anh sợ Trung khó thắng.

Trung nhìn chàng đầy vẻ tự tin:

- Rồi anh coi.

Nguyên thấy môi Thảo mấp máy như định nói, nhưng lại thôi. Nàng đứng thẳng, hai tay vươn ra phía trước như sắp nhào xuống nước. Những giọt nước đọng trên cánh tay, trên cổ và trên hai chân như hòa vào làn da trắng hồng khỏe mạnh. Thảo quay lại bắt gặp cái nhìn của Nguyên, mặt nàng bỗng lộ vẻ bối rối, nhưng vẫn ánh lên nét vui rạng rỡ. Để che lấp sự bối rối, nàng hỏi:

- Bắt đầu chưa anh?

Nguyên gật đầu:

- Bắt đầu, nhưng trước khi thi, tôi nhắc lại mấy điểm: Nghe tôi đếm một, hai, ba thì quý vị lao xuống nước. Tới bờ bên kia phải chạm tay vào, rồi mới quay lại.

Nguyên nói lớn:

- Chuẩn bị, rồi đếm: Một… hai... ba.

Mới dứt tiếng "ba", Thảo và Trung như hai mũi tên lao ra xa. Nguyên nghe tiếng cười khúc khích của mấy cô đang giặt ở bến kế bên và tiếng nói: Mấy người thi lội ngộ quá hỉ.

Thảo bơi gọn mà nhanh, nàng có vẻ khoan thai chớ không quá vội vã như Trung. Mấy lần Trung vượt lên, nhưng Thảo lại bắt kịp. Cả hai cùng chạm vào bờ một lúc. Khi quay trở lại tới nửa sông thì Thảo vượt Trung khoảng một nửa người. Tới đây thì Trung hình như mất bình tĩnh, sải tay và chân đập quá mạnh. Nguyên thầm nghĩ, thế kia thì thua mất rồi và chàng mỉm cười với ý nghĩ là không có cơ hội để nhìn mắt Thảo khi thua. Bỗng Thảo bơi chậm lại và Trung lại vượt lên. Nguyên nghĩ hay là nàng nghĩ tới lời phê bình của mình nên để cho em thắng. Nhưng không, nàng vẫn theo sát Trung, rồi khi tới gần bờ, hai cánh tay thon trắng vươn dài, vượt lên lướt vào bờ và thắng Trung một sải tay.

Nguyên đỡ Trung lên bậc xi măng, rồi nhìn Thảo nói:

- Cô thắng, nhưng mức cách nhau hẹp quá. Tôi nghĩ chỉ chừng 2, 3 giây. Như thế có thể nói là gần như hòa - Chàng quay lại Trung: Tôi không biết Thảo và Trung độ nhau cái gì, nhưng cả hai mới tựu trường, tôi sẽ treo giải một chiếc cặp da 4 ngăn loại thượng hạng. Ngày nào muốn thi cho tôi biết.

Trung hỏi:

- Ngày mai được không?

Nguyên đáp:

- Việc của tôi là treo giải, còn ngày nào thì hai người chọn.

- Ngày mai, anh. Trời lạnh rồi - Thảo nói rồi quay nhìn Nguyên mỉm cười: Anh cũng đi bơi thường, nhưng Thảo chưa biết thuật bơi của anh. Anh dám thi không?

Nghe Thảo hỏi, Nguyên bật cười lớn:

- Thua cô là cùng chớ chi mà dám hay không dám.

Trung reo lên:

- Em làm trọng tài cho.

Nguyên nói:

- Thì chú làm trọng tài, nhưng để Thảo nghỉ 15 phút nữa.

Thảo nói:

- Không cần mô. Thảo bơi như ri thường mà.

Nguyên nhìn ra sông, mỉm cười trước sự tinh nghịch của Thảo. Qua ánh mắt, chàng hiểu là Thảo đã tìm được cơ hội để đùa cợt với mình, cũng như thỉnh thoảng nàng đã đùa qua tiếng đàn nửa đêm.

- Bắt đầu hỉ - Trung nói, rồi đếm: Một, hai... ba.

Nguyên quay nhìn Thảo gật đầu, rồi cùng lao xuống sông. Ra tới giữa dòng, Nguyên theo sát và thấy thuật bơi của Thảo hơn mình nhiều, vì thân nàng lướt trên mặt nước như ếch với những sải tay dài, nhẹ nhàng. Chàng cố gắng thử vượt lên, nhưng chỉ có thể cao hơn một chút là Thảo lại theo kịp. Hình như nàng còn có thể bơi nhanh hơn nữa. Tới vòng hai, Nguyên vẫn theo sát Thảo, nhưng có lẽ cả hai thấy thử như thế đã đủ, nên bơi thung dung hơn. Nguyên thấy Thảo quay nhìn mình mỉm cười, rồi giấu mặt xuống nước. Chàng bơi chậm để Thảo vượt lên, nhưng Thảo cũng chậm lại. Cứ thế hai người lướt vào bờ.

Trung nói:

- Hôm nay hòa, nhưng em thấy anh bơi như rứa, chị Thảo khó thắng.

Nguyên nhìn Thảo cười:

- Anh không phải là đối thủ của Thảo. Phải tận lực mới đạt được cái hòa đó.

- Em với chị Thảo còn thi lặn nữa, nhưng bơi chớ lặn thì em thua hoài – Trung nói, rồi quay sang Thảo: Chị dám thi lặn không?

Thảo bật cười nhìn Nguyên:

- Nếu anh Nguyên dám thì Thảo cũng liều.

- Thì cứ thử một lần cho biết cao thấp để khỏi phải áy náy – Nguyên nói, rồi lao ra xa.

Tới giữa sông, Thảo bơi quanh Nguyên một vòng, rồi đếm: Một... hai... ba...Tiếng "ba" vừa dứt, hai người ngụp xuống giữa dòng. Nguyên đang đẩy mình xuống sát đáy thì thấy thân hình Thảo loang loáng tới gần. Nhìn hai tay Thảo chờn vờn trước mặt, Nguyên bỗng cầm lấy tay Thảo kéo lại và cùng một lúc hai người đều dùng một tay ôm lấy nhau... Chỉ kịp chạm môi là cả hai buông nhau ra, bắn mỗi người về một phía.

Khi Nguyên ngoi lên mặt nước, thấy Thảo đang bơi đứng, ngơ ngác nhìn về hướng Nguyên. Chàng lấy tay ra hiệu bảo Thảo cùng bơi về bờ bên Cồn Hến.

(còn 1 kỳ)

Việt Dương

Mảnh Vỡ Của Bức Tường
NGUYỄN ĐỨC TÙNG

Hà Nội mừng đón Tết hoa chen người đi liễu rũ mà chi. Anh tôi thường ngâm nga bài hát ấy mỗi khi thật vui hay buồn, nhưng cũng có khi vì gặp câu hỏi khó, kẹt quá anh không trả lời được, vừa hát vừa nhìn vào mắt người đối diện. Anh là chồng của chị họ tôi, anh sinh ở Hà Nội, gia đình vào Huế năm 1950, lúc anh lên ba tuổi. Anh tham gia phong trào Phật tử trong chế độ đệ nhị Việt Nam Cộng Hòa, cùng lứa với Ngô Kha hay sau đó, bị bắt, được thả, bị bắt lại, từ bỏ chính trị, đi lính, đi dạy học, di tản, tức là anh mang theo trong người một cuốn sách bỏ túi của lịch sử Việt Nam cận đại.

Nỗi lòng kín đáo của đàn ông khó biết. Kỷ vật của anh lớn bằng nắm tay. Gọi đó là cục gạch hay xi măng vỡ đều đúng, chứa cát, sạn, gạch đá, xương lá khô, ngày, tháng, năm, tuần lễ, đất, vảy cá, sương mù, kim đồng hồ cũ, những lớp sơn xanh đỏ, bề mặt bám bụi như mới được gỡ ra từ một kè đá từng va đập nhiều cơn sóng dữ của thời gian bão táp.

- Nó ở đâu ra? Một người khách hỏi.

- Đừng đụng tay vào. Chỉ được ngắm thôi. Một người trả lời.

Mọi người ngồi quanh chăm chú nhìn mảnh vỡ còn lại của bức tường Bá Linh, thì thầm, kính cẩn, nghẹn ngào, sung sướng, mặt sáng bừng, xúc động. Một hồi lâu không ai nói gì.

Một ông lớn tuổi, trán hói, tóc hoa râm nhưng mặt bầu bĩnh như trẻ con hút liên tiếp hết hai điếu thuốc Con Mèo trước khi chậm chạp đưa tay sờ vào phần lồi ra nhất của viên gạch, có một vệt sơn xanh. Tôi ho sặc sụa vì khói thuốc của ông. Đó là một luật sư kiêm dân biểu quốc hội ở Sài Gòn ngày trước mà tôi chưa gặp trước đó bao giờ. Ông vừa dặn mọi người không được đụng tay vào, nhưng không cưỡng được cám dỗ.

Anh tôi, tình cờ đi dự một lớp tập huấn ở Tây Bá Linh, vì anh là quản đốc giỏi của nhà máy hóa chất của Edmonton, đúng vào dịp bức tường nổi tiếng bị phá vỡ chỉ mấy tháng trước, ngày 9 tháng 11 năm 1989, trong cuộc cách mạng ở nước Đức.

- Làm sao anh lấy được vật này? Tôi hỏi.

Anh kể lại: anh đi taxi tới gần sát bức tường. Nhiều người quá, họ tràn qua các đại lộ reo hò vui mừng, có vài người đập phá, nhưng đa số là trôi đi trong niềm vui bất tận. Những người từ Đông Đức tràn qua bắt tay với những người ở phía Tây qua hàng rào, họ cõng nhau, đứng lên vai nhau, đánh đu qua những nhành cây ít ỏi còn cho phép mọc gần bức tường. Tài xế taxi không dám lái đến gần, anh phải đưa thêm tiền để họ đưa anh tiến sát vào. Một chàng thanh niên đầu tóc bù xù tay trái cầm một chai rượu sâm banh, gõ cửa kính xe ra hiệu cho anh hạ xuống. Chàng ta chìa ra một cái rổ đựng mấy viên gạch vỡ bảo anh có thể mua về làm kỷ niệm. Anh chọn một cái, khá lớn, nhưng không có tiền Đức, anh trả mười đô Mỹ. Hay hai mươi đô, hay năm mươi, vui quá, anh không nhớ.

*

Kết thúc đệ nhị thế chiến, nước Đức được chia làm bốn phần lãnh thổ, mỗi phần được trao cho một trong các nước Hoa Kỳ, Liên Xô, Pháp, Anh đóng quân. Về sau các phần do phe tự do nắm giữ kết hợp với nhau thành Tây Đức, phần còn lại là Đông Đức thuộc khối cộng sản. Sau chiến tranh những người dân từ Đông Đức tìm cách chạy trốn qua phía Tây Đức, lối đi hay nhất là qua biên giới ở thành phố Berlin, hay Bá linh. Trong mười năm sau chiến tranh, đã có gần ba triệu người bỏ trốn chủ nghĩa xã hội như thế, và chính phủ Đông Đức hoàn toàn tuyệt vọng trong việc ngăn cản họ. Đêm 12 tháng 8 năm 1961, lặng lẽ và bất ngờ, Đông Đức đã tiến hành xây một bức tường ngăn cách đông tây, khóa chặt các cửa ngõ, cắt đường điện thoại, trên một khoảng cách dài 150 cây số không những xuyên qua Berlin mà còn ngăn cách hoàn toàn hai nước Đông và Tây Đức. Bức tường có nhiều lô cốt, hàng trăm tháp canh, hàng ngàn binh sĩ canh gác, với chó dữ, dây thép gai, các ổ súng tự động. Bức tường được chiếu sáng ngày đêm, có những nơi cao đến trên ba mét và rộng hơn một mét. Trong lịch sử của nó, hàng chục ngàn người đã tìm cách tẩu thoát, trong đó có năm ngàn người thành công, những người khác bị bắt lại, bị bắn chết hoặc bị tra tấn. Người dân Đông Đức ngày càng có nhiều kế hoạch táo bạo hơn để vượt tường, có người đào những đường hầm sâu dưới đất, nối từ các tòa nhà bên đông sang các tòa nhà bên tây. Có người để dành thì giờ khâu vật dụng thành những quả khinh khí cầu và bay đi vượt qua các làn đạn bắn theo. Ngày 17 tháng 8 năm 1962, hai người bạn rủ nhau chạy về phía bức tường và trèo qua nó. Người thanh niên thứ nhất thành công, nhưng bạn của anh, Peter Fechter bị bắn. Dù đang chảy máu Peter vẫn cố sức leo lên rồi ngã nhào xuống đất. Lính Đông Đức không bắn thêm một phát nào nữa nhưng để mặc Peter nằm đó, gào khóc, máu tuôn như suối, chờ đến khi anh ta chết hẳn, mới quay lại mang cái xác đi. Peter Fechter từ đó trở thành biểu tượng của bức tường Đông Tây (1961-1989) và cuộc đấu tranh cho tự do.

*

Viên gạch được gói kỹ trong giấy báo đặt vào trong một cái hộp bằng gỗ sơn mài hình như là hộp trang điểm phụ nữ. Từ hôm về nhà ngày nào anh tôi cũng mang ra ngắm nghía một lúc nhưng dứt khoát không chịu rửa sạch nó bằng nước vì bụi bặm vẫn còn bám quanh lớp sơn bên ngoài.

Những người đàn bà nóng ruột vì thức ăn đã nguội, trời sắp mưa.

Tháng Tư, mùa xuân năm nay tới sớm. Chiếc bàn ăn kê ngoài trời. Chúng tôi ngồi ở góc vườn dưới bóng mát của hai cây lê ra hoa trắng xóa, hoa sắp tàn, rụng đầy, anh chị tôi dọn những món ăn Việt Nam, ít khi gặp ở thị trấn nhỏ này, gần thành phố Edmonton. Thời ấy thức ăn Việt Nam rất hiếm, không phải như sau này. Nhiều thứ trái cây mang từ Vancouver trong các dịp nghỉ hè, tôm hùm đặt từ Newfoundland. Lẩu tôm chua, rau muống, bánh phồng tôm, chả Huế. Thật là một bữa tiệc ra tiệc. Anh tôi khệ nệ bưng từ nhà để xe những két bia Budweiser và mấy chai rượu mạnh để dành từ mùa đông, mặc dù người khách nào đến cũng mang theo một thứ gì đó để uống. Anh ngồi đầu bàn, tôi ngồi bên tay trái của anh, năm bảy người bạn thân quen ngồi quanh bàn sát vào nhau nói cười la hét ầm ĩ. Đó là bữa ăn Việt Nam thực sự đầu tiên đối với tôi, sau nhiều năm đi học. Những người đàn bà lúi húi trong bếp chạy đi chạy lại mang thức ăn. Mặc dù ở Canada chín, mười năm, cảm thấy hoàn toàn ngang hàng với đức ông chồng, nhưng họ vẫn giữ thói quen cũ, ít khi ngồi ăn cùng một lúc, nhất là khi những người đàn ông vừa uống rượu, uống bia, vừa nhả khói mù trời, la hét. Phụ nữ thương chồng nhưng tính vốn sạch sẽ.

Mùa xuân năm nay kéo dài, không phải vì thời tiết mà vì con người. Nhưng cuối cùng hè cũng đến, hơi nóng ngoài mặt đường nhiều hôm gặp nắng bốc lên ngùn ngụt mặc dù một vài nơi trong thị trấn tuyết vẫn chưa kịp tan. Sau mùa xuân Thiên An Môn, 1989, trong một vài tháng, tình hình Đông Âu diễn biến mau lẹ, ngoài sức tưởng tượng. Ba Lan. Công đoàn Đoàn kết. Tiệp Khắc. Cách mạng nhung. Bức tường Berlin. Hungary. Rumani. Xử bắn vợ chồng Ceaușescu. Chúng tôi trò chuyện khi miệng vẫn còn nhai nhồm nhoàm, có khi bắn cả nước bọt sang người khác.

Thằng bạn tôi làm đổ ly bia lên quần jeans của tôi. Anh tôi bị sặc vì vừa hút thuốc lá vừa nhai một cái đùi gà. Chuyện nhỏ. Anh đưa điếu thuốc Winston cho ông bạn trung úy pháo binh hút giùm, hồi ấy ai mà chẳng hút thuốc, rồi hét to:

- Khi nào thì đến lượt Việt Nam?

Một người trả lời: ba năm. Chắc như bắp. Ông luật sư dân biểu đi học tập cải tạo về, vượt biên bằng đường bộ đến trại tỵ nạn Thái Lan, đặt ly rượu whiskey màu hổ phách xuống bàn, khoanh tay ngẫm nghĩ.

Mọi người nhao nhao tranh luận nhưng cuối cùng quay lại nhìn ông chờ đợi. Ông được xem là người đọc nhiều hiểu rộng, trong quốc hội Việt Nam Cộng Hòa đã từng hạ đo ván các đối thủ chính trị bằng các lý thuyết với lập luận vững chắc, trong trại cải tạo ông cũng không thôi tìm dịp tranh luận với cán bộ quản giáo, vì vậy thời gian học tập từ ba năm thành sáu năm.

Ông dân biểu hạ giọng: sáu tháng.

Thực sự ông đã điện thoại nhiều nơi để hỏi giá vé từ Canada qua Los Angeles về Việt Nam. Hồi đó việc du lịch gặp dư luận khó khăn, những người về Việt Nam bị tai tiếng, ngay cả bạn bè thân cũng không ủng hộ, nên họ thường bay tránh qua các nước khác. Ông dân biểu độc thân đã lớn tuổi không có ý định trở lại tham chính, nhưng lòng đầy nhiệt huyết ông tin rằng với chút ít kiến thức của mình có thể góp một tay cho chính quyền dân chủ non trẻ ở Việt Nam sau khi chế độ đương thời giải thể, ít nhất là về tư pháp, vốn là ngành của ông. Một người bạn của anh tôi, một ký giả nổi tiếng, nghe đồn là người tình cũ của Mỹ Châu, tóc anh bạc như cước, trước có viết bài trên báo Sóng Thần của Chu Tử, trầm tư: sự sụp đổ nhanh như ở Đông Âu tạo ra tình huống nguy hiểm, khoảng không quyền lực, tránh khỏi cướp bóc loạn lạc. Phải giữ nguyên các công chức hành chánh, các thứ trưởng trở xuống, của chánh quyền Cộng hòa xã hội chủ nghĩa Việt Nam hiện nay. Anh ngậm pipe màu nâu có nạm bạc, vừa nói vừa nhả khói, trông như một tài tử điện ảnh, sang trọng không chịu được. Mon père fume la pipe. Bạn nào học tiếng Pháp hồi nhỏ như tôi thì nhớ câu này.

Anh tôi nghiêm nghị bảo: tôi sẽ bán căn nhà này và đem hết vốn liếng dành dụm được, về quê sống như một người nông dân bình thường, sáng cày ruộng chiều đọc sách, mở trường dạy trẻ. Tôi nghĩ thầm nhưng không nói ra, mặc dù có lúc nhảy bưng theo Mặt trận Giải phóng, anh vốn con nhà giàu, lớn lên ở thành Nội, chưa từng cuốc đất hay cày ruộng.

Ông bác sĩ quân y gốc Hải Dương, quen anh tôi từ thuở tiểu học, rút trong túi ra một bức thư viết trên giấy học sinh nhàu nát: bức thư của một người bà con đang làm trưởng phòng công nghiệp huyện. Ai cũng biết thư ấy, vì ông đã đọc nó ít nhất hai lần rồi trong bữa tiệc này. Ông đọc lại, thong thả từng chữ:

Thưa chú,

Cháu biên thư hỏi thăm sức khỏe chú thím. Công tác của chú bên ấy có hoàn thành tốt không. Về phần cháu mọi sự vẫn thường, các em ngoan, học giỏi đi làm về biết giúp bố mẹ, phần cháu từ bốn tháng nay không có lương. Lương thực bị cắt giảm, tem phiếu không mua được vì cửa hàng không còn gì để bán. Đi làm về cháu liền xách giỏ đi bắt cua, đi nơm cá, nhưng sản lượng kém vì ai cũng ra đồng bắt cua mò ốc, có ngày cháu về tay không. Vẫn biết chú mới qua bên đấy cũng còn nhiều lo toan ở xứ người, nhưng…

Ông luật sư vừa húp bát canh vừa mắng một người đàn ông ngồi bên cạnh:

- Chú chẳng biết đếch gì. Đây là lúc phải hòa giải, chứ giết chóc nhau làm gì nữa. Chúng ta muốn một Đông Âu cho Việt Nam là để làm gì?

- Là để thiết lập một chính quyền quốc gia mạnh hơn Việt Nam Cộng Hòa đầy tham nhũng ngày xưa.

Anh tôi quay lại nhìn người nói xong câu ấy một lúc thật lâu rồi từ tốn nói:

- Tôi không nghĩ vậy. Là để tiến hành một cuộc hòa giải dân tộc chưa từng có trong lịch sử từ thời Trịnh Nguyễn phân tranh.

Mọi người im lặng một lúc lâu.

Một người gọi: Em ơi, còn nước đá không?

Nước đá được đem ra, cùng với món bò xào lăn trộn "xà lách xoong".

Người đàn ông ngồi bên tay phải của anh tôi, một người thợ nhà in, một nhà thơ chuyên làm thơ Đường luật cổ phong và Lục bát song thất, nghe nói có đến một ngàn bài, tương tự như Lý Bạch hồi xưa, về số lượng, lớn tiếng:

- Hòa giải là mắc mưu cộng sản. Đồ ngây thơ.

Ông trung úy pháo binh đáp lễ:

- Mày mới ngây thơ. Tao ủng hộ hòa giải, không nam bắc, không cộng sản quốc gia mẹ gì cả, anh em một nhà có phải vui không?

Hai người đàn ông nổi dóa, nhà thơ hùng hổ xắn tay áo, ông pháo binh bất ngờ đấm vào mặt nhà thơ, quên mất lý thuyết hòa giải, họ kéo nhau ra bãi cỏ.

Chẳng ai để ý đến họ vì món lẩu chua của chị tôi rất ngon, trời quá nóng còn làm cho mùi bia ướp lạnh thêm quyến rũ, và tin tức từ Đông Âu dồn dập mang lại còn quyến rũ hơn nhiều. Thời gian đó tôi bận đi học, suốt ngày lang thang trong hành lang bệnh viện dài hun hút. Ra đi từ năm giờ sáng, về nhà lúc chín giờ tối, suốt mấy tuần lễ không thấy mặt trời. Anh tôi đi làm trong xưởng hóa chất nên mỗi buổi tối đều về nhà đúng giờ. Vừa bước vào nhà, ôm hôn vợ và con xong, là anh lao ra phòng khách, dán mắt vào màn hình tivi, anh chỉ xem đài truyền hình CNN và ăn bữa tối tại chỗ. Khắp nơi trên thế giới, nhiều người đều như thế.

Hàng triệu người Việt Nam ở hải ngoại như thế. Tim đập rộn ràng trong hàng triệu lồng ngực. Đến Canada vài năm, anh tôi được hãng cho đi học thêm và sau đó được trả lương khá hậu, anh chị có ba con nhỏ, đều gửi nhà trẻ, nhưng chị làm hai công việc khác nhau nên thu nhập cũng khá. Ở thị trấn nhỏ này chỉ có độ vài chục gia đình người Việt mới đến từ các trại tị nạn Đông Nam Á. Sau khi thanh toán xong một cái đùi gà chiên, tôi biểu lộ tư tưởng của mình rằng thời gian sáu tháng mà ông dân biểu đưa ra cho chế độ hiện hành ở Việt Nam có lẽ là hơi quá lạc quan. Ông trừng mắt nhìn tôi có vẻ bực bội rồi hỏi: thế cậu nghĩ bao lâu?

Tôi rụt rè trả lời: em không biết được, nhưng chắc cũng khá lâu. Một người đàn ông để tóc dài, râu không cạo, nhỏ thó trong bộ quần áo dính đầy sơn, nhìn tôi rồi phán: thế thì cho chú này lấy đàn bà mọi da đỏ rồi cho nó ở lại Canada luôn; nhưng chúng mình thì trở về quê hương chứ? Ông cựu tù cải tạo, bạn của ông dân biểu, bảo: trước hết cần phải bắt nhốt một triệu đảng viên cộng sản, cho chúng đi học tập cải tạo về hòa giải dân tộc trong một tháng. Ông này có lẽ đọc thơ Cao Tần hơi nhiều. Câu nói của ông làm không khí bỗng trầm xuống. Trung úy pháo binh, có tật nói lắp khi xúc động, sau khi vật nhau với đối thủ, ra hết mồ hôi, bình tĩnh lại, ngồi vào bàn không nói thêm câu nào, không nhìn được bảo: tha thứ hết. Chính quyền dân chủ mới cần ổn định cái đã. Nhưng cần nhất là khuyến khích đồng bào làm ăn buôn bán, xây nhà thờ, xây trường học, xây chùa. Mà một tháng học tập là một tháng đó nghe. Thằng nào giữ bọn tù binh lâu hơn nữa, tao bắn bỏ chúng nó trước, thề có Chúa.

Anh tôi cũng trở về đạo Công giáo sau khi lập gia đình với chị tôi. Ông dân biểu, tham gia phong trào Phật giáo chống tổng thống Ngô Đình Diệm, hồi trước quen thân thầy Trí Quang và các thầy ở Ấn Quang, bị vợ bỏ lúc mới xuống thuyền rời khỏi Việt Nam, đả kích: nhà thờ thì cần gì phải xây vội, Chúa với Phật ở trong lòng mình. Cần nhất là khuyến khích tự do ngôn luận. Tôi đi cải tạo ngoài Bắc thấy bà con ngoài đó không có tự do ngôn luận gì cả. Anh tôi ngước nhìn cây lê, lá xanh mầm nhú còn non, mây đen trắng bay lưng trời, trầm ngâm một lát rồi bảo: thôi quên hết đi. Quên hết hận thù, quên tội ác, quên nguyên cớ chiến tranh. Không cộng sản cũng chẳng quốc gia. Nếu có nhân tài ra giúp đất nước, tôi sẽ vận động xây một đường tàu hiện đại từ ải Nam Quan đến mũi Cà Mau, cho đồng bào đi vé free một năm để thăm họ hàng trong Nam ngoài Bắc. Tôi sẽ ra Hà Nội, đi Bắc Ninh, đi

Yên Tử, ngồi xuống bên Hồ Tây, lên đê Yên Phụ để ngắm sông Hồng cuồn cuộn chảy.

Mọi người thi nhau phun khói thuốc lá. Mấy đĩa bánh phồng tôm được đưa lên cùng với nước giải khát. Hai người đàn ông mới vật lộn ngoài bãi cỏ đang ngồi bên nhau thủ thỉ trò chuyện. Tôi im lặng nhớ về những ngày đầu tiên lang thang với Hoàng trên xứ Canada tuyết trắng, nhớ trại tị nạn tôi đã sống ba năm mấy tháng, nhớ mười bảy ngày lênh đênh trên biển, bốn lần gặp cướp biển, sáu mươi ngày trên vịnh Thái Lan, nhớ làng tôi, bến đò cũ liễu xanh cát trắng như mơ, trước chùa sư nữ của thầy Thích Đôn Hậu. Nhớ ba tôi đã nằm xuống khi tôi vừa đi xa. Nhìn thấy ngôi mộ nhỏ của ông mới đắp trong vườn. Nhớ anh tôi, nằm xuống ở Bến Tre khi vừa hai mươi tuổi, chưa biết hôn lần đầu. Ông trung úy pháo binh nâng chiếc đàn ghita lên, hát Người con gái Việt Nam da vàng yêu quê hương như yêu đồng lúa chín. Mặt trời bắt đầu lặn xuống sau đỉnh núi xa, vài giọt mưa lác đác rơi trên mặt, trời chập choạng tối nên không ai nhìn rõ anh tôi đang khóc. Chỉ tôi nhìn thấy. Những người khác im lặng thẫn thờ. Một người đàn bà đến bên cạnh anh tôi, ghé tai nói một điều gì, đèn trong nhà bật sáng. Con chim sáo đen trong lồng treo trước thềm nhà bỗng cất tiếng hót, khi ngoài trời bắt đầu mưa bụi.

Hai mươi năm đã trôi qua khi tôi về thăm lại anh tôi ở vùng ngoại ô Edmonton. Nhà cũ còn, vườn còn đó. Anh tôi không bán nhà đi vì vẫn thích chỗ ở của mình và đã thôi ý định hồi hương về Việt Nam. Ông luật sư đã chết trong nhà dưỡng lão vì bệnh thiếu máu cơ tim. Bác sĩ quân y đã lấy vợ và di cư sang Úc. Trung úy pháo binh trở thành một người nghiện rượu, cưới một cô vợ trẻ tuổi từ Việt Nam, quê Vĩnh Long, được ba năm thì cô ta bồng con đi mất với một chàng Tây làm việc cùng sở. Anh tôi từ trong nhà bước ra đứng sau lưng tôi, không nói gì. Trời tối dần. Thấy tôi im lặng nhìn cây mấy cây lê, chỗ đặt cái bàn gỗ cũ, anh nói thêm: cái ngày ấy chúng mình thật ngây thơ. Nghĩ lại vẫn hơi xấu hổ. Anh chị về Việt Nam hai lần rồi không về nữa vì cha mẹ, bà con thân thuộc, người thì đi nước ngoài, người thì qua đời hết, phố phường và xóm làng thay đổi, người mới đến lạ hoắc, đời sống ngày càng nặng về tiền bạc, tình cảm ngày càng nhạt dần. Ai cũng tìm cách bỏ đi, dần dần đi hết. Tình yêu quê hương của mình như mối tình đầu ngây thơ, ngu dại, quê một cục. Anh ít đọc báo tiếng Việt và không buồn xem tin tức, hai vợ chồng chờ cho con cái lớn sẽ bán nhà dọn về đảo Nanaimo ngoài khơi Vancouver.

Ở bên đảo ấm áp hơn, anh bảo tôi, khi chết, cũng tiện cho con cái. Anh đã dặn vợ con về chuyện hậu sự, là khi mất, anh muốn được chôn ở chốn thân thuộc, gần bên dòng sông Hương mà anh bơi lội mỗi ngày thời tuổi nhỏ trong mùa hè nóng nực, quãng gần chùa, để những khi trời trong sáng, nghe được tiếng chuông. Bơi lội nô đùa trên sông, rồi trèo lên gò cao hứng gió chờ khô quần áo, cùng với dăm người bạn vừa đi trên phố vừa thổi sáo, anh nói thêm. Anh tôi ra hiệu cho tôi đi theo. Hai chúng tôi lặng lẽ đi ra góc vườn chỗ gần ngọn đèn đường có một cái băng ghế nhỏ, trước tôi chưa để ý, kê gần bên gốc cây cưa ngang làm bàn cà phê. Anh từ từ rút trong túi áo khoác ra một gói giấy báo cũ rồi để hẳn xuống mặt bàn bảo tôi mở ra. Tôi làm theo, mở mấy lớp giấy báo gói thật kỹ: cục gạch nằm trên bàn, tôi nhận ra ngay, vẫn màu xám với màu sơn xanh, sần sùi cát sạn, những vệt sơn vẫn còn như mới nguyên.

- Cậu còn nhớ nó không?

Làm sao tôi quên được. Anh bảo: chị định vứt nó đi mấy lần nhưng anh giữ lại, dù gì cũng là kỷ niệm. Tôi nghĩ thầm: kỷ niệm của một giấc mơ. Tôi đưa tay sờ vào chỗ có hòn sỏi nhô ra, nơi ngày trước ông dân biểu từng chậm rãi hôn phớt lên nó, sau khi phi xong hai điếu thuốc lá Con mèo.

- Thế còn cái hộp đựng nó ngày xưa đâu?

Anh nhìn tôi ngạc nhiên. Dọn nhà nhiều lần, những thứ lỉnh kỉnh từ từ mất đi mà anh không để ý. Cục gạch gói trong giấy báo anh nhét trong góc tủ áo quần vì như thế tiện hơn là để trong một cái hộp sơn mài. Anh nhìn tôi hát: em tôi đi màu son lên đôi môi, khăn san bay lả lơi trên vai ai. Hà nội mừng đón Tết…

Nó cũng như giấc mơ của người Việt Nam, vẫn còn đó, nằm im trong góc tủ, nhắc chừng chúng ta, sâu xa, đau đớn, âm ỉ, mỗi ngày như vết thương, nhưng nó hơn con người ở chỗ biết tự mình làm mất đi cái vẻ huy hoàng rực rỡ bên ngoài, coi bộ không xứng đáng lắm với vị trí bây giờ của mình, vì trong xã hội ngày nay chẳng mấy ai còn xem cái cục đá ấy như là một chuyện lớn lao.

Nguyễn Đức Tùng

Đầu Năm Đầu Tháng

MINH NGỌC

Sáng mùng một Tết.

Lê nằm cuộn dưới mấy lớp mền lông ngỗng êm ấm, lim dim mắt chưa muốn dậy. Phòng ngủ yên tĩnh, nhà cửa lặng trang. Đã bảy giờ mà còn nằm trong giường, không phải học tốc vùng dậy tắm rửa, mặc quần áo, mắt nhắm mắt mở ra xe chạy chen lấn trong dòng xe kẹt cứng trên xa lộ để tới sở làm kịp giờ, quả là sướng khoái vậy. Chả là trời đổ trận bão tuyết lớn nhất mùa từ chiều hôm qua, chính phủ đóng xa lộ, các văn phòng hãng xưởng đều đóng cửa. Tự dưng có ngày nghỉ đúng vào mùng một Tết, mới đầu năm đã thấy hên.

Cảm thấy đói bụng, Lê vươn vai, ngồi dậy nhìn ra cửa sổ. Tuyết trắng rơi mịt mù, mênh mông ngập cả đường phố, sân cỏ, nhà cửa xung quanh, cây cối trơ trụi im lìm, con đường thường ngày lao xao tiếng người chạy bộ hoặc dắt chó đi dạo giờ đây vắng tanh vắng ngắt. Chắc phải dầy cả thước rồi, tuyết phủ kín những chiếc xe đậu dọc ven đường. Từ hồi sống ở đây Lê mới hiểu bài hát của Salvatore Adamo "Tombe la neige, tu ne viendras pas ce soir" (Ngoài kia tuyết rơi đầy, em không đến bên anh chiều nay), tuyết rơi làm sao ra đường được mà tới thăm ai!

Lê thò chân xuống giường xỏ vào đôi dép nỉ, khoác áo choàng đi lẹt xẹt xuống bếp. Căn bếp sạch bong im lìm, nồi niêu treo ngay ngắn. Lê đến gần cửa sổ, cẩn thận đẩy từ từ cánh cửa mở ra, một luồng tuyết tạt vào lạnh buốt, tan lả tả. Lê thò tay ra với lấy cái thau sứ để trên bàn hứng tuyết từ chiều hôm qua, giờ đã đầy vun, xuýt xoa vì lạnh. Sập cánh cửa đóng kín lại, Lê hí hửng nâng niu thau tuyết trắng muốt, đem để lên bếp lò vặn số 1 cho ấm.

Hôm qua, nghe tin bão tuyết, Lê đã khấp khởi dự định thử một việc từng mơ ước từ nhỏ: hứng tuyết pha trà. Sống ở đây năm nào cũng có bão tuyết nhưng do đi làm bận rộn, Lê thường quên mất, bây giờ mới đúng dịp được nghỉ, lại ngay mùng một Tết, ta làm chén trà khai vị đầu năm lấy hên vậy. Đọc Hồng Lâu Mộng từ nhỏ, Lê nhớ hoài đoạn sư cô Diệu Ngọc pha trà bằng tuyết hứng trên hoa mai ở chùa Huyền Mộ Bàn Hương đựng trong lọ sứ chôn dưới đất năm năm mới đào lên, hương vị mát dịu lạ thường. Bảo Ngọc cũng làm bài thơ Đông dạ tức sự, có hai câu:

"Khước hỉ thị nhi tri thí minh,
Tảo tương tân tuyết cập thời phanh"

(Cô gái hầu trà xem đã thạo,
Lấy ngay tuyết mới thử pha chơi)

Lấy ra cái ấm trà sứ nhỏ mua ở Kyoto, Lê bỏ vào ít búp trà Lô Tuyết Sơn của người bạn Tàu biếu Tết. Trở lại bếp lò lấy nước tuyết đã tan chảy để đem nấu sôi, Lê ỉu xìu thấy một thau tuyết đầy vun hứng cả đêm xẹp xuống còn chừng một lóng tay, nấu xong chắc chỉ đủ một chung nhỏ. Mấy ông nho sĩ Tàu xạo quá cỡ. Hứng tuyết giữa trời mười mấy tiếng đồng hồ được có nhiêu đây, ở đó mà lọ mọ đi gạt tuyết trên từng cánh hoa mai vào lọ sứ đem chôn năm năm. Lê đành bỏ vài cọng trà vào cái chén chung nhỏ, đổ nước tuyết vừa sôi sủi tăm vào đợi mấy phút cho ngấm trà, nhàn nhã đọc thơ trong khi chờ đợi. Thơ đây không phải giở sách ngâm vịnh vang nhà như mấy ông nho sĩ gàn dóc tổ nọ, mà thơ đăng trên Facebook hồi đêm, lướt ngón tay tha hồ đọc. Thơ buồn, thơ vui, thơ tục, thơ cách điệu, thơ xuôi, thơ ngược, thơ vần vè, thơ lạc vận… đủ cả. Thời buổi này thông tin cởi mở thoải mái, chẳng những đọc thơ văn tha hồ trên Facebook mà còn biết thêm đời tư văn nghệ sĩ – đi đâu, làm gì, ăn gì, vợ con cháu chắt. Lê nhớ có đọc một bài viết của nhà văn Hồ Trường An về những kỷ niệm đầu đời sinh hoạt văn chương, ông kể chị của ông (sau thành nữ văn sĩ Nguyễn thị Thụy Vũ) khi được biết các bạn văn của em trai đã khen "Mấy ông làm thơ, ông nào không đẹp trai thì cũng dễ coi". Bây giờ coi Facebook các nhà thơ, Lê nghĩ phải thêm một câu "Vợ mấy ông làm thơ, cô nào không đẹp thì cũng dễ coi". Mấy ông đã có ngoại hình dễ coi, còn tán bằng thơ thì giai nhân nào không đổ! Các bà vợ thi sĩ dù có tuổi vẫn còn xuân sắc mặn mà lắm, duyên dáng đáo để. Hồi xưa văn nghệ sĩ kín cổng cao tường, chỉ giao du ăn nhậu với nhau, độc giả đọc sách các ông mà thôi, dễ gì mà biết tường tận gia đạo như bây giờ.

Hương trà thơm thoang thoảng, Lê cầm cái chung nhỏ nâng niu trịnh trọng nhấp một ngụm nhỏ thưởng thức, chẳng thấy khác lạ gì hơn thứ nước lấy từ vòi. Tức mình công sức bỏ ra lễ mễ cho cái chung trà nhỏ xíu, Lê đói cồn cào, bèn bỏ điện thoại xuống tạm nghỉ đọc thơ, bắc chảo chiên trứng, nướng bánh mì, bỏ vào dĩa, lên ngồi sofa mở TV coi. Tuyết đổ ào ào, các phóng viên truyền hình trùm áo mũ, găng ủng kín mít, hồ hởi phấn khởi tường thuật bão tuyết như là lạ lắm vậy, năm nào cũng có mấy đợt. Thống đốc xuất hiện, sau lưng có một hàng quan chức mặt mày khẩn trương, trịnh trọng thông báo tình hình giới nghiêm khẩn cấp, khuyến cáo dân chúng không nên ra khỏi nhà trừ khi thật cần thiết (ủa có chuyện cần lắm bất đắc dĩ mới phải ráng ra đường, chớ trời này không lẽ buồn buồn trùm mũ trùm áo ra xách xe chạy vòng vòng chơi?), thông báo số điện thoại để gọi nếu mất điện, máy sưởi không chạy v.v… Lê tò mò muốn coi dân Tàu hôm nay có ra đường chơi Tết không nhưng không thấy chiếu Chinatown. Phần Lê không có bà con bạn bè người Việt ở gần, Tết nào như Tết nấy, nhằm cuối tuần thì ở nhà chơi, trúng ngày thường thì đi làm như mọi ngày, đồ ăn mua được hay làm được món gì ăn đỡ cho có vị Tết một chút, rồi cũng qua đi. Khỏi đi chúc Tết ai, mà cũng chẳng sợ ai xông nhà hên xui. Tết âm lịch đúng ngay giữa mùa đông nên thường lạnh lẽo, nhiều khi đổ tuyết, chẳng có hoa mai hoa đào, chẳng có lộc để hái, nói "mừng Xuân" hay "chúc Xuân" nghe lạc điệu làm sao.

Ăn xong, Lê đem dĩa xuống bỏ vào bồn, không cần rửa vì ông bà xưa dạy mùng một không được lau rửa quét dọn trôi mất vận hên, trở lên trùm mền nằm dài trên sofa, đổi qua đài TCM chuyên chiếu phim xưa, coi mấy phim diễm tình có tài tử Robert Taylor tóc chải láng mướt, được một lát thì ngủ khò hồi nào không hay.

Điện thoại reo vang chói tai làm Lê giật bắn mình tỉnh dậy. Tiếng đàn bà léo nhéo:

- Anh làm gì đó? Tụi làm vườn tới dọn tuyết xong chưa? Bên này đường sá cào sạch rồi, em sắp về nè. Nhớ kêu tụi nó dọn sạch để em đem xe vô.

À, bây giờ Lê mới nhớ ra mình còn có vợ. Vợ Lê đem hai con về bên ngoại ăn Tết từ hôm qua, cách nửa tiếng lái xe. Lê có nhiệm vụ ở nhà coi nhà vì bão tuyết, lỡ có hư hại gì. Lê nhổm dậy nhìn ra cửa sổ. Tuyết đã ngừng rơi từ hồi nào, đường đã có xe của Sở giao thông vận tải dọn sạch, mặt nhựa đen láng nổi bật giữa hai rặng tuyết trắng cao ngất hai bên vệ đường, xe cộ qua lại nhộn nhịp. Đường chạy vào garage nhà Lê phủ kín tuyết dày cả thước. Chắc tụi làm vườn còn kẹt đâu đó chưa tới dọn được, không biết chừng nào mới tới. Vợ Lê sắp về, không đem xe vào nhà được thì chết. Trời lại gần tối tới nơi. Lê đành lồm cồm bò dậy, thở dài ra phòng ngoài, lui cui mặc áo đội mũ, mang ủng, đeo găng. Mở cửa, hơi lạnh cắt da cắt thịt ập vào mặt, Lê xuýt xoa cóm róm lội tuyết ra garage kéo cái xe thổi tuyết, mở máy nổ giòn giã, hì hụi đẩy lui từng đống tuyết ra hai bên. Đầu năm đầu tháng, không nên dọn tuyết mất hên mà vợ dặn không làm, nghe cằn nhằn còn xui hơn. Kệ, đẩy qua hai bên cũng đâu có mất đi đâu. Ông hàng xóm kế bên đang hăng hái đẩy máy thổi tuyết, giơ tay nhe răng chào "Hi!" giữa tiếng máy chạy rầm rầm. Đầu năm đầu tháng gặp ông này không biết hên hay xui, Lê cũng ráng cười "hi" lại. Không sao, lát nữa vợ về xông nhà, thấy sạch tuyết cười tươi chắc sẽ hên thôi. Lê nghĩ tới những thứ bánh trái vợ đem từ nhà ngoại về để lên tinh thần dọn cho xong lớp tuyết vừa dày vừa nặng. Rồi Lê lại mơ màng nghĩ tới những khu chung cư hưu trí ngập tràn nắng ấm Florida giữa bóng cọ bóng dừa xanh mướt, hàng bông trang bông bụt đỏ rực. Ừ, ráng chừng hai chục năm nữa. Lê thở dài não nuột, ngao ngán nghĩ tới sáng mai lái xe đi làm qua những vũng tuyết tan lầy lội dơ bẩn, lại phải đem xe đi rửa.

Minh Ngọc

Không Thử, Làm Sao Mà Biết Được!
HOÀNG CHÍNH

Giai đoạn khó khăn nhất đã qua. Hắn nằm đó. Say rượu. Say thuốc. Say tình. Tôi bước tới bước lui. Rồi tôi đứng lại. Tôi nhìn cái thằng người đang nằm ngay đơ ra ấy. Và tôi không biết phải làm gì. Tôi sẽ giết hắn, dĩ nhiên rồi, nhưng giết cách nào để không gây phiền toái sau này mới là điều đáng nói. Tôi phải chọn cho hắn một lối đi. Cách nào hay nhất và ít phiền phức nhất. Tôi có mang theo đồ nghề.

Hít một hơi dài, tôi nghiêng đầu, khinh bỉ nhìn hắn.

Hai mắt nhắm hờ. Tròng trắng vạch hai lưỡi liềm ngược trên vầng trán. Những vết nhăn thường ngày đã biến mất trên khung trán chữ nhật lòa xòa mớ tóc xổ ngược lên đỉnh đầu. Giây phút bình yên của hắn. Không toan tính, không hoạch định bất cứ điều gì. Tôi lần tay vào túi chiếc áo khoác mùa thu tôi đang mặc trên người. Cái vật dài và cứng vẫn nằm ngoan dưới đáy túi. Tại sao không lấy nó ra và làm nhanh cho xong chuyện. Làm ở đây, lúc này, sẽ chẳng ai tìm ra manh mối. Ngay cả chính hắn cũng chẳng biết chuyện gì đã xảy ra. Nhưng điều quan trọng là hắn cần phải biết. Vì vậy mà tôi phải chờ cho hắn tỉnh dậy.

Một mí mắt lay động. Mí kia vẫn khép hờ. Hắn đang lạc đâu đó trong chiêm bao. Rồi cả hai mí mắt hé mở. Môi miệng dường như mấp máy dưới những vành băng keo. Cái đầu nhúc nhích. Tỉnh lại rồi đây. Hai tay dường như cố co lại nhưng đã bị giữ chặt bởi những lớp băng keo công nghiệp bền chắc. Hắn tỉnh dậy. Hắn bắt đầu hoảng hốt, vặn vẹo thân hình, gồng người tìm cách ngồi dậy. Những lớp băng keo quấn chặt quanh người. Hắn thành đòn bánh tét. Tết âm lịch đã qua. Hắn dù sao cũng đã được hưởng một cái tết trọn vẹn. Cái tết nồng nàn với người đàn bà hắn mơ ước, người đàn bà mà hắn nói là hắn có thể đào lấy đất ở những chỗ có dấu chân nàng, đem về để lên bàn thờ và thắp nhang cúng kiếng mỗi ngày. Lúc vui miệng hắn đã kể với tôi như thế.

Hắn càng vùng vằng, lớp băng keo càng quấn chặt. Hắn ú ớ câu gì đó tôi không nghe được, nhưng tôi cũng chẳng cần nghe làm gì. Giờ này hắn muốn nói gì cũng thế thôi. Tôi đã quyết định hết rồi. Đúng ra tôi chẳng phải là kẻ quyết định. Chính hắn mới là kẻ đẩy cả hắn và tôi đến cái kết thúc không mấy vui nhưng trọn vẹn này.

Tôi đằng hắng, "Tỉnh rồi đấy à?"

Hắn vùng vằng giẫy giụa. Những lớp băng keo nhăn nhúm theo cử động thân thể hắn.

"Chúc mừng Năm Mới, thằng khốn nạn!" Tôi nói, và nghe giọng mình chai sượng.

Đầu hắn lúc lắc. Hơi thở phun phì phì qua hai lỗ mũi. Khối dung nham không màu cuồn cuộn từ lòng hỏa diệm sơn, sắp trào ra hai cái lỗ sâu hoắm, xoắn xuýt những chùm lông trên khuôn mặt phèn phẹt như cái thớt của thằng khốn nạn.

"Gầm gừ cái gì thế?" Tôi hỏi hắn. "Chúc mừng năm mới tao đấy à? Mày đã tặng tao món quà năm mới đáng kể rồi mà. Mới đêm giao thừa đây thôi."

Mẹ ở bên kia điện thoại qua, buổi tối trước hôm giao thừa Tết Âm Lịch. Ba mày mất trong lòng cứ yên tâm là đã có thằng cháu nội kháu khỉnh, tao nói dối là nó có cái mũi giống hệt bố. Con dâu của mẹ đâu, cho mẹ nói chuyện với nó chút đi. Tôi quay qua cô ấy. Cô sinh viên du học ấy. Có con dâu cùng ngôn ngữ là niềm hạnh phúc lớn lao. Mẹ vẫn xì xào như thế trên đường dây điện thoại viễn liên. Và tôi tôn thờ cô ấy như con chiên ngoan đạo tôn thờ Đức Mẹ Đồng Trinh. Và cô ấy cũng thương tôi thật lòng, cho đến khi thằng khốn đến gõ cửa nhà cô ấy.

Mày bảo cô ấy là mày yêu cô ấy rồi còn thuyết phục người ta rằng 'có thử mới biết!' – "Just give it a try!" Mày xổ cả tiếng Việt lẫn tiếng Anh để mồi chài cô ấy. Mày nhì nhằng mãi như thế với quà cáp, với tiền bạc. Nước chảy xiết hoài như thế bờ bến nào mà không loang lở.

Mẹ bảo cho mẹ nói chuyện với con dâu tương lai của mẹ một tí đi. Tôi đem cái điện thoại ra phòng khách, dúi vào tay cô ấy, cái giọng reo vui, mẹ muốn nói chuyện với con dâu yêu quý kìa! Nhưng cô ấy đẩy ra thẳng thừng.

Tôi ngơ ngẩn nhìn. Tôi chờ. Rồi tôi nói dối "cô ấy bận công chuyện," may mà mẹ không hỏi nó bận gì, như mẹ vẫn thường hỏi. Mẹ thay đổi, hay là mẹ đã yếu, đã lẫn, không còn sáng suốt được như xưa. Chưa hết đâu, nói chuyện với mẹ xong, tôi quay ra, thấy cô ấy đang chuyện trò với ai đó trên điện thoại di động. Tôi nghe cô đọc cái tên đường nhà tôi. Lúc tôi sà đến bên, cô còn quay qua hỏi số nhà này là mấy hở anh. Rồi cô đọc cái tên ấy vào điện thoại cho người ở đầu dây kia. Tôi toan hỏi ai đó nhưng ngẫm nghĩ một lúc lại thôi. Thôi, mà lòng rối mù.

"Mày chứ còn ai vào đây nữa, đúng không?"

Hắn lúc lắc cái đầu. Tôi gằn giọng, "Chính mày. Mày cướp đi con đàn bà của tao."

Hắn ấm ứ trong cổ họng. Phản đối chắc. Chẳng ai cần biết mày nghĩ gì, thằng khốn ạ. Mày cướp đi giây phút linh thiêng nhất của năm mới. Mày đập tan niềm hy vọng của mẹ tao. Mày không chỉ phá hủy giấc mơ của tao mà bao nhiêu thứ khác nữa mà tao bỏ ra bao công lao bồi đắp. Mày tước đoạt niềm hạnh phúc của chúng tao. Không có Tammy, tao chẳng còn gì trên thế gian này để níu kéo. Tao chết cho xong, nhưng trước khi buông xuôi tất cả, tao phải làm cho ra chuyện với mày.

"Rồi mày biết gì không. Cô ấy nói, em phải về. Tao bảo để tao đưa cô ấy về, nhưng cô ấy bảo có người bạn lại đón. Cô ấy nói với tao như thế. Và tao biết cái đứa lại đón ấy là mày; mày chứ còn ai nữa.

Tao có nói chuyện với mày. Nhớ không? Tao thiếu điều năn nỉ mày để chúng tao yên. Nhưng mày bảo cứ để cho cô ấy thử. Không thử làm sao biết hay dở thế nào. Mày tặng cô ấy bao nhiêu thứ quà cáp ngu ngốc nhưng mắc tiền. Mày biết người ta có thể mua bất kỳ người nào. Chỉ khác nhau ở cái giá tiền.”

Hắn không nói trắng ra nhưng hành động của hắn phanh phui cho cô ấy thấy rằng tôi là kẻ lông bông, không công ăn việc làm nhất định. Tôi là thứ làm việc theo mùa. Trồng tỉa, tưới cây, hái trái. Một năm chỉ làm việc có mấy tháng nên tôi mang ơn thời tiết, mùa màng. Tôi như cây cỏ, sống nhờ thời tiết, nhờ nắng, nhờ mưa. Và cũng nhờ làm trong những nông trại rộng mênh mông mà tôi tìm ra được cái chòi – mà bọn thợ hái sâm dùng làm chỗ nghỉ chân - ở chốn bí hiểm này.

“Tao nhất định phải nói chuyện tỏ tường với mày một lần. Man-to-man. Người quân tử. Cho đúng nếp sống văn minh. Mày cũng quân tử Tàu, cũng ngon cơm lắm. Đường đường chính chính đến gặp tao. Tới số rồi, con ơi! Ban đầu còn dè dặt, thủ thế, dần dần tụi mình trở nên như hai tay bạn nhậu. Mình cụng ly liên tục. Cả hai chúng ta cùng nói về cô ấy nhưng mày khác tao, mày nói về cô ấy như tín đồ cuồng tín nói về giáo chủ của mình. Mày tạt thêm bao nhiêu là xăng dầu vào lò lửa hận. Chính nhờ vậy mà cơn giận trong tao không bị lịm tắt. Và tao không bị ru ngủ, không quá chén như mày, và quan trọng nhất là không uống nhầm cái ly có những giọt thuốc ngủ cực mạnh.

“Bây giờ mày tỉnh rượu, giã thuốc, và mày kinh hoảng nhận ra số mạng mày nằm trong bàn tay tao. Và đây không phải căn hộ cũ kỹ của tao mà là căn lều bỏ hoang ngoài đồng trống. Không tiếng còi xe, không tiếng người nói chuyện, không tiếng chó sủa. Không một tiếng động nào.

“Tao không còn gì để sống với, không còn gì để sống cho. Tao sẵn sàng chọn cái chết. Nhưng mày sẽ phải chết trước tao. Mày sẽ chết ngày hôm nay. Và chết trong căn lều lụp xụp bỏ hoang này. Từ đây ra đường cái chỉ có lối cỏ mòn quanh co dài vài ba cây số. Sẽ chẳng ai tìm ra mày.”

Một lần trong chuyến đi hái sâm cho một nông trại, tôi bị cảm nắng, đầu nhức bần bật, người hừng hực nóng, mắt hoa, tay chân rã rời. Như xác chết đội mồ sống dậy, tôi lảo đảo bước lê trong cánh đồng cỏ cao ngang thắt lưng, thân xác hứng lửa mặt trời bong da vì nóng. Tôi lạc vào đây, nằm gục trong xó này, mê man mấy ngày liền cũng chẳng ai phát hiện ra.

Tôi moi túi chiếc áo khoác mùa thu dày cộm, moi cái vật dài và cứng kia ra. Con dao Thụy Sĩ. Tôi bật lưỡi dao ra, chùi cái lưỡi sáng loáng vào chiếc quần vải ka-ki thô cứng. Tôi rờ rẫm mạch máu cổ hắn. Cái động mạch phập phồng dưới ngón tay tôi. Hắn giãy giụa một cách tuyệt vọng. Tôi thích loại băng keo kỹ nghệ này. Dù hắn có khỏe như voi thì cũng chẳng làm bật ra được bất cứ vòng trói nào.

Miệng đắng, môi khô. Tôi nuốt nước bọt một cách khó khăn. Ấn mũi dao vào cổ một sinh vật, ngày xưa tôi vẫn làm với lũ gà, vịt nuôi trong sân nhà. Những con vịt xấu số thường kêu quang quác khi hai cánh bị bẻ quặt ra sau và cái cổ bị bẻ ngược để người ta vặt trụi lông chỗ lưỡi dao sắp cứa vào. Cái cổ thằng đàn ông này không cần vặt lông. Động mạch cổ hắn cũng to, chỉ cần ấn mạnh mũi dao lên đó. Tôi dùng đầu ngón tay xoa nhẹ chỗ phập phồng trên cổ hắn. Tôi ướm đầu mũi dao lên da. Những gai ốc tua tủa mọc lên trên lớp da mỏng màu nâu đỏ. Vùng da này hắn đã có lần người đàn bà của tôi áp đôi má trắng ngần lên đó. Tôi rờ rẫm những gai ốc. Con mắt hắn láo liên và có lúc trợn ngược như thể mũi dao đã đâm sâu vào da thịt hắn. Miệng hắn ú ớ cuống cuồng. Gân cổ hắn căng phồng. Hẳn hắn có điều gì muốn nói. Tôi có cần nghe hắn nói không. Tôi miết cạnh lưỡi dao lên da cổ hắn, phân vân. Hắn có gì để nói với tôi bây giờ. Hắn đã biết tôi cố gắng đến tuyệt vọng để vun trồng cây hạnh phúc nhưng hắn vẫn thản nhiên giày xéo. Tôi lắc đầu, thương hại nhìn hắn. Cái mặt câng câng, con mắt ngạo đời, bàn tay vung vẩy, bước đi khệnh khạng đâu hết cả rồi. Van xin ư. Tôi sẽ không thể nào tha thứ cho hắn được nữa rồi. Đến lúc này thì hắn chỉ còn một lối thoát duy nhất: chết. Chết vì mất máu. Như hắn đã rút hết máu trong trái tim tình cảm tôi với người con gái ấy. Ơi, em của anh. Anh sắp giết cái đứa làm vỡ vụn hạnh phúc hai đứa mình đây. Chửi bới ư. Hắn sẽ chẳng làm tôi giận hơn thêm chút nào nữa.

Hắn lại rú lên dưới lớp băng keo dày, tiếng gào rú mạnh đến nỗi miếng băng keo tưởng chừng muốn rách bung và hai con mắt hắn sắp bật ra khỏi khung xương hố mắt. Và bỗng dưng nước mắt hắn trào ra, tuôn xuống hai bên thái dương, như những dòng nhựa ứa ra từ một nhánh cây non vừa bị bẻ gẫy. Và tiếng ấm ứ trong cổ họng hắn vỡ nhịp, lồng ngực hắn lên xuống dồn dập. Khoảng lõm xương ức hắn phồng lên xẹp xuống nhịp nhàng.

Trong đời tôi chưa bao giờ thấy ai khóc cuồng nhiệt như thế. Hắn làm tôi tò mò. Cánh tay tôi không còn gồng cứng. Mũi dao hờ hững trên những tĩnh mạch xanh ngoằn ngoèo như những con giun trên cổ hắn.

Tôi nhìn hắn. Những kẻ đi cướp đoạt tình yêu mà cũng có thể xúc động được như thế hay sao. Nước mắt hắn làm tôi tò mò. Ừ biết đâu bố mẹ hắn cũng khao khát đứa cháu nội. Biết đâu hắn cũng chỉ là nạn nhân của những phong tục tập quán, của nếp suy nghĩ lỗi thời. Hắn vẫn khóc. Nước mắt vẫn tuôn, nhòe nhoẹt như hai dòng suối nước chảy tràn bờ. Nước mắt làm ướt nhèm hai bên tóc mai của hắn.

Hắn khụt khịt như con vật bị dìm dưới nước. Nước mũi hắn trào ra. Bong bóng mũi phập phồng. Lần đầu tiên trong đời, tôi thấy một người đàn ông khóc một cách bi thương như thế. Lần đầu tiên tôi thấy chân dung của sự hèn hạ.

Khóc à. Biết tao đang vất vả đón đưa, trầy da tróc vẩy chiều chuộng, thiếu điều van xin cầu khẩn đấng thần linh, và thần linh ấy đã xiêu lòng nhưng mày vẫn không chịu để hai đứa tao yên. Đó là tội ác lớn nhất của mày. Kẻ cố tình giày xéo lên vườn hoa èo uột của một kẻ trồng hoa tuyệt vọng.

Thôi được. Để xem hắn có điều gì đáng nói. Để xem hắn có lời cuối nào cho thế giới này không.

Tôi luồn mũi dao xuống dưới lớp băng keo dán quanh miệng hắn. Mài miết lưỡi dao. Da cổ hắn hằn vết đỏ. Hắn vẫn ấm ứ liên tục. Nước mắt, nước mũi tràn xuống cả khung gỗ mục dưới đầu hắn. Miếng băng keo rách tung. Âm thanh vỡ toang không gian. Hắn hít thở hoảng loạn. Miệng hắn thôi ú ớ. Nhưng con mắt hắn vẫn đảo ngang đảo dọc.

"Chẳng có ai tìm đến cái xó này đâu, thằng khốn!" Tôi thổi cơn giận nóng hổi vào mặt hắn.

Và tôi chờ nghe những lời nguyền rủa, thóa mạ cộc cằn của kẻ sắp lãnh án tử hình. Thời gian lầm lì trôi. Tôi chờ nghe hắn nói. Tôi không có gì phải vội vã. Thân thể hắn buộc cứng vào khung gỗ - tay thợ nào đó đóng qua quắt để làm cái bàn chất đồ nghề hoặc làm chỗ ngả lưng - hắn chạy đi đâu được. Hắn sụt sịt. Hắn há miệng như con cá mắc cạn đớp nước. Cơn hứng thú trong tôi lắng dần. Tôi không muốn vậy. Tôi không thể để hắn thuyết phục. Tha cho hắn giờ này là tự ký cho mình bản án tù không biết kéo dài bao lâu. Những kẻ bắt cóc cuối cùng thường hay giết luôn nạn nhân để phi tang. Tôi xem những thứ ấy trên Ti-Vi hàng ngày chứ đâu.

"Anh giết tôi cũng được," hắn chợt nói, giọng khao khao.

"Dĩ nhiên là phải được!" Tôi ngạo nghễ nhìn hắn. Những ngón tay siết chặt cán con dao xinh xắn. Tôi sợ con dao này sẽ biến đi. Và tôi lại trắng tay.

"Tôi xin lỗi đã làm anh khổ tâm."

Chiêu gì nữa đây. Just give it a try. Hắn nói với cô gái tôi yêu như thế. Và bây giờ hắn lại dụ dỗ tôi thứ tha cho hắn. Just give it a try. Còn lâu, thằng khốn!

Tôi chờ xem hắn có câu gì đó hay hơn những câu thường dùng với người đàn bà của tôi. Hy vọng là hắn sẽ không làm tôi thất vọng, uổng công tôi tháo băng keo miệng cho hắn.

"Trước khi chết, tôi chỉ xin anh một điều," hắn thều thào.

"Giỡn chơi hả, thằng khốn!"

"Không. Thật đấy. Ước muốn sau cùng. Last request. Ước muốn sau cùng của người chết bao giờ cũng linh thiêng." Hắn thều thào bằng giọng khản đặc. Ngay cả khi kề bên cái chết, hắn vẫn phô trương – như vẫn thường phô trương với cô gái của tôi - khả năng diễn đạt bằng cả hai ngôn ngữ.

Máu căng phồng hai thái dương, đầu tôi sắp vỡ tung cơn giận, "Cái gì?"

"Làm ơn nói với cô ấy..."

"Nói cái gì?"

"Nói là từ khi gặp cô ấy, tôi đã yêu cô ấy hơn bất cứ thứ gì trên thế gian." Hắn nói một hơi, không - ngay cả - ngừng để thở.

"Thằng khốn!" Tôi sủa vang.

Hắn quay đầu qua nhìn tôi. Tròng trắng mắt đỏ sọng. Rồi hắn nhìn lên cái vòm cỏ tranh che kín một khoảng của bầu trời. Cái nhìn đăm đắm, như đang nhìn vào mắt một người đàn bà đẹp. "Nói với cô ấy rằng ngay cả trong phút giây cuối đời tôi vẫn nhớ cô ấy."

Rồi hắn quay qua nhìn tôi, "Giết tôi được rồi đấy!"

Tôi đứng như thân cây bị ai đó chặt ngang. Toàn thân tôi run rẩy. Thằng láo khoét. Tôi muốn gào lên nhưng cổ họng tôi tắc nghẹn. Bất chợt, tôi giơ cao mũi dao lên trước mặt hắn. Tôi mài cái lưỡi dao lạnh ngắt lên trán hắn. Tôi chờ hắn run rẩy van xin. Nhưng thằng khốn chỉ nằm yên, hai mắt nhắm lại. Hiền hòa, như đứa bé đang chìm vào giấc ngủ.

Lời trăng trối sau cùng của một người sắp chết là thứ linh thiêng. Ai bảo tôi như thế. Hắn chứ ai.

Tôi ấn mũi dao vào khoảng sống mũi giữa hai mắt hắn. Nhưng hắn chỉ nằm yên. Hai giọt nước mắt ứa ra ở hai đuôi mắt. "Tammy!" Môi hắn mấp máy tên người-đàn-bà-đã-không-là-của-riêng-tôi.

Tôi cắn chặt hai hàm răng tưởng chừng đang nghiến nát cái đầu tên khốn kiếp đang chứa hình ảnh người đàn bà tôi yêu.

"Ước muốn sau cùng..." Tôi cúi sát cái mặt nạ hôi hám, nín thở, hét vào cái lỗ tai chĩa ra những sợi lông rối rắm. "Mày về mà nói với nó, thằng khốn nạn!"

Tôi không bao giờ gặp lại thằng đàn ông ấy nữa. Và cả đứa đàn bà thân yêu kia cũng chết trong trí nhớ của tôi. Nhưng tôi biết trên thế gian này tôi mãi mãi là người yêu cô ấy thật lòng, và là người yêu cô ấy nhất.

Hơn cả cái thằng khốn nạn ấy.

Và đừng ai nói với tôi rằng tình yêu là thứ không cách gì đong, đếm được!

Hoàng Chính

Giấc Mơ Của Cỏ
TRẦN THỊ TRÚC HẠ

"Thời gian em trẩy theo chồng
Bỏ quên khóm lá tơ hồng ai trao
Anh về gom nắng hư hao
Dây tơ hồng úa
Đồng dao nghẹn ngào...» *

- Có phải em là Tịnh Thảo không ?

- Ôi Thầy !... Hoàng tử…

- Đúng rồi Thảo ơi! Anh Bảo Yên đây!

…

- Anh nhớ ngôi trường Phan Châu Trinh và con đường Quang Trung rợp bóng cây xanh, nhớ con đường Lê Lợi đỏ rực hoa phượng vỹ và râm ran tiếng ve ngày hè lắm Thảo à, bây giờ ngôi trường và con đường có còn như xưa không em?

- Con đường vẫn như ngày cũ nhưng ngôi trường thì không còn nữa anh à!

- Vì sao hở em?

- Nó đã đổ nát rồi, người ta đập phá nó để xây dựng một ngôi trường mới khang trang hơn đối diện với ngôi trường cũ...

- Vậy sao?!...Vậy mà anh vẫn mơ một ngày nào đó về thăm lại ngôi trường cũ, anh nhớ lắm!

- Anh nhớ ngôi trường hay nhớ ký ức?

- Anh nhớ ngôi trường, nhớ bãi cỏ xanh ven triền sông quê ngoại của em, trong giấc mơ anh vẫn thường nhìn thấy một ngôi nhà trên cỏ...

- Em cũng không thể nào quên những ngày tháng cũ...

Đã bao năm trôi qua rồi, sao ngày ấy trở về như mới ngày hôm qua?!..

Trong khu vườn đầy bóng nắng, bầy con gái bu quanh gốc mận, nhỏ Niên đeo toòng teng trên cây mận nói với xuống:

- Nè, nhỏ nào chạy vào bếp lấy cái rổ to to hứng mận, chứ ta đôi xuống dập hết còn đâu mà ăn, nhớ lấy muối ớt luôn.

- Con Tịnh Thảo vào lấy chứ ai, nó rành đường đi nước bước nhà nhỏ Niên quá mà.

- Ơ!.. Sao lại ta mà không là đứa khác?

- Nhỏ Niên nó chấm mày làm chị dâu nó, mày phải tập làm quen với bếp núc nhà nó là vừa...

- Thôi ta không thèm ăn mận đâu, kệ tụi bây.

Thảo phụng phịu gần khóc, nhỏ Niên từ trên cây hét toáng:

- Tụi bây nhiều chuyện quá, ta tụt xuống là tụi bây nhịn nghen.

Nhỏ Hằng giở màn năn nỉ thật đểu:

- Thôi Thảo à, nhà mi hy sinh vì mận đi, tổ quốc sẽ ghi công mi.

Những chùm mận lủng lẳng trên tay nhỏ Niên thật hấp dẫn, cả bọn nuốt ực nước miếng, Thảo đành ngậm đắng đi vào bếp nhà nhỏ Niên. Anh Sang đã đứng đó tự bao giờ, chìa cho Thảo cái rổ và đĩa muối ớt, anh cười với Thảo thật hiền:

- Anh tìm sẵn cho Thảo rồi đây, nói với các bạn ăn lẹ rồi vào học chứ thầy gần đến rồi đó!

- Dạ!... Mà anh Sang nè, thầy là bạn anh hở? Thầy dạy có dễ

hiểu và có hiền không?

- Yên chí đi nhóc, đó là một hoàng tử, ngày xưa học toán giỏi nhất lớp anh. Nhưng anh nói trước không hiền đâu, hiền làm sao dạy nổi mấy cô.

- Hoàng tử? Sao lại là Hoàng tử?

- Vì thầy thuộc dòng họ hoàng tộc, tên thầy là Bảo Yên, ngang vai với con trai Bảo Đại... Hiểu chưa?

- Nhưng sao Hoàng tử mà phải đi dạy kèm?

- Lo học đi, đừng thắc mắc nhiều mau già đó nhóc, gặp thời thế, thế thời phải thế.

Thảo tròn xoe mắt nhìn anh Sang không hiểu anh nói gì, nhưng ở ngoài vườn tiếng bọn nó chát chúa vang vang:

- Đó, ta nói có sai đâu, hắn vào trong đó là bị ông anh quý của nhỏ Niên bắt cóc rồi. Thảo ơi là Thảo, nhà mi ở đâu, hú ba hồn chín vía hiện về ngay.

Anh Sang tủm tỉm cười còn Thảo thì nóng ran hai má, vội vàng cầm rổ vội vàng chạy ra, vấp phải cục đá té ngã nhào trên lối đi rải đầy sỏi trắng, đau thấu trời xanh. Bọn nó lại được dịp cười nghiêng ngả.

- Niên ơi là Niên! Sao nhà mi lại chọn chi con nhỏ hậu đậu nhất bọn làm chị dâu hở Niên?

Thảo vừa đau vừa xấu hổ, oà khóc tức tưởi.

Nhỏ Niên tuột từ trên cây xuống quát bọn nó:

- Im hết, tụi bây ăn hiếp hắn vừa vừa thôi.

Anh Sang cũng bước ra vườn, tay cầm bông gòn và chai thuốc đỏ, giọng lo lắng:

- Có sao không Thảo? Chảy máu đầu gối rồi kìa, để anh bôi thuốc cho.

Thảo hoảng hồn:

Ôi!... Ôi... không được đâu.

Cả bọn cười ồ, nhỏ Niên oang oang:

- Nó là con ma xấu hổ, anh để em bôi thuốc cho nó và anh chịu khó trèo lên hái mận cho nó ăn là nó hết đau liền. Anh Sang lắc đầu: "Tui hết biết mấy cô!" Nói vậy nhưng anh vẫn thoăn thoắt trèo lên. Anh lúc nào cũng chiều em gái và lũ bạn của nó mà.

Thầy đến bằng chiếc xe đạp cà tàng, dáng cao gầy, khuôn mặt nghiêm nghị lạnh băng. Nhỏ Hằng nói nhỏ với Anh Thư:

- Thầy là hoàng tử đó, mi coi thử có bà con gì với cái tên dài lòng thòng "Công Tằng Tôn Nữ Anh Thư" của mi không?

- Im mầy, ta ngang vai với bà nội của Thầy đó!

- Hi hi… vậy mi gọi thầy là "cháu nội thầy".

Giọng thầy thật ấm nhưng rõ ràng, dứt khoát:

- Chương trình Toán lớp 12 hơi nặng, các em cố gắng đi học đều để học hết chương trình sớm, sau đó chúng ta sẽ tập trung giải đề thi.

Nhỏ Tuyết láu táu:

- Gì mà căng dữ vậy thầy, mới ngày đầu tiên giao lưu đi thầy.

Thầy thản nhiên như không nghe tiếng, cầm viên phấn trắng tiến về phía bảng đen và bắt đầu thao thao bất tuyệt. Cả bọn lắc đầu ngán ngẩm.

Mùa hè oi nồng, nắng rát bỏng, ve râm ran trên cành mận nghe muốn điếc tai nhưng đề toán khô khốc thật khó thương, Thảo rên rỉ:

- Thầy ơi, thư giãn một chút đi thầy, bọn em bảo hoà rồi, nhét hết vô nổi nữa thầy ơi.

Thầy đôi viên phấn vụn ra ngoài cửa sổ và cười thật hiền:

- Niên vào mượn cây đàn của anh Sang, thầy sẽ đàn cho các em nghe bài hát thầy mới phổ nhạc từ bài thơ "Thuyền đi" của Huy Cận.

- Hoan hô, thầy Hoàng tử!

- Nhưng nghe xong là phải học trở lại nghiêm túc nha.

Nhỏ Tuyết lắc đầu:

- Thầy nghiêm túc phát... sợ!

Tiếng đàn guitar dìu dặt thật da diết, giọng thầy ấm nồng đến lạ.

"... Thuyền đi, sông nước ưu phiền
Buồm treo ráng đỏ dong miền viễn khơi
Sang đêm thuyền đã xa vời
Người ra cửa biển nghe hơi lạnh buồn

...

Tiễn đưa đồi núi đợi chờ
Trông nhau bữa ấy, bây giờ nhớ nhau..."

Thảo ngẩn ngơ trong giai điệu trầm buồn, mênh mang...

Tiếng nhỏ Tuyết vang lên:

- Thầy ơi, thầy bắt mất hồn Tịnh Thảo rồi.

Thảo vùng chạy ra khỏi ngôi nhà của Niên, ánh mắt anh Sang buồn bã nhìn theo...

Buổi sáng trời mưa tầm tã. Gần thi rồi, Thảo không dám đến nhà nhỏ Niên từ hôm đó, sợ khuôn mặt lạnh lùng với đôi môi mím chặt của Niên, sợ ánh mắt buồn buồn của anh Sang nên Thảo trốn biệt ở nhà tự ôn bài. Những bài giải tích hóc búa, phải chi có thầy Hoàng tử... Mưa mùa hè mà như mưa dầm mùa đông, mưa suốt hai ngày không dứt. Nhà Thảo ở gần sông, từ cửa sổ của căn gác gỗ Thảo nhìn thấy mặt sông bình yên trắng mờ trong mưa. Có tiếng gọi trước cổng nhà, trời mưa mà ai đến lúc này, Thảo cầm chiếc dù chạy ra :

Ôi thầy!... sao thầy biết nhà em?

Thầy cười thật hiền:

Gần đến ngày thi rồi mà sao em lại không đến học hở Thảo?

Thảo vụng về lúng túng trước nụ cười của Thầy:

Tại vì...

Thầy bước qua cánh cổng và thản nhiên nói:

- Thầy hiểu, thầy sẽ đến đây dạy riêng cho Thảo vậy.

- Ơ... thầy...

Giọng nói của thầy vẫn nghiêm nghị và dứt khoát:

- Thầy biết Thảo mất căn bản về toán giải tích, thầy sẽ dạy lại phần cơ bản cho Thảo.

Và thầy đã đến! Khi nắng vàng rơi rớt trên bãi cỏ triền sông, khi mưa giông ào ào kéo về như thác lũ, thầy vẫn đến đều đặn mỗi chiều. Thầy say sưa giảng giải, lạnh lùng, nghiêm khắc, mặc cho Thảo mệt mỏi mè nheo:

- Đau đầu quá thầy ơi, cho giải lao đi thầy!

- Ráng học cho xong, rồi thầy sẽ đàn cho Thảo nghe bài hát thầy mới viết đêm qua.

- Dạ!..

- Thảo ngoan lắm!

Mắt thầy nhìn Thảo thật lạ.

"Tuổi thơ treo buổi chiều vàng.
Vờn nhau theo bóng đường làng quanh co.
Trăng nghiêng theo bóng con đò.
*Đồng dao ai hát, hẹn hò bên sông…"**

- Thầy ơi, cho Thảo hỏi thầy một câu thôi.

- Thầy nghe đây, em hỏi gì cứ hỏi, nhưng không được dài dòng lôi thôi nha!

- Thầy có phải là hoàng tử không?

- Vì sao em hỏi vậy?

- Vì… thầy hứa đừng cười Thảo nha.

- Hứa!

- Vì lúc nhỏ Thảo thích làm công chúa lắm.

- Thầy là Bảo Yên, ngang vai vế với con trai của vua Bảo Đại. Thầy là cháu đời thứ sáu của vua Minh Mạng.

Thảo rụt cổ le lưỡi, trêu thầy:

Ôi!... Sợ bệ hạ quá! Nô tỳ có lỡ dại nói gì phạm thượng, bệ hạ xá tội ha?

Nhưng giọng nói của thầy vừa thản nhiên vừa u uất:

- Không phải ai trong hoàng tộc cũng có thể làm vua đâu em à. Thầy mất mẹ từ năm lên hai tuổi, sống với ba và mẹ kế, còn bất hạnh hơn những người ngoài hoàng tộc.

Thảo lặng người.

Ngày cuối cùng của buổi học, thầy và Thảo cùng trầm ngâm, thầy tập trung giảng nốt những bài toán khó, Thảo chăm chú lắng nghe, nhưng dường như không hiểu gì. Thầy nhìn Thảo lắc đầu:

- Thảo đừng nói gì lúc này hết. Hãy tập trung thi thật tốt, điều gì đến rồi sẽ đến Thảo nha.

- Dạ...

- Thầy biết là Thảo ngoan mà!

Những ngày chờ đợi kết quả thật căng thẳng, thầy xót xa nhìn Thảo xanh mét vì lo âu:

- Đừng lo, thầy tin là Thảo sẽ thi đỗ mà.

- Thầy à!... Thảo muốn về thăm ngoại một thời gian.

- Nhà ngoại ở đâu?

- Đi đến cuối con sông này, gần chiếc cầu gãy, nhà ngoại cũng nằm bên sông.

- Để thầy đưa Thảo về đó.

Con đường đi về quê ngoại có bãi cỏ xanh ngút ngát, những chú trâu hiền lành gặm ngon lành từng vạt nắng chiều, những cánh cò trắng hồn nhiên đi lại trên lưng trâu thật yên bình.

- Tuyệt vời quá, ước gì mình có một ngôi nhà trên cỏ.

- Để làm gì hở thầy?

Thầy nhìn vào mắt Thảo thật lâu... rồi lắc đầu:

- Thảo ơi!... Thầy sắp đi thật xa, không biết có còn gặp lại?

Đất dưới chân như lún sâu đến tận cùng, Thảo oà khóc:

- Thầy ơi!... đừng đi!

- Thảo nghe thầy nói nè. Thảo đừng gọi thầy nữa, vì từ bây giờ anh không còn dạy Thảo và anh sẽ không còn ở bên cạnh để dỗ dành nên Thảo phải mạnh mẽ hơn, Thảo phải sống thật hạnh phúc thì anh mới yên lòng.

Thảo nói trong tiếng khóc:

- Em hiểu rồi, anh thuộc về hoàng tộc, còn em chỉ là cô Tấm nghèo hèn.

- Đừng nói vậy đau lòng lắm Thảo, nếu anh là hoàng tử anh cũng sẵn sàng quỳ xuống chân một cô Tấm ngoan hiền như em, em biết điều đó không hở Thảo?

Vậy mà anh đi biền biệt!...

*"Anh về gom nắng hư hao.
Dây tơ hồng úa.
Nghẹn ngào những giấc mơ..."**

Giấc mơ cứ trở về trong anh lãng đãng như sương như khói...

Anh đưa Thảo băng qua những đồng cỏ xanh ngút ngàn dẫn vào con đường làng quanh co...

- Em ghét tên của em lắm, sao nó yếu đuối, hèn mọn...

- Em khờ khạo quá! Sao cỏ lại yếu đuối và hèn mọn được.

Cỏ có một sức sống bền bỉ, người ta có thể vùi dập, có thể đốt cháy nhưng cỏ vẫn bám vào nhựa sống từ đất, bám vào sự dịu dàng của gió, ngọt ngào của mưa, ấm áp của nắng… Và từ trong sâu thẳm của trái tim đầy yêu thương cỏ vẫn tiếp tục hồi sinh.

- Em không thích sống dai dẳng vậy đâu.

- Sự sống quý giá lắm Thảo à, em đâu biết những ngày lênh đênh trên biển, đối mặt với hiểm nguy từng phút từng giờ... mới hiểu được sự sống mong manh và đáng quý biết dường nào! Anh muốn được sống và trở về đón em, điều đó đã tạo nên sức mạnh trong anh. Những ngày tháng cô độc xa vắng trên đảo, anh quay quắt nhớ em, nhớ đôi tay mềm yếu mà anh chưa một lần dám cầm lấy. Rồi anh cũng được nhập cư, với vốn tiếng Anh vững vàng anh vừa học vừa làm thêm. Khi cuộc sống tương đối ổn định, anh chuẩn bị về Việt Nam tìm em thì gặp Anh Thư trên đất Mỹ, cô ấy đã báo cho anh biết tất cả về em. Thảo ơi, em có biết anh đau đớn như thế nào không khi nghe tin em phải chấp nhận một cuộc hôn nhân do sự sắp đặt của hai gia đình. Anh đã hình dung ra đôi mắt ngơ ngác của em trước sự biến động khắc nghiệt của dòng đời. Anh không dám về, không muốn về! Anh có lỗi với quê hương nhưng anh không đủ can đảm nhìn thấy em chung sống với người khác. Hãy tha thứ cho bất hạnh của đời anh vì không đủ sức giữ được em. Và giờ đây ta gặp nhau trên thế giới ảo này, hàng ngày ta hình dung ra cuộc sống của nhau trên những con chữ yêu thương. Thật diệu kỳ làm sao khi anh vẫn nôn nao chờ đợi em mỗi ngày trên màn hình, những ngày không nhìn thấy em, anh lo âu, phiền muộn, bi kịch làm sao, anh càng yêu thương và nhớ nhung nhiều hơn.

Buổi chiều anh nôn nao lái xe về để được trò chuyện với Thảo:

- Bây giờ nơi anh ở là mấy giờ rồi hở anh?

- Năm giờ chiều em à, có gì không em, sao em cứ hỏi hoài về thời gian vậy?

Vì em muốn tưởng tượng ra không gian nơi anh ở nó như thế nào, buổi chiều ở đó đang nắng hay mưa? Chắc trời lạnh lắm hở anh?

- Nắng ở đây hiếm hoi lắm em à, tuyết đang rơi, may mà anh đi làm về kịp, nếu không sẽ không thấy đường lái xe về nhà đó em.

- Anh ăn tối chưa? Chị có nấu cho anh những món anh thích không?

- Cô ấy cũng vừa lái xe về sau anh năm phút, ăn uống đơn giản thôi em à, nàng làm việc cả ngày cũng mệt lắm rồi.

- Em hiểu. Anh cố gắng chăm sóc chị và các con thật tốt nha anh.

- Tịnh Thảo ơi, em vẫn hồn hậu như ngày xưa!

- Chiều nay gió thật lạnh nhưng em vẫn lang thang bên bờ sông với những cơn ho rát buốt, em thèm được khóc như một đứa trẻ... Chẳng hiểu như thế này là em đã tự làm mình đau hay ai làm em đau?!... Em là ai hở anh ? Sao suốt cuộc đời này em cứ mải miết đi tìm một cái ta trầm tư của chính em? Lễ hội đã tan, Hoàng tử trở về cung, chàng chẳng đi tìm cô Tấm tội nghiệp làm gì, chiếc hài đỏ nàng vội vàng bỏ lại nằm chơ vơ trên cỏ...

Tịnh Thảo ơi, trái tim anh cứ nhói đau khi đọc những dòng em viết.

"Anh à, bây giờ ở đây là ba giờ chiều thì nơi anh ở là mấy giờ? Anh đã thắc mắc vì sao em cứ hỏi hoài câu đó. Vì em lãng đãng

hay quên, mà lại muốn biết về thời gian và không gian nơi anh đang sống. Như bây giờ đây em phải khó nhọc hình dung ra anh đang làm gì? nghĩ gì? vui hay buồn? thanh thản hay bất an? Anh nói rằng anh hết buồn rồi và cảm giác trống rỗng thật đáng sợ. Cảm giác đó thường xuyên có trong em. Đó là cảm giác của sự cô độc , chông chênh... Ta sống trong ngôi nhà cùng với những người thân vậy mà sao như ta đang sống một mình trên hoang đảo. Lạc loài như Robinson đang khó nhọc nhóm lửa trong cơn mưa và nước mắt cay nồng!... Chưa bao giờ em thèm được khóc như chiều nay. Gió se sắt lạnh và nắng cũng nhạt nhoà u buồn... Trời đã bắt đầu sang đông rồi anh à, em muốn anh thức dậy và nói cười với em như có lần anh đã nói: "Làm bất cứ điều gì cho Tịnh Thảo cười anh cũng làm!" Sao bây giờ anh không làm điều đó như anh đã hứa?"

Ôi, Tịnh Thảo!

Bình minh của em là bóng đêm của anh. Dường như chúng ta đã sống ở hai thế giới khác nhau. Chẳng khác gì âm dương cách trở. Biết làm sao bây giờ hở em?!... Chiều hôm qua ngồi uống rượu với những người bạn, không hiểu sao anh thấy tim mình co thắt đau đớn cơ hồ như muốn vỡ tan và nước mắt đã oà vỡ... Bạn bè ngạc nhiên vì anh chưa bao giờ như vậy.

"Anh yêu thương!

Bây giờ là đêm, em không ngủ được. Làm sao em có thể vượt qua bóng đêm cô độc này hở anh? Anh đã hao gầy trong nỗi buồn nào đó mà em vẫn chưa biết được, cuộc đời anh như khép kín trước em, vậy mà em vẫn yêu anh đến rát buốt... Phải chăng đó là định mệnh! Định mệnh thật khắc nghiệt khi để anh và em gặp lại nhau ở cuối con đường mây bay, không phải là con đường trên mặt đất. Những giọt nước mắt của anh trong cơn say là những giọt nước mắt đẹp nhất mà anh chắt lọc nó từ tâm hồn anh. Cho em được trân trọng năm giữ nó trong sâu thẳm nhất của trái tim em. Hình như ta đã đi tìm nhau từ tiền kiếp. Trong giấc mơ trinh nguyên của thời con gái bóng dáng chàng hoàng tử Bảo Yên đã hiển hiện tự thuở nào. Anh và em gặp lại nhau trong giấc mơ và chia tay vội vã trong bóng đêm chập chờn, để rồi khi bình minh thức giấc ta trở về với những lo toan của cuộc sống đời thường... Chúng ta đã tìm đến nhau trong nỗi cô độc tâm tưởng và chia sẻ tất cả buồn vui của một ký ức tràn ngập yêu thương. Ta đã bình yên và hạnh phúc trong thế giới riêng của ta. Tâm hồn ta đã bay lên với những hoài vọng tinh khôi vậy mà vẫn không thoát khỏi cội rễ đời thường đã bám sâu từ mặt đất. Chúng ta đều đã đi qua một đoạn đường quá dài, ở đó ta vướng vào những món nợ của cuộc đời mà chẳng bao giờ trả hết, một mái nhà và những người thân... Ta mắc nợ họ và biết ơn họ vì họ đã cho ta một chốn về ấm áp, có phải không anh? Dù chỉ là cõi tạm ở chốn nhân gian thì ta cũng từng gắn bó và yêu thương. Nhiều lần em đã tự hỏi rằng ta có quyền sống cho niềm đam mê của riêng mình hay không?! Lúc nào em cũng cố kiềm nén cảm xúc của chính em để sống cho người thân... cho đến khi gặp lại anh thì em quên tất cả... Những lúc giật mình nhìn lại, em sợ chính mình. Em biết làm gì bây giờ ngoài trốn chạy anh... Dù điều đó làm đau buồn suốt quãng đời còn lại của em!...”

"Lần cuối viết cho anh thật nhiều muộn phiền và đắng đót! Không biết phải bắt đầu từ đâu, sao anh lại tìm gặp em và nói những lời yêu thương, khi chúng ta đã đi gần hết con đường ?!...

Phải chi anh đừng nhớ về ký ức, anh đừng khóc vì tuyệt vọng, anh đừng gởi cho em những bài ca với giai điệu da diết, khắc khoải về thân phận con người...

Thế hệ của chúng ta bất hạnh. Dường như chúng ta không có quyền được sống mà chỉ tồn tại. Tự do, tình yêu, hạnh phúc, đam mê, khát vọng...đều bị kiềm chế đến mức dồn nén để lúc nào ta cũng như kẻ mộng du hoang tưởng lang thang trong bóng đêm cô độc.

Đó là lý do mà có lúc em hỏi anh: Em là người hay là ma ?!...

Cô bé đó như một thiên thần! Em ngỡ ngàng trước vẻ đẹp thánh thiện của nó. Không biết các nàng công chúa trong triều Nguyễn ngày xưa có đẹp như nó không? Nó đã thừa hưởng tất cả những ưu điểm của anh và nàng. Và nó đã rất thật thà và đáng yêu biết dường nào: «Con là Miên Thảo, thì ra ba đã đặt tên con trùng với tên cô, điều đó chứng tỏ rằng ba con dù có ở đâu, sống với ai cũng không nguôi nhớ thương cô. Nhưng ở đây lạnh lắm cô à, gia đình con cần có ba...» Cô bé yêu thương ba nó nhiều lắm và muốn anh là của gia đình nó. Đó là điều hoàn toàn chính đáng. Thế hệ nó lớn lên may mắn hơn thế hệ chúng ta nên rạch ròi và sòng phẳng. Hơn nữa nó còn là đứa trẻ, vậy *nên chúng ta không có quyền đánh mất niềm tin thơ trẻ. Anh và em cách nhau nửa vòng trái đất, sẽ không bao giờ gặp lại, dù chỉ là cuộc gặp gỡ trong thế giới ảo mong manh này.*

Thôi đành vậy!

Em trở về với thân phận cô Tấm, một cô Tấm không bao giờ trở thành hoàng hậu như giấc mơ cổ tích, em sẽ mãi mãi là cô Tấm hiền lành sống an nhiên với cây cỏ, ruộng đồng, dòng sông...”

Tịnh Thảo ơi, vậy là thêm một lần anh mất em! Anh đã mơ về một ngôi nhà trên cỏ, có tiếng chim đánh thức bình minh, có những giọt sương long lanh trên đầu ngọn cỏ và tiếng em dịu dàng lay gọi: “Dậy đi anh! Cùng em đón ngày mới!”. Ta bên nhau suốt ngày, cho đến khi ánh hoàng hôn tím thẫm chùng chình buông xuống, ta cùng nhìn đàn chim bay về tổ trong cơn gió heo may se sắt. Anh ấp ủ em bằng vòng tay ấm và ru em trong lời ca của cỏ...

Nhưng rồi một ngày giông bão đến, anh giật mình thức giấc. Không còn bình minh, không còn ráng chiều, không còn em... Anh chạy trên cánh đồng cỏ dại để tìm lại anh và em của ngày hôm qua. Chẳng còn gì!... Chỉ còn lại một vùng cỏ dại tím bầm thổn thức và những sợi dây tơ hồng héo úa trong giấc mơ nghẹn ngào…!

Trần Thị Trúc Hạ

* (Thơ “ Khúc đồng dao bên sông” của Phạm Mai)

6. HOA LAY ƠN

ấm áp giữa phòng khách | hoa đài các thanh cao
em mượt mà tà áo | cùng hoa đón xuân vào
ngồi chờ người đạp đất ta khai bút câu thơ
bằng nụ hôn thơm ngát | tình nồng từ giấc mơ

luân hoán

Nở Rộ Những Chiêm Bao
PHƯƠNG TẤN

Và một thoáng hồn chao trong đáy chén
Cùng lệ ta thánh thót dưới vai đời
Ta duỗi mình trên lưng rượu hát chơi
Tay gõ chén ngỡ ngựa khua lốc cốc.

Đừng. Đừng nhắc rằng đời ta lận đận
Rằng anh em sao đi mãi không về
Rằng tuổi trẻ có cái chi vui quá
Mà thơ ta ngào ngạt những xót xa.

Thêm một chén mừng cho đời loạn lạc
Mừng tóc ta phủ bạc tuổi còn non
Gió đừng thở kẻo lòng ta xào xạc
Những hơi thu buồn ngát một trời xuân.

Một chén nữa nhấp cho say túy lúy
Nghe như trời rót lụa dưới chân ta
Nghe như chim ngậm lúa ở sau nhà
Rơi mỗi hột giữa lòng ta thơm quá!

Ta sẽ vớt hồn ta trong đáy chén
Thả trong mây và vãi ở trong sao
Người sẽ thở tình ta trong trời đất
Để nghe đời nở rộ những chiêm bao. ▪

Lát Ghép Mùa Xuân
MỘNG HOA VÕ THỊ

Thay em bằng mầm xuân
Ướm lên nhành lộc biếc
Em cũ lắm rồi
Anh có tiếc không anh

Thay em bằng nhành xanh
Ghép nhau vào nụ đỏ
Phải hoa đào phai trước gió mong manh
Giao thừa chờ người hái mộng đầu năm
Người vạn cổ chưa nguôi sầu vạn cổ

Thay em bằng hoa gạo đỏ
Giêng xuân mềm như lụa ngoài sông
Con tim bập bềnh về tự mùa đông
Nghiêng bờ cỏ lau soi lòng thiếu phụ

Sắc anh đào đã cũ
Thay cánh mai vàng cho rực rỡ đi anh
Em chẳng còn gì
Để ướm nụ tầm xuân. ∎

Ngày Xuân Nhớ Về
ĐỨC PHỔ

năm ấy hoa xuân chưa trổ kịp
giữa đêm trừ tịch đã tai ương.
thoảng nghe súng nổ ngờ pháo tết
đâu hay thành phố đã sa trường.

đêm cuối giã từ trăng huyền thoại
hẹn tình năm mới sẽ đơm bông.
bỗng nhiên lời hứa thành mây trắng
nhuộm trắng kinh đô giữa máu hồng.

dân mình lòng dạ đơn sơ lắm
chỉ biết yêu thương lánh hận thù.
xuân đến. khách không mời. cũng đến
cướp càn xong. đào hố chôn dân.

năm ấy em tôi còn thơ dại
xuân về gió mới thượng thành reo.
người xưa chia biệt nơi quan ải
xuân nay phường phố bỗng lưng đèo.

năm mươi xuân tang trắng phai rồi
gió vẫn lạnh lòng đường ngã giữa.
hồn oan vẫn một đời chìm nổi
miếu âm hồn chật buổi nắng mưa… ∎

Thanh Xuân Đậu Ở Ngọn Ngành

PHAN NI TẤN

Đời thơ có những đoạn rời
Cũng vì câu hát em mời mọc anh

1. Như khoảng rừng xanh rất xanh
Như trăng vừa nhú hiền lành trong cây
Như bài ca mới biết bay
Con chim tuổi nhỏ đầu ngày líu lo

2. Thương môi nhả một điệu hò
Điệu trôi xuống dưới mui đò đẫm sương
Mui trời bát ngát muôn phương
Mui anh lòng hẹp nên vương vấn hoài

3. Thương môi ngậm giọng ngân dài
Chảy từ nguồn cổ hương lài thơm em
Em cười chúm chím búp sen
Mùi mây trên tóc lại len vào hồn

4. Hồn anh bỗng chật mà thương
Cũng vì sợi tóc lạc đường vô đây
Tự dưng thanh sắc dâng đầy
Giọng em khẽ chạm ngón tay anh đàn

5. Xanh như hạt giống nẩy mầm
Lời ca trong ngực em cầm tung lên
Môi về thả gió điềm nhiên
Giọt đàn rót xuống đời miên man hồng

6. Run tay lóng cóng ngón cong
Gõ vào mặt nguyệt thức dòng thơ anh
Ứa ra mật ấm chảy quanh
Đôi môi sóng sánh em sành điệu ca

7. Trăng khuya ngồi tựa bụi hoa
Mang hương giọt nước túa ra thơm lừng
Nửa đêm nguyệt đậm lạ lùng
Lời em nở giữa vô cùng ngực anh

8. Trời ơi con mắt long lanh
Cái giọng nhí nhảnh nhảy quanh áo dài
Thơ anh tuy chảy dòng ngoài
Cũng thèm như miếng trăng cài mắt em

9. Trẻ như lửa mới thắp lên
Giọng xanh theo ngọn bay trên thềm nhà
Môi không cười nụ kiêu sa
Mà chan chứa cả mùi hoa xuân thì

10. Mặc trời mưa ướt đường đi
Riêng anh khô dưới hàng mi xanh đời
Đang mưa trời đổ nắng trời
Cũng nhờ giọng hát em ngời ngợi bay

11. Rót mưa nắng xuống ngực này
Để em ấp ủ cho đầy kẻo vơi
Một mai nắng có xa rời
Thì còn ngấn nước mấy đời dễ quên

12. Trẻ như giọng trẻ cất lên
Mùa xuân hực hỡ bay trên môi hồng
Chợt nghe rất động trong lòng
Lời em như nước chảy dòng trong veo

13. Tay anh gióng nhịp trống chèo
Hồn như có cả tiếng vèo lá bay
Cỏ lan thơm nguyệt vờn mây
Thơ anh trống học đựng đầy bóng em

14. Yêu thương ai đổ bên thềm
Để anh hốt lại cho mềm tiếng ca
Bỏ nhà đi biệt nẻo xa
Cũng may trời đẻ em ra cho đời

Thơ anh có những đoạn rời
Cũng vì giọng hát xanh ngời thơm em. ∎

Tết Nhứt

HỒ CHÍ BỬU
(Tặng Trần Mạnh Hảo)

1.
Hai đứa mình cùng bằng tuổi nhau
Ông thường nhìn xoáy những vết đau
Còn ta chó sói trong lồng sắt
Vươn móng nằm xem những vết cào

Ông cũng từng là một đảng viên
Cũng từng ôm ấp lý tưởng riêng
Bây giờ vỡ mộng theo năm tháng
Cởi bỏ từ lâu những xích xiềng

Ông cũng bỏ rồi Hội Nhà Văn
Mà ta thường gọi Hội Chắc Ăn
Trời ơi! Sao chẳng màng khanh tướng
Ta ghét người ông mấy chục lần...

Ông cũng từng dẫn lính qua K
Làm thơ, uống rượu và ngân nga
Sĩ quan mà khoái chơi như lính
Cũng đá lông nheo với mấy bà

Cái hội ta mơ cả một đời
Mà ông từ bỏ dễ như chơi
Vậy ta mới phục ông sát đất
Sao chẳng làm theo Ý Của Trời?

2.

"Câu hò thay chiếc xuồng ba lá
Lặn lội đưa ta đến Tháp Mười
Nước phèn nổ mắt từng con cá
Hai mùa kinh rạch đổ mồ hôi

Uống chay dưới ánh trăng suông vậy
Nhậu rắn lòng sao bỗng nhớ rùa
Thương đất thương người đâu dám quậy
Ly rượu vơi đầy với nắng mưa"(*)

Ta khoái thơ ông từ lúc đó
Nghênh ngang hào sảng và bất cần
Dĩ nhiên mây sẽ bay theo gió
Cuộc đời cũng tựa áng phù vân

Ta đọc nhiều lần bài tham luận
Mà ông hát ở Hội Nhà Văn
Hữu Thỉnh, Quang Thiều xây xẩm mặt
Nửa cười nửa khóc tức nhăn răng

Mùa Xuân - nổi hứng làm thơ tặng
Cảm ơn ông đã đọc hết bài
Hết mưa trời sẽ qua ngày nắng
Ông lỡ đọc rồi xin nhớ lai (like). ∎

(*) Thơ TMH.

Đoản Khúc Xuân

NP PHAN

mùa sang

một thoáng xuân vừa đi qua ngõ
xanh mướt mùa em đã rộn ràng
một chút tàn đông còn rớt lại
hồn thơm cổ tích gọi mùa sang.

sắc xuân

sắc xuân vàng đến chênh chao
tiếng chim hót đã ngọt ngào nắng mai
cùng nhau cạn chén xuân này
để nghe trời đất đắm say hương nồng.

chiều xuân

chiều buông, nắng đã luân hồi
dòng sông vạn thuở vẫn trôi không ngừng
điệu đàng bát nhã bỗng dưng
tâm kinh ảo diệu đến từng sát na.

nở cùng nguyên xuân

lên chùa lễ phật cầu an
mới hay kinh kệ đã tràn hư không
tiếng chuông ngân giữa muôn trùng
đoá hoa vi diệu nở cùng nguyên xuân.

xuân ở lại

sẽ có những mùa xuân còn ở lại
để đắm say trong chút nắng thơm nồng
nghe rất nhẹ một làn hương lặng lẽ
đến bao giờ mới nói với mênh mông?

nẻo về giêng hai

dáng xuân vẫn rất nhu mì
bước xuân chầm chậm nẻo về giêng hai
nắng xuân còn chút nồng say
mà hương xuân đã vội phai ít nhiều.

gọi mùa

em về chút nắng chênh chao
để cho vạt áo vướng vào mùa xuân
tiếng chim vẫn cứ trong ngần
ta nghe hoa cỏ bâng khuâng gọi mùa.

hương mai

những đóa hoàng mai thơm ngát
rực vàng trong sáng xuân nay
cho dẫu mùa xuân đi lạc
hương mai vẫn cứ tìm về.

xuân muộn

cho dẫu muộn, vẫn sắc xuân đằm thắm
trời đất bao la, ngày tháng vô cùng
hoa vẫn nở giữa lòng người từ độ
trái tim hồng đã mở lượng bao dung. ∎

Mai Xuân...
PHẠM HIỀN MÂY

mộng mai xuân mối ngẩn ngơ
cội bâng khuâng nhắc đường tơ nhả tình

nữa thêm lần giấc đôi mình
dịu dàng tay thắp yên bình nhẹ mây
nắng vàng còn ngủ hiên tây
đợi mai xuân thức hây hây lá mừng

biếc lên môi mắt thuở từng
đón người về buổi xanh rừng trổ hoa
lộng vời vợi áo chiều xa
đậu tà vạt nhớ trời tha thiết màu

cánh mai xuân mọng căng bầu
ngực sương bảng lảng khói cầu sông đưa
nước du ngày bến ngọn mưa
phớt phùn lạnh lấm tấm xưa mái tờ

lặng giêng hai sớm bây giờ
chạp chưa đến đã nỗi chờ mai xuân... ∎

Từ Trò Chơi Đến Nghệ Nhân Làng Gốm
HUỲNH VIẾT TƯ

Bọn chúng tôi lũ trẻ trâu nhà quê chính gốc rạ, sinh ra và lớn lên bên bờ hạ lưu sông Thu Bồn. Cái ăn thì đã có sản vật trong vườn, trên đồng, ngoài bãi bồi. Cứ sắn khoai cõng những hạt gạo, rau cỏ quanh vườn, cái lụt, cái nấu canh, cái thì ăn sống… theo kiểu "đói ăn rau, đau uống thuốc". Cá, tôm, hến, ốc dưới sông nước lợ nên thịt rất ngon, cứ rứa mà xúc, mà đánh bắt… Trời cho cũng đắp đổi qua ngày để lớn khôn. Riêng cái chơi thì tự do, thích gì chơi nấy. Học buổi sáng, buổi chiều dẫn trâu, bò ra gò, ra bãi để nó tự đi ăn, cắt cỏ phần ăn tối cho nó xong rồi tổ chức chơi các trò chơi dân gian. Cắt bông lau trắng làm cờ, bắt chước Đinh Bộ Lĩnh ngày xưa, bày trận mạc đánh trận giả, rước vong gọi hồn, trốn tìm, cởi quần áo giặt rồi vắt trên cành cây tra ở bờ sông, ào xuống nước tắm truồng nơi dòng Thu Bồn, thi nhau bơi qua bãi bên kia sông…

Chơi chán chê lại rủ nhau đi hái trộm bắp, dưa, ổi, mận… Sau khi no cái bụng, muốn đá banh thì tìm lá chuối khô, giấy vụn quấn lại thành trái banh, rủ nhau quần thảo ngoài bãi, trên bến. Muốn chơi diều thì tìm tre vót nan, tìm giấy dán, tìm dây nhợ nối lại cho dài, cuộn vào lon sữa Ông Thọ để xả dây cho diều bay lên cao, cứ như mình cũng được nâng lên từ những cánh diều bay vào bầu trời mơ ước. Cánh diều mềm mại, uyển chuyển khi lên, lúc lượn lờ theo gió. Một thằng đang ngồi trên lưng trâu, ngẫu hứng, lấy ống sáo đang lận lưng ra ung dung thổi, tiếng sáo vi vu trầm bổng, càng làm cho con diều mơ ước tuổi thơ trong mỗi chúng tôi bay lên cao. Khi trời sáng trăng ra bãi thả diều, thấy diều đang lượn lờ, đùa giỡn cùng chú Cuội, còn chúng tôi chờ đợi, hy vọng da diết chị Hằng bước ra khỏi cây đa cho chúng tôi nhìn chút xíu…

Nhưng nhớ nhất vẫn là trò lấy đất sét ngoài bờ sông, lặn lội đi tìm loại đất sắt vàng, dẻo mà kết dính bền, để nắn đủ các loại hình thù ngộ nghĩnh: chén bát, chim chóc, trâu bò, bổng binh để tết nhận lì xì… Cứ rứa, chân tay, người ngợm lấm lem bùn đất mà thích, mà vui.

Ngày nay cuộc sống càng hiện đại, nhưng vẫn còn một nơi lưu giữ được một làng quê, làng nghề ngày xa xưa ấy. Để khi tìm về tuổi thơ đầy ắp kỷ niệm được ngắm nhìn lại, hiểu thêm về các sản phẩm từ đất sét làm ra gốm của những con người bình dị, gắn bó máu thịt với làng quê, từ đời này qua đời khác. Họ đã trở thành những nghệ nhân điêu luyện, từ đôi bàn tay tác tạo nhiều sản phẩm gắn bó cuộc sống đời thường của người nông dân tay lấm, chân bùn, làm chúng tôi nhớ lại những tràng cười lanh lảnh, giòn tan đầy thích thú ngày xưa, không kìm nén nổi xúc động khi mình làm xong một sản phẩm, cũng có lúc hỏng, có khi trở thành hình thù quái dị… Đất sét là hồn quê. Xa quê lâu rồi mà lòng vẫn nhớ cái thời ăn ngủ cùng đất sét của làng, nhớ cái nghề gốm truyền thống tổ tiên, ông bà để lại.

Hội An là một đô thị nhỏ bé nằm trong tầm nhìn, ngửa bàn tay ra vẽ chỉ mấy con đường ngang dọc "Thượng chùa Cầu, hạ Âm Bổn", thêm các ngóc, ngách, hẻm, kiệt… Rứa là xong, là thuộc làu, có đi xa lâu năm cũng nhớ như in trong đầu, thật là kỳ lạ! Phố cổ trầm mặc nhìn xuống dòng sông Hoài, tự soi bóng mình dưới đáy sông, lung linh sắc màu ẩn dụ. Nơi du khách tìm đến bằng tâm hồn hoài cổ, ngơ ngác với những góc phố tường rêu, những mái ngói âm dương nâu sẫm, đã nhuộm màu thời gian, nổi cộm lên lớp lớp rêu phong, cỏ mọc um tùm, hư ảo như lạc bước vào vườn cổ tích…

Bao quanh cổ thị, được điểm tô vẻ đẹp tĩnh lặng, dân dã, thanh bình với cảnh vật và dòng Thu Bồn uốn lượn làm nao lòng người, những làng nghề hàng trăm năm tuổi như gốm Thanh Hà, mộc Kim Bồng, rau sống Trà Quế, bắp Cẩm Nam, hoa trái Cẩm Hà, Cẩm Châu, làng chài Cẩm An, An Hội, Cồn Chài,... Đường vào làng bình yên bốn mùa đến ngỡ ngàng, với các vườn rau, hàng cau, vườn bắp thẳng hàng, làng hoa cây cảnh đủ sắc màu, mang hương quê dịu êm mà ngào ngạt đến nao lòng trong từng nhà, từng con đường, từng con người, rồi bỡ ngỡ đón những mùa sang. Nằm lẫn trong các mái ngói cũ kỹ mà ẩn nấp bên trong là những con người đang âm thầm, miệt mài đôi tay, dồn cả tâm trí và tâm hồn để thổi vào đất sét, làm nên những sản phẩm - tác phẩm gốm với nét độc đáo về một vùng miền mà địa lý, văn hóa và con người như đã được tạo hóa lập trình sẵn.

Có lẽ trên từng cung đường, từng góc phố đều gợi lên hình bóng quá khứ phồn thịnh mà phố thị cổ Hội An và làng gốm Thanh Hà, xứ Quảng Nam tồn tại ngót năm trăm năm. Ở đó nặng nợ những tấm lòng quê kiểng và sự hoài cổ về những làng nghề đã tạo nên dấu ấn và sự tự hào của con người xứ Quảng Nam.

Phục sinh một làng gốm cổ

Tương truyền, vào cuối thế kỷ XV, đầu thế kỷ XVI, những vị tiền hiền các tộc Lê, Phạm, Bùi, Nguyễn Viết, Nguyễn Văn, Nguyễn Đức, Nguyễn Kim, họ là nông dân, thợ thủ công làm gốm, gạch, ngói từ Thanh Hóa, Nghệ An đến ấp Thanh Hà lập làng làm nghề gốm. Từ buổi sơ khai, đồ dùng của đại bộ phận dân cư chủ yếu là đồ gốm, sứ, đất nung. Người dân đã tiếp tục truyền thống ông cha, khai thác địa thế thuận lợi tại chỗ, có nguồn nguyên liệu là loại đất sét tốt để làm gốm và phát triển nghề nghiệp. Làng gốm cổ Thanh Hà hiện nay thuộc khối 5, phường Thanh Hà, phía nam giáp sông Thu Bồn, phía tây giáp xã Điện Phương huyện Điện Bàn, phía bắc giáp sông Lai Nghi - một nhánh rẽ nho nhỏ Thu Bồn, cách trung tâm phố cổ Hội An chừng 3 kilomet.

Năm 1516, nghề gốm buổi ban đầu sản xuất tại làng Thanh Chiêm - nay là khối phố 6 phường Thanh Hà, sau đó dời lên Nam Diêu tại khối phố 5 phường Thanh Hà. Nam Diêu có nghĩa là lò gốm phía nam. Hiện nay tại Nam Diêu còn miếu thờ tổ làng nghề. Trải qua hàng mấy thế kỷ, làng gốm cổ Thanh Hà đã phát triển mạnh mẽ, cung cấp các sản phẩm gốm phục vụ nhu cầu sinh hoạt và xây dựng, như gạch ngói để xây dựng các công trình kiến trúc trong phố cổ Hội An, cho quanh vùng và nhiều nơi khác xa hơn. Sản phẩm làng gốm cổ Thanh

Hà đã được ghi danh trong phần thổ sản Quảng Nam ở sách Đại Nam nhất thống chí do Quốc sử quán Triều Nguyễn xuất bản cách đây hơn một trăm năm.

Nghề gốm sứ đã trở thành một trong những nghề truyền thống tại Hội An, một trong những yếu tố quan trọng góp phần làm Hội An nổi tiếng. Các tài liệu và hiện vật khảo cổ đã cho thấy cách đây hàng ngàn năm, nghề thủ công sản xuất công cụ bằng gốm đã phát triển trong đời sống dân cư bản địa, lúc bấy giờ là dân tộc Chămpa. Người dân làng gốm cổ Thanh Hà tiếp tục công việc người xưa đã làm, suy nghĩ, tiếp biến và phát triển hơn trong nhiều thế kỷ trước. Nếu miền Bắc Việt Nam tự hào với gốm Phù Lãng, Bát Tràng thì Thanh Hà - một trong các làng gốm cổ nhất Việt Nam, chính là niềm kiêu hãnh của người dân xứ Quảng Nam, nổi tiếng với những sản phẩm gốm đất nung, sau này đã phát triển rộng khắp các nơi.

Trong hai thế kỷ XVII và XVIII, các sản phẩm gốm của làng Thanh Hà đã tạo được uy tín trên thị trường, trở thành một trong những mặt hàng chủ yếu cung cấp cho các thương gia khắp nơi đến giao thương tại cảng thị Hội An. Đặc biệt Thanh Hà chính là nơi sản xuất và cung cấp gạch, ngói lợp cho các ngôi nhà cổ, khi Hội An trở thành cảng thị quốc tế cách nay hàng trăm năm mà chất liệu vẫn trơ gan cùng năm tháng.

Hiện nay trong làng gốm, nhà nào cũng có một không gian gốm. Không gian gốm được trưng bày từ trong nhà ra ngoài sân, dọc theo các lối đi. Trừ những tháng Mười, tháng Mười một âm lịch hàng năm, thường hay có lụt, làng gốm phải tắt lửa lò, thời gian còn lại, người thợ gốm vẫn miệt mài sản xuất. Khi đến đây du khách thỏa sức lựa chọn, tha hồ chiêm ngưỡng các sản phẩm dùng trong đời sống hàng ngày như nồi, niêu, chum, vại, vật liệu làm nhà, kỷ vật lưu niệm, các tiểu cảnh để trang trí trong nhà, ngoài vườn, làm tăng vẻ đẹp và duyên dáng cho không gian kiến trúc. Những vật dụng trang trí nhỏ hơn như bình hoa, chậu cảnh, tò he, lồng đèn, những chiếc lọ hoa nhiều kiểu xinh xắn, những bình trà, bình rượu, những chiếc ấm, bồng binh, những chum, lu, hũ, cá và cả những con vật thân thương, gần gũi với con người như trâu, bò, mèo, chó...

Nghệ nhân cao tuổi trong làng hiện nay là bà Nguyễn Thị Được đã sống vắt qua hai thế kỷ. Bà Được làm nghề khi mới 13 tuổi, nói ít, làm nhiều và say mê với nghề nghiệp, bà đã truyền nghề cho nhiều thế hệ ở cái làng này. Từ đôi bàn tay khéo léo và điêu luyện, người làng gốm cổ đã cho ra đời những sản phẩm được ưa chuộng. Gốm Thanh Hà chủ yếu là gốm sành nâu, thỉnh thoảng có gốm tráng men. Sản phẩm phong phú, đa dạng: hũ sáu, hũ năm, hũ tư, hẹp miệng, rộng miệng,con chỏi, bảo bầu, các loại chậu, xuốt bài ròi - một vật dụng dùng uống nước…nhiều sản phẩm nhỏ xinh như bình vôi ăn trầu, chân đèn, tò he, tu huýt, ngói âm dương, ngói vẩy cá…

Nhiều thế kỷ trôi qua, nghề làm gốm và gạch ngói Thanh Hà nổi tiếng không chỉ ở xứ Quảng mà còn lan rộng ra khắp nơi.Trong sách Phủ biên tạp lục, học giả Lê Quý Đôn đã đề cập đến gốm "Cochi" tức Giao Chỉ, được người nước ngoài rất ưa chuộng có gốm Thanh Hà. Kể từ thế kỷ XVII, công việc xây dựng đô thị cổ Hội An đã phát sinh thêm nghề làm gạch, ngói rất thịnh hành ở Thanh Hà. Khi nhà Nguyễn chọn Phú Xuân - Huế làm kinh đô, nhiều nghệ nhân làng gốm Thanh Hà được gọi mời ra Huế, sung vào đội thợ lành nghề để xây dựng cố cung. Có những người được phong hàm Chánh ca, Bát luyện, thịnh vượng nhất là ở thế kỷ XVII - XVIII.

Cùng nhịp với sự phát triển cảng thị Hội An, người làng nghề gốm Thanh Hà chuyên chở hàng hóa từ vùng quê này đi khắp đó đây. Nồi, ấm, trã, cối nhỏ, khạp, chum, vại... là những vật dụng quen thuộc được sản xuất từ những vạt đất sét dọc bờ Thu Bồn. Ngói cong "âm dương", gạch đỏ cung cấp cho các ngôi nhà cổ Hội An và khu vực lân cận.

Đồ gốm Thanh Hà đặc biệt, bởi được làm từ loại đất sét màu nâu, dẻo và có độ kết dính cao. Đất sét được bồi đắp, đã được chọn lọc tự nhiên và hình thành từ sông Thu Bồn là nguyên liệu làm ra các sản phẩm gốm Thanh Hà. Khi đến phố cổ Hội An, người ta thấy màu chủ đạo là nâu, vàng, đỏ thẫm. Màu gạch nâu xây tường, màu mái ngói đỏ thẫm được làm từ làng gốm hòa quyện, trộn lẫn với màu gỗ tự nhiên, tạo nên một phông màu đặc trưng, hài hòa cho các ngôi nhà cổ, chùa chiền, đình làng, nhà thờ, cổng tam quan…

Trải qua bao biến đổi, bãi bồi đã hóa thành cồn dâu, làng gốm Thanh Hà cũng thăng trầm khốc liệt. Nhưng rồi cái nghề đi đôi với cái nghiệp, những nghệ nhân và cả con cháu của họ nhiều lớp người kế tục nhau, đã gắn bó cả cuộc đời với đất sét và lửa nung như một cái nghiệp. Họ đã rất vất vả, vượt qua gian khó, có lúc tưởng chừng bó tay vì thị trường đã thay đổi, để giữ lại cái nghề gốm cổ truyền thống, khi mà các vật dụng kim loại chiếm ưu thế trong đời sống con người. Họ chỉ còn biết đợi chờ ngày "phục sinh", lúc thời thế đổi thay.

Rồi cái ngày chờ mong ấy đã đến, khi Tổ chức Giáo dục, Khoa học và Văn hóa Liên Hiệp quốc (United Nations Educational Scientific and Cultural Organization - UNESCO) công nhận đô thị cổ Hội An là "Di sản văn hóa thế giới", làng gốm cổ Thanh Hà trở thành điểm đến thu hút du khách trong và ngoài nước. Người làng gốm như bừng tỉnh sau mùa đông mưa gió u ám, các sản phẩm mỹ nghệ được bổ sung, làm phong phú cho làng nghề, đáp ứng thị hiếu và nhu cầu của khách hàng như ngói lợp các loại, mặt nạ gốm, phù điêu, gạt tàn, tò he, lồng đèn đất nung, các vật trang trí cho cổng ngõ, hàng rào, nhà vườn, cho những hòn giả sơn, các vật kỷ niệm khác đang thịnh hành...

Quy trình biến cục đất sét không hồn thành những sản phẩm có hồn

Từ những ngày đầu, để tạo nên một sản phẩm gốm rất vất vả. Không thể kể về thời gian của quá trình làm nên một sản phẩm hoàn thiện như hiện nay, biết bao nhiêu sản phẩm đã méo mó, bị cháy sém, bị nứt nẻ do biến dạng, do giãn nở không đều… Đến nay quy trình làm ra một sản phẩm gốm Thanh Hà đã hình thành ổn định. Một sản phẩm đạt yêu cầu chủ yếu nhờ vào: nhất liệu, nhì nung, tam hình, tứ trí.

Liệu: đầu tiên là chọn mẫu đất sét để khai thác, tinh lọc, đem về xử lý, loại bỏ các tạp chất, rồi ủ để giữ độ ẩm. Trước khi tạo ra sản phẩm phải nhồi, đánh cho đất chín rồi mới nặn. Có những sản phẩm tinh xảo, đòi hỏi đất phải rất mịn thì phải công phu hơn, lọc đất 2 - 3 lần để loại bỏ tạp chất. Khi đất đã được luyện kỹ, chia thành từng phần mới bắt đầu tạo dáng. Muốn tạo dáng trước tiên phải chuốt. Khi chuốt phải có hai người, thường do phụ nữ đảm nhận nhờ tính kiên nhẫn, cẩn thận, dịu dàng. Một người đứng một chân còn chân kia đạp bàn xoay, hai tay cùng lúc làm con đất. Người còn lại, là kỹ thuật chính, lấy con đất đặt lên bàn xoay, cuốn thành hình sâu kèn rồi dùng cái sò, vòng, giẻ thấm nước để tạo dáng sản phẩm.

Khi đã tạo dáng xong đem ra ngoài nắng phơi. Phơi gốm se lại xong, một người sẽ dập hoa văn hay trang trí tùy theo loại sản phẩm. Đối với sản phẩm có đáy bầu, sau khi phơi se lại, được đưa vào bàn xoay lần thứ hai đem úp ngược lại, rồi dùng một dụng cụ uốn cong thành cái vòng tròn để làm cữ như là thước so. Khi tạo dáng sản phẩm dùng cái cữ đó để so, cho đến khi sản phẩm tròn như cái cữ mới thôi. Sau đó chọn lựa, kiểm tra sơ bộ sản phẩm có bị nứt hay lỗi trước khi đưa gốm vào lò nung.

Nung: sau khi nặn thành sản phẩm, phải phơi nắng một ngày rồi cắt gọt, làm nguội để tạo ra những hoa văn, hoạ tiết mới, đưa vào lò nung trong vòng hai mươi bốn giờ, canh củi lửa - theo dõi nhiệt độ bằng mắt theo kinh nghiệm cho vừa, tránh sơ suất, khi "cái sẩy nảy cái ung", dù chỉ một lúc cũng khiến cả mẻ hỏng. Nên phải xem khói trong lò đã bay hết chưa mới bắt đầu tăng nhiệt, nhìn bằng mắt của người thợ có kinh nghiệm cho đến độ thì nghỉ lửa. Nếu tuân thủ đầy đủ các tiêu chuẩn, sản phẩm khi ra lò sẽ có màu đặc trưng của gốm Thanh Hà. Người thợ dùng "gốm thăm" đưa vào trong lò kéo sản phẩm ra để thử. Nếu đạt yêu cầu thì nghỉ lửa, phá cửa lò cho rộng ra nhưng vẫn để sản phẩm nguyên trong lò cho nguội dần dần, khoảng mười hai giờ sau cho ra lò hẳn, tiếp tục khâu trang trí thành thành phẩm.

Tạo hình dáng cho sản phẩm: từ khâu làm đất, đất sét được đưa lên bàn xoay để tạo hình dáng sản phẩm gọi là khâu "chuốt" gốm. Qua đôi bàn tay nhào nặn đến khi thành sản phẩm gốm đều phải tỉ mẩn, công phu. Đây là khâu khó nhất của quy trình làm gốm, nên chỉ người thợ có tay nghề, có khả năng mới đảm nhiệm. Người thợ Thanh Hà luôn khéo léo, sáng tạo, có lòng yêu nghề, tập trung tinh thần vào từng hòn đất sét để sáng tạo nên những sản phẩm mang dấu ấn cá nhân. Hoa văn được thể hiện trên các sản phẩm gốm rất đa dạng và phong phú, những chủ đề thường gắn với thiên nhiên và đời sống con người, như mây trời, sông, suối, núi, rừng, chim thú... Các họa tiết hoa văn không phức tạp mà khiêm nhường, bình dị tạo nên nét riêng cho gốm Thanh Hà.

Trang trí: kỹ thuật pha chế men, màu, nghệ thuật vẽ trang trí trên sản phẩm làm cho màu sắc sản phẩm phong phú và đa dạng. Phơi gốm se lại mới dập hoa văn trang trí, đối với sản phẩm có đáy bầu, sau khi phơi se lại thì được đưa vào bàn xoay lần thứ hai úp ngược lại rồi tạo dáng. Sau này, để phù hợp với nhu cầu và gu thẩm mỹ của khách hàng, người làng gốm du nhập thêm kỹ thuật pha chế của người Trung Hoa:

Trường phái Quảng Đông: sử dụng men có nhiều màu sắc, hoa văn trang trí đẹp, cách điệu và trang nhã. Sản phẩm gồm các loại tượng, chậu, đôn…

Trường phái Triều Châu: sử dụng men màu xanh trắng có nét vẽ đa dạng, phong phú, hoa văn bình dị như phong cảnh tự nhiên, cây, thú…

Trường phái Phúc Kiến: sử dụng men màu nâu đen, da lươn, hoa văn trang trí đơn giản, tạo hình đa dạng, sinh động… Sản phẩm tiêu biểu là đồ dùng hằng ngày như chén, bát, lu, vại, chậu, hũ, chum, bình hoa, chậu cảnh, hình thù các con giống…với nhiều kiểu dáng đa dạng và phong phú về màu sắc.

Làng gốm Thanh Hà trở thành một bảo tàng sống, một nguồn tư liệu quý giá cho các nhà khoa học nghiên cứu tìm hiểu về nghề gốm cổ truyền Việt Nam và vùng Đông Nam Á. Du khách được chứng kiến quá trình sáng tạo ra những sản phẩm mà các nghệ nhân tài hoa và khéo léo đã biến cục đất sét vô hồn thành những sản phẩm - tác phẩm yêu thích, được tự tay sáng tác, làm ra các sản phẩm theo trí tưởng tượng riêng mình, mua được những sản phẩm lưu niệm từ chính nơi sản xuất, chính mình làm ra, trong hành trình về với Di sản văn hóa Thế giới - Hội An. Hiện nay nhà nước Việt Nam đã cấp giấy chứng nhận đăng ký nhãn hiệu tập thể cho sản phẩm gốm Thanh Hà. Từ đây, làng nghề có chính danh với thương hiệu của mình, phân biệt các sản phẩm làm nhái trên thị trường, có đà vươn xa khắp nơi.

Các làng sản xuất hiện nay nằm trong vùng dân cư, các cơ sở sản xuất gây ô nhiễm môi trường, do khói nung gốm bằng đốt củi theo kiểu sản xuất thủ công truyền thống. Nên việc đầu tư các lò gốm kỹ thuật cao, với trang thiết bị hiện đại là cần thiết, cải tiến quy trình kỹ thuật sản xuất cho các công đoạn bằng lò nung điện, ga, sử dụng mô tơ thay vì phải quay tay, bơm phun để sơn màu, tạo mẫu… cần được chú trọng để khỏi ảnh hưởng đến môi trường, nâng cao năng suất, chất lượng và hiệu quả, biến sản phẩm - tác phẩm thành thương phẩm dịch vụ, để đời sống người làng nghề được cải thiện hơn nữa.

Làng gốm cổ Thanh Hà còn tuân thủ các quy trình sản xuất gốm truyền thống không khuôn mẫu tạo hình, không tráng men hay sử dụng hóa chất…tất cả chỉ dựa vào bàn tay khéo léo người thợ. Mỗi nghệ nhân một tính cách, tính tình, tạo ra một phong cách khác nhau, họ mặc sức thổi hồn vào đất, tạo nên nét riêng biệt trong các sản phẩm gốm. Khi đến với làng, người ta như tìm được một kho tư liệu sống, bởi sản phẩm được chắt lọc từ tình yêu quê hương đất mẹ, từ cảm xúc cá nhân và bàn tay tài hoa người thợ. Từ đây sản phẩm đã có mặt khắp nơi, góp phần phát triển kinh tế địa phương, quảng bá hình ảnh du lịch Hội An và văn hóa xứ Quảng Nam. Khi ngắm nhìn những bức tranh bằng đất sét được các nghệ nhân làng gốm cổ Thanh Hà làm thủ công, du khách bỗng nhiên dâng lên niềm cảm xúc, như chìm đắm trong không gian cũ xưa cách nay hàng thế kỷ.

Lễ hội và bảo tồn nhiều giá trị văn hoá truyền thống

Hằng năm vào ngày mồng Mười tháng Bảy âm lịch, tại khu miếu Tổ nghề gốm Nam Diêu, người dân làng gốm Thanh Hà trang trọng tổ chức lễ giỗ tổ nghề, nhằm tri ân công đức tổ tiên đã gầy dựng, truyền nghề cho con cháu. Đây cũng là dịp để quảng bá hình ảnh du lịch Hội An, người dân, du khách có dịp tham gia và tham quan di tích miếu Nam Diêu, đình Xuân Mỹ. Phần lễ, vẫn được bảo tồn hàng trăm năm qua, là hoạt động văn hóa tinh thần của cộng đồng cư dân làng Thanh Hà, vẫn luôn diễn ra sôi nổi, mang màu sắc đậm tính dân gian, với nhiều nghi thức cổ truyền, được chính các nghệ nhân, người thợ gốm và nhân dân trong làng thực hiện.

Ngay từ sáng sớm, phần lễ chính là tế Tổ, đoàn rước thần chủ đã diễn hành qua khắp các ngả đường làng. Đội hình lân, sư tử, dàn bát âm, nghi trượng, kiệu thần chủ, kiệu lư hương bằng gốm cùng hơn một trăm nam phụ lão ấu đi từ miếu Nam Diêu về đình Thanh Chiêm, nơi được cư dân thờ tự để tế lễ, tôn vinh và ngưỡng vọng công đức các vị tổ nghề. Ban cổ lễ do các bô lão chủ trì, điều hành theo nghi thức truyền thống. Trong văn tế các vị đại diện cho lớp con cháu sinh sau, khơi gợi lên niềm tự hào của bao thế hệ người làng Nam Diêu, Thanh Chiêm, Bộc Thuỷ...

Mọi người lòng thành, tâm niệm tri ân công đức tổ nghề, các vị thần bổn xứ, các vị anh linh, liệt sĩ,... cầu quốc thái dân an, nhà nhà an lành, làng nghề phát triển, mùa màng bội thu. Sau phần lễ tế chấm dứt, người làng Thanh Hà, nhất là các bậc lớn tuổi mặc áo vải, khăn hoa theo nghi thức lễ hội cổ truyền, cùng mời du khách vui hội với các trò chơi dân gian, xem các nghệ nhân trổ tài thi chuốt gốm và nặn con thổi tò he. Người thắng cuộc được tặng một sản phẩm bằng gốm. Ngoài ra còn có thi tạo mẫu, nấu cơm niêu, đập nồi, kéo co, cõng nàng về dinh, lái buôn xuất sắc, bịt mắt đánh trống,... Sôi nổi nhất là hội đua thuyền, hô hát bài chòi, hát bội. Lễ hội diễn ra liên tục từ đêm trước đến tận tàn ngày hội hôm sau, thu hút đông đảo dân làng và du khách mười phương.

Đặc biệt, trong lễ tế xuân ngày mồng Mười tháng Giêng có tục tống Long Chu, đưa ra sông Thu Bồn thả nhằm trừ điềm xấu, cầu an cho cộng đồng cư dân. Sau đó vào ngày Mười hai, Mười sáu tháng Giêng, thợ gốm ở hai phổ Trung Lương, Trung Hòa tổ chức cúng Ngũ Hành Tiên Nương tại miếu phổ. Ngoài ra, Thanh Hà đang còn lưu truyền hệ thống từ ngữ chuyên dụng về nghề gốm, những tập quán tín ngưỡng, tập quán sản xuất đặc trưng. Nhìn chung những di sản phi vật thể của làng nghề gốm Thanh Hà đang được bảo tồn tốt, phản ánh đời sống sinh hoạt tinh thần phong phú một làng quê, làng nghề lâu đời.

Thuở trước lúc thịnh, làng gốm Thanh Hà với 30 bàn xoay, 100 lò nung nghi ngút khói, hàng trăm người thợ, thầy làm việc tất bật mỗi năm trong sáu tháng nắng ráo. Hiện nay ở làng gốm Thanh Hà chỉ còn 8 lò nung gốm với 23 gia đình, trong đó có 5 gia đình làm gốm truyền thống với 6 bàn xoay chuốt gốm, 13 gia đình làm con thổi, 5 gia đình làm gốm mỹ nghệ, 95 thợ gốm, gồm thợ làm đất, thợ chuốt, thợ đẩy, thợ lò, lái buôn gốm. Trong đó, hiện có 8 nghệ nhân lành nghề ở độ tuổi từ bảy mươi tuổi trở lên đang nắm giữ kinh nghiệm chế tác sành, các tri thức dân gian chế tác gốm truyền thống bằng bàn xoay, nung gốm bằng lò bầu như các vị Bùi Liêu, Ban Sáu, Nguyễn Vinh, Nguyễn Cử, Nguyễn Sao, Lê Phát,… Riêng nghề sản xuất gạch ngói có 74 gia đình với 455 lao động tập trung ở khối phố 3, 4, 5, 6 phường Thanh Hà. Hằng năm sản xuất khoảng 400.000 sản phẩm. Đây là những đối tượng trung tâm, quan trọng để làm cơ sở cho việc bảo tồn và phát huy làng nghề.

Theo Quy chế Bảo tồn và quản lý làng gốm Thanh Hà của thành

phố Hội An ban hành, quần thể di tích làng gốm có 166 di tích gồm các đình làng, miếu, nghĩa trủng, nhà thờ tộc, nhà cổ, lò gốm, phế tích lò gạch, giếng, thuộc ba loại giá trị kiến trúc. Trong đó di tích loại I gồm có 32 di tích tín ngưỡng hoặc nhà có kiểu dáng, kết cấu kiến trúc truyền thống hoặc bảo tồn được hệ mái ngói âm dương. Di tích loại II có 92 di tích, gồm những nhà có mái lợp ngói 22viên/ mét vuông, được xây bằng vật liệu truyền thống như gạch, vôi, kiểu dáng mặt tiền theo kiểu truyền thống, có niên đại xây dựng vào thời kỳ kháng chiến chống Mỹ và thời kỳ trước khi đổi mới 1986. Di tích loại III có 42 nhà, gồm các công trình xây, đúc theo kiểu hiện đại hoặc nhà tạm.

Trong số 166 di tích, có các di tích tín ngưỡng có giá trị đặc biệt như đình làng Xuân Mỹ xây dựng vào cuối thế kỷ XVIII, được công nhận là di tích cấp quốc gia vào năm 1993. Khu miếu Tổ nghề gốm Nam Diêu được công nhận là di tích cấp tỉnh năm 2008, gồm có các miếu Thái giám xây năm 1843, miếu Tổ nghề xây năm 1866, miếu Âm Linh xây năm 1898. Miếu Sơn Tinh, miếu ấp Bộc Thủy làng Thanh Hà xưa, được đưa vào danh sách các di tích được tỉnh Quảng Nam bảo vệ. Về kiến trúc nhà ở, có những di tích mà giá trị phản ánh sự phát triển nghề gốm như di tích nhà ông Lê Bàn là nhà vườn, ba gian, được xây dựng vào cuối thế kỷ XIX bởi một lái buôn gốm giàu có trong làng gốm lúc bấy giờ là ông Lê Từ. Đây là ngôi nhà vườn có giá trị kiến trúc đặc trưng, tiêu biểu cho loại hình nhà ở nông thôn thế kỷ XIX.

Ngoài ra, vào giữa thế kỷ XX, có nhiều hộ làm gạch khá giả, đã xây dựng nhiều nhà ở một tầng, có mặt tiền mang kiểu dáng Pháp nhưng vẫn bảo tồn mái ngói âm dương. Về các di tích lò gốm, lò gạch sản xuất của làng nghề, thợ gốm đã xây dựng nên nhiều kiểu lò khác nhau để nung cho từng loại sản phẩm. Hiện nay, làng gốm đang có 5 lò gốm truyền thống hình bầu đang sử dụng và một phế tích lò gốm. Ngoài ra còn có khoảng 20 lò nung gốm mỹ nghệ, nung con thổi là lò ngửa, có kết cấu nhỏ. Đặc biệt, hiện còn 2 phế tích lò gạch, chứng minh cho một giai đoạn nghề làm gạch phát triển ở giai đoạn nửa cuối thế kỷ XX.

Nhìn chung, di sản vật thể làng gốm Thanh Hà có quy mô nhỏ nhưng đa dạng, phản ánh đầy đủ các thiết chế một làng quê, làng nghề qua nhiều giai đoạn. Xem xét tổng quan, các đối tượng bảo tồn di tích làng gốm Thanh Hà là một công tác thiết thực, nhằm bảo tồn tốt một làng nghề, làng quê có lịch sử lâu đời đang còn hoạt động, còn lưu giữ được nhiều giá trị văn hoá truyền thống. Qua đó, góp phần phục vụ cho công tác quảng bá, phát huy, kiểm kê di sản văn hoá vật thể và phi vật thể đô thị cổ Hội An.

Công viên Đất nung Thanh Hà một bảo tàng sống đầy bản sắc Việt

Từ trước đến nay khi đến du lịch Quảng Nam, thông thường người ta chỉ nghĩ đến phố cổ Hội An, thánh địa Mỹ Sơn, những làng nghề xung quanh đô thị cổ gọi mời, như nghề trồng hoa cây cảnh ở Cẩm Hà, khu sinh thái Thuận Tình, các nhà vườn ở Cẩm Châu, ẩm thực, đặc sản ở Cẩm Nam, làng mộc Kim Bồng, bãi biển An Bàng, Cửa Đại Chiêm, làng rau Trà Quế,... mà có thể chưa biết một địa điểm mới, khá thú vị và hấp dẫn là công viên Đất nung Thanh Hà - một bảo tàng gốm có một không hai trên cả nước, với nhiều khu vực chợ, triển lãm, bảo tàng trưng bày các sản phẩm gốm độc đáo. Trong đó đặc biệt nhất, có lẽ là thế giới thu nhỏ, nơi tái hiện sinh động các công trình kiến trúc nổi tiếng của Việt Nam với những kỳ quan thế giới bằng gốm.

Ý tưởng ban đầu xây dựng công viên Đất nung Thanh Hà của một người thanh niên làng gốm, mong muốn nối nghiệp tổ tiên, niềm đam mê lớn lên từ những ngày còn tuổi thơ vọc đất sét bên bờ Thu Bồn đã thôi thúc. Khi đã tốt nghiệp Trường Đại học Kiến trúc tại thành phố Sài Gòn, trở thành một kiến trúc sư giỏi, đang có công ăn việc làm ổn định. Việc giữ gìn, bảo tồn và phát triển nét văn hóa truyền thống hiếm có ở quê nhà, đưa đồ gốm Thanh Hà ra thị trường rộng lớn trên cả nước và thế giới trở thành mối quan tâm của anh. Phải xây dựng được một công viên trưng bày, giới thiệu, quảng bá sản phẩm gốm cho xứng tầm một làng nghề gốm cổ đã tồn tại hàng trăm năm.

Anh gác bỏ tất cả những thành quả đang gặt hái thuận lợi ở một trung tâm kinh tế lớn nhất nước, trở về làng với tâm huyết thực hiện ý tưởng đời mình. Có lẽ người đời đã tổng kết đúng: "Vạn sự khởi đầu nan", anh vấp phải sự phản đối kịch liệt từ dân làng, nhất là những bậc già làng có tay nghề lâu năm. Họ e ngại sự mạo hiểm của anh sẽ ảnh hưởng đến sự ổn định từ bao đời nay, đến số phận những con người từng gắn bó máu thịt từ đất sét và lửa nung nhưng với cách làm thủ công, hiệu quả thấp, gây ô nhiễm môi trường bởi khói bụi.

Số tiền đầu tư lớn, xây dựng ở một vùng quê nhỏ, liệu làng nghề với công nghệ được cải tiến, với sản lượng cao, có đủ sức thu hút sự quan tâm của khách và sức mua của thị trường. Và, đây là điều nghiệt ngã nhất, số phận đồ gốm đã làm ra từ bao đời nay sẽ đi về đâu?Nhưng anh không nản lòng, bởi kết quả sẽ làm cho làng nghề phát triển, tạo cơ hội việc làm cho người dân trong làng tốt hơn, đời sống cư dân sẽ khá giả, gia đình người thợ bớt nhọc nhằn, người làng gốm ấm no, hạnh phúc.

Dự án Công viên Đất nung Thanh Hà được khởi công trên khoảng đất trống, có diện tích rộng gần 5.800 mét vuông ngay tại làng nghề, sau bốn năm xây dựng, năm 2015 đã khánh thành và đi vào hoạt động. Công viên bao gồm hai tòa nhà chính, biểu tượng cho hai loại lò nung gốm làng Thanh Hà. Tòa nhà bên trái giống như cái "lò úp", là khu bảo tàng gốm, trưng bày các hiện vật trong quá trình phát triển từ xa xưa đến nay của làng nghề. Tòa nhà bên phải giống như cái "lò ngửa", là nơi trưng bày các sản phẩm gốm Thanh Hà và một số làng nghề khác trong nước, như Bát Tràng, Phù Lãng, Vĩnh Long...

Công viên Đất nung Thanh Hà được đánh giá là công viên gốm lớn nhất, đồng thời cũng là bảo tàng gốm độc nhất trong cả nước. Không gian công viên được cấu trúc gồm chín khu riêng biệt: khu lò gốm, khu bảo tàng, sản phẩm làng nghề, khu chợ đất nung, khu thế giới thu nhỏ, khu vườn sắp đặt, khu trại sản xuất, khu gốm Sa Huỳnh - Chăm, khu các làng nghề truyền thống và khu triển lãm. Giữa công viên là một hồ nước bao quanh cái sân tròn rộng lớn nhìn giống như chiếc bàn chuốt, có một cây cầu gỗ bắc ngang qua, để nhớ lại chuyện đời xưa, ông cha đã lợi dụng sức nước, củi được khai thác từ trên núi rừng đầu nguồn sông Thu Bồn, kết lại thành từng bè chuyển về làng để cho vào lò nung gốm. Trong công viên trưng bày rất nhiều hình ảnh, tư liệu, phẩm vật về nghề làm gốm Thanh Hà. Tại đây thường tổ chức nhiều chương trình triển lãm và hoạt động văn hóa đặc sắc các vùng miền trong cả nước.

Người xem hình dung đây là bảo tàng sống, với cây đa, bến

nước, sân đình, các loại hình văn hoá, tín ngưỡng, tôn giáo... Công viên Đất nung Thanh Hà có kiến trúc rất độc đáo, thiết kế với yêu cầu thẩm mỹ cao, không gian được bố trí hài hòa, thân thiện, phù hợp với quy mô trong không gian chung làng gốm, sử dụng nguyên vật liệu tại chỗ để xây dựng. Bộ mặt làng gốm đã thay đổi hẳn, đồ gốm làng nghề đa dạng hơn và mang một tầm vóc lớn và rộng hơn, một sức sống mới đầy triển vọng.

Điều hấp dẫn nhất khách tham quan là những tác phẩm thu nhỏ, mô phỏng các kỳ quan thế giới và nhiều danh lam thắng cảnh nổi tiếng Việt Nam. Tất cả đều được tạo ra từ đất sét nung và đôi tay tài hoa của những nghệ nhân Thanh Hà. Du khách sẽ bất ngờ khi gặp nhà hát Opera Sydney soi bóng xuống nước, các Kim tự tháp Ai Cập, đấu trường Colosseum, tháp nghiêng Pisa bên cạnh Nhà Trắng, tượng Nữ thần Tự Do - một tác phẩm điêu khắc cách tân cổ điển ở New York được tái hiện, thể hiện ý chí và lòng khát khao của loài người. Nhà thờ Đức Bà ở Sài Gòn sánh cùng cung điện Buckingham - một dinh thự của vua hoặc nữ hoàng Vương quốc Anh ở London, nơi ở chính thức và nơi làm việc chính của hoàng gia, đền Taj Mahal - niềm tự hào của Ấn Độ, một đất nước có tình hữu nghị lâu đời với nhân dân Việt Nam, biểu tượng cho tình yêu vĩnh hằng và là một trong bảy kỳ quan thế giới...

Hiện nay công viên Đất nung Thanh Hà, mỗi ngày đã đón hàng trăm khách đến tham quan. Trong đó có nhiều họa sĩ, kiến trúc sư, nhà điêu khắc và rất nhiều nghệ nhân từ các vùng miền tìm cảm hứng sáng tác; các nhà nghiên cứu gốm, sứ,khoa học, lịch sử, văn hóa, văn chương và các nghệ sĩ tên tuổi...

Làng Thanh Hà đã trở nên nhộn nhịp. Tại đây du khách có thể tham quan, chụp ảnh hoặc ngồi thư giãn trong không gian đất trời, cây cối yên bình mà đầy ấn tượng, luôn bị thu hút bởi màu đỏ của gạch, màu vàng rộm đất nung, màu xanh cây cỏ, những hàng tre tỏa bóng, dặt dìu những âm thanh kĩu kịt trong nồm nam cơn gió thổi, ùa vào từ dòng sông đến mát rười rượi. Hòa mình vào cảnh vật nên thơ, hữu tình cùng đất trời, bên dòng Thu Bồn trầm tích và trầm tư, đón nhận hình ảnh, không gian công viên, đưa vào lòng và phản chiếu lung linh huyền ảo... Trong phút mơ màng, bỗng như thấy mình lạc vào khu vườn gốm đất nung từ những thế kỷ xa xôi về trước, những làng gốm nổi tiếng như Chu Đậu, Thanh Hà đất nước Đại Việt - Việt Nam, Mỹ Nghiệp, Sa Huỳnh đất nước Chămpa,…

Ngoài việc phát triển nghề dựa vào du lịch, những nghệ nhân và doanh nhân làng gốm Thanh Hà tìm hướng đi vững chắc cho sản phẩm, như sản xuất các sản phẩm dòng gốm mỹ nghệ tinh xảo, có chất lượng cao từ bàn tay khéo léo và đầu óc thông minh, sáng tạo của những người thợ gốm Thanh Hà; sản xuất và cung cấp nhiều loại gạch xây, ngói lợp đúng tiêu chuẩn, hợp quy cách và chất lượng cao, phục vụ công tác trùng tu, phục dựng, bảo tồn, xây dựng các công trình kiến trúc cổ là Di sản Văn hóa Thế giới ở Hội An, Thánh địa Mỹ Sơn, Huế và các nơi khác, xây dựng các khu nhà giả cổ phục vụ ngành dịch vụ - du lịch đang phát triển tại Quảng Nam và các nơi khác.

Đến với gốm Thanh Hà, khi ngắm nhìn cảnh quan nên thơ và cầm trên tay những sản phẩm gốm tinh tế, du khách mới có thể cảm nhận được hết vẻ đẹp và giá trị mỗi sản phẩm được làm ra là tinh hoa của vùng đất và tâm hồn người thợ gốm. Cho đến nay Thanh Hà vẫn còn trung thành với cách sản xuất gốm thủ công truyền thống, như một cách lưu giữ lại những tinh hoa của làng nghề, đẹp đẽ mà gần gũi, quý phái mà chân thật của những sản phẩm đất nung, hiền khô như đất mẹ mà mê hoặc, mà đắm say lòng người. Làng gốm cổ Thanh Hà - Hội An không đơn thuần là một địa điểm du lịch làng nghề mà còn là một bảo tàng sống, nơi lưu giữ những tư liệu quý giá, có một không hai, một nét đẹp truyền thống và đầy bản sắc Hội An và dân tộc Việt.

Huỳnh Viết Tư

Hối Tiếc Muộn Màng

HUỲNH DUY LỘC

Năm 1972 bầu trời miền Trung vang vọng âm thanh tạch tạch trực thăng đổ quân, tải thương. Thứ âm thanh ấy là nỗi ám ảnh của người dân đang sống trong những ngày nóng bỏng mùa hè đỏ lửa. Ở miền Nam, nhà nhà mở radio theo dõi bản tin nóng thời sự. Tuy ba Long đã tử trận, anh không hiểu vì sao mẹ mình luôn theo dõi thời sự. Bà nói với anh:

- Tình hình chiến sự đang gay gắt, chính phủ kêu gọi tổng động viên và phát triển lực lượng nhân dân tự vệ. Mẹ muốn con tham gia sinh hoạt trong đoàn thể thanh niên của Hội Thánh Cơ Đốc Phục Lâm.

Long hỏi mẹ:

- Để làm gì vậy mẹ ? Cơ Đốc giống như đạo công giáo, họ thờ Chúa và đọc kinh thánh.

Bà nhìn anh với ánh mắt lo lắng, chậm rãi nói:

- Mẹ biết mà, mẹ đã hỏi thăm mục sư rồi, con sinh hoạt nơi đó sẽ được miễn gác nhân dân tự vệ. Mẹ nghĩ nơi đó có thể giúp con sau này trốn quân dịch.

Tuy trong bụng không ưng nhưng chiều ý mẹ, Long ra Hội Thánh tìm gặp vị mục sư. Ông ấy rất vui, mở vòng tay đón chào anh và hoan nghênh thành viên mới. Mỗi sáng thứ bảy Long đến nhà thờ nghe vị mục sư giảng kinh thánh và các tín đồ hát thánh ca. Không biết lúc nào anh đã để lòng cô con gái thứ ba của vị mục sư. Cô ấy có gương mặt trái xoan với mái tóc chiếc lá. Đặc biệt mê hoặc anh là tiếng đàn Piano thoát ra từ mười ngón tay thon nhỏ lướt trên những phím ngà.

Cuối tháng 03 năm 1975 vị mục sư thông báo cho những thanh niên rằng sẽ có một chuyến tàu ưu tiên cho các Hội Thánh Cơ Đốc Phục Lâm di tản. Long về nói với mẹ:

- Mẹ à mẹ, mục sư nói tình hình sẽ không ổn, chúng con đứa nào muốn di tản thì ghi tên. Con muốn đi chuyến này.

Mẹ anh mắt rươm rướm lệ, giọng nghẹn ngào:

- Con đi làm gì, mẹ chờ ngày này lâu rồi!

Long thắc mắc hỏi:

Mẹ nói chờ lâu rồi là sao hở mẹ?

Kéo vạt áo chùi những giọt lệ, bà nói:

- Giờ mẹ nói thiệt cho con biết. Hồi nhỏ mẹ cũng theo ông ngoại vào chiến khu, tham gia đội thanh niên tuyên truyền. Sau khi chia tay ông xuống tàu ở Phụng Hiệp đi tập kết ra Bắc, mẹ trở ra thành rồi gặp ba con. Ở trong đó vui lắm, không có giựt dọc, trộm cắp, nhà ai cũng mở cửa ngày đêm, không mất mát gì cả. Đâu có như ở chợ mình, phải đóng cửa xài ống khóa. Giờ đất nước hòa bình, không còn chiến tranh, chúng ta sẽ có cuộc sống sung sướng ấm no hạnh phúc. Ông ngoại con đi tập kết, có lẽ chức vụ cũng cao, ông về mình muốn gì mà không có.

Những lời mẹ nói hoàn toàn mới lạ, Long không hề biết cách mạng là gì. Nhưng là con trai lớn trong nhà với năm đứa em mồ côi cha, anh nghe lời mẹ khuyên ở lại.

Nhà Long ở gần cơ quan của Mỹ, trước ngày 30 tháng 04 năm 75 họ tháo chạy, cơ quan bỏ trống, dân chúng hùa vô hội đồ, anh cũng tham gia vào lấy được mấy cái ghế, bàn và một số đồ linh tinh khác. Sau khi giải phóng được hai ngày xóm anh đón tiếp đơn vị bộ đội Sông Hương. Họ phân đều nhà nào cũng có vài người ở. Lúc đầu Long có cảm giác sợ hãi, nhưng các chú bộ đội chính quy này rất hiền, không hề hù dọa hay phá phách đồ đạc trong nhà. Trái lại mấy chú còn quét đường, sân nhà rất sạch, cuối tuần thì tụ tập các đứa trẻ dạy hát những bài ca cách mạng. Độ chừng nửa tháng họ rời đi, chưa được bao lâu thì xuất hiện những anh bộ đội miền Nam. Các anh mặc bộ quần áo bằng vải ny lông dầu, đầu đội chiếc nón tai bèo, chân mang dép râu, bên hông đeo cây súng kè kè. Họ ghé từng nhà tự xưng là cán bộ nội chính rồi tiến hành lập biên bản tịch thu những món đồ mà cho rằng tài sản của đế quốc Mỹ. Nhà Long bị thu hai cái bàn, bộ ghế *salon*, một cái tủ, một chiếc xe *honda dame*.

Một ngày nọ, thật ngỡ ngàng, Long thấy một ông già đội chiếc nón cối màu xanh, chân mang đôi dép râu đen. Ông đứng ngập ngừng mắt cúi nhìn nền nhà lát những miếng gạch bông. Ông hỏi anh:

- Cháu trai, cho ông hỏi, đây có phải là nhà cô Ánh, vợ của Đại úy Tường không?

Long nhanh nhẩu trả lời:

- Dạ đúng rồi, người tên Ánh là mẹ cháu.

Anh chạy vội ra nhà bếp nói với mẹ. Bà quýnh quáng chạy ra ôm chầm lấy ông, miệng gọi ba... ba hòa trong tiếng khóc vui mừng hạnh phúc. Bà kêu anh dắt ông vào phòng tắm, nghỉ ngơi rồi ăn cơm. Nhưng ông khoát tay từ chối:

- Thôi, ba về ghé thăm con cháu và gửi chút quà, Đảng bộ cơ quan có bố trí phòng tập thể cho ba ở. Ngoài đó nghe họ nói miền Nam sống khổ lắm, không có chén ăn cơm, nên ba đem về mấy cái tô, chén, đũa, muỗng và một lon mỡ heo thắng.

Miệng nói, tay ông lấy trong giỏ ra những thứ ấy, rồi cười nói với mẹ Long:

- Hồi ở ngoài đó, ba tưởng những lời họ nói là thật, cho nên khi vào miền Nam nhìn đâu đâu cũng có ăng ten ba nghĩ người dân miền Nam khổ quá phải sống trong vòng kềm kẹp của địch, đồn bót của ngụy đóng khắp nơi. Nhưng sau đó mới hiểu là ăng ten máy truyền hình. Còn chén bát thì ba thấy toàn là đồ kiểu đẹp sang trọng. Thôi lỡ mang từ Bắc vào Nam nặng nề, tụi con giữ mà xài!

Mẹ Long đem những món quà miền Bắc vào nhà bếp. Bà trở ra với chiếc mâm đặt bộ bình trà, tách được làm bằng sứ. Bà rót nước mời ba mình, thủ thỉ nói:

- Ba à ba, giúp tụi con việc này được không ba?

Ông nhìn mẹ Long cười:

- Con muốn giúp gì nếu có thể,ba sẽ giúp.

Mẹ anh mạnh dạn nói:

- Sau khi giải phóng gần nửa tháng, thì mấy anh bộ đội ghé nhà, họ lập biên bản tịch thu một số bàn ghế và chiếc xe *Honda dam*e con chạy đi làm trước kia. Xe đó do con còm - măng, chứ đâu phải của đế quốc Mỹ.

Nghe mẹ anh nói, ông cầm tách hớp ngụm trà, hai mắt nhìn lên trần nhà thở dài:

- Ba tập kết ra ngoài đó thuộc binh chủng pháo binh, thời gian sau ra quân, làm việc ở ngành than rồi về hưu. Khi chiến dịch giải phóng miền Nam, ba ký hợp đồng tình nguyện đi B, ý muốn là được về quê nhà. Giờ không có tiền hay chức vụ gì cao, ba công tác ở bộ phận tuyên huấn tỉnh. Cho nên các con, cháu có khó khăn gì, ba chỉ giúp được tìm công việc làm ổn định cuộc sống thôi. Còn việc tịch thu tài sản đó không thuộc bộ phận của ba.

Nghe ông nói, mẹ anh chạy vào buồng, lục tìm trong học tủ đem ra tờ biên bản. Ông xem xong lắc đầu:

- Dù ba có quen biết đi chăng nữa cũng khó mà tìm.

Ông ngưng giọng, đưa tờ giấy về phía mẹ anh :

- Con xem biên bản viết không rõ ràng, chữ như cua bò, không có con dấu của đơn vị nào. Lại trong thời kỳ quân quản biết đâu mà tìm, khó lắm con ơi!

Mẹ Long hồi tưởng nhớ hồi năm 1954 ông bỏ nhà đi tập kết để lại bà ngoại, mẹ, dì và hai cậu. Mẹ Long là con gái thứ hai, thay mặt nuôi cả gia đình. Thời gian chờ đợi mỏi mòn với lời hứa hẹn của ông rằng hai năm sẽ trở về, bà ngoại Long bệnh qua đời, cậu Sáu và cậu Út ở chung với mẹ anh. Đầu năm 1975 cậu Sáu tới tuổi quân dịch, đăng tên đi lính Thủy quân lục chiến. Khi giải phóng, cậu chạy bộ từ quân trường Cát Lái về Sài Gòn. Thời gian tham gia lính ngụy ngắn chưa ra chiến trường trực tiếp tham gia tội ác, bên cạnh đó khai lý lịch có ba đi tập kết nên học tập ngắn ngày để rửa não. Còn Long và cậu Út còn đi học. Rồi ông giới thiệu bảo lãnh cho cậu Sáu đi làm ở Quốc Doanh Chiếu Bóng, cậu Út và Long làm giáo viên, mẹ anh làm ở Đài truyền hình. Đa phần những cơ quan có dính đến ngành tuyên huấn. Một thời gian, ông bệnh mất, gia đình Long gặp nhiều trắc trở. Những người làm lãnh đạo cũ mấy cơ quan đó lần lượt đổi đi, lãnh đạo khác thay thế. Họ bắt đầu soi mói lý lịch mẹ Long là vợ sĩ quan QLVNCH, cậu Sáu đi lính thủy đánh bộ rồi cho giảm biên chế. Số phận Long cũng không tốt gì hơn cậu, lý lịch cha là sĩ quan ngụy lại tham gia sinh hoạt đạo Cơ Đốc, cho nên không được làm công việc giáo dục bọn trẻ. Kinh tế gia đình suy sụp, ra ngoài xã hội làm thuê mua bán cũng khó khăn trước nền kinh tế bao cấp. Thời gian nối tiếp thời gian nước nhà phát triển nền kinh tế thị trường, Nhà nước chủ trương mở cửa, những Việt kiều trước đây được gán cho tội phản quốc giờ trở thành Việt kiều yêu nước, họ gửi đô la cho gia đình và trở về thăm quê dễ dàng. Đồng thời những nguy hại của người dân cũng tăng cao, nạn lừa đảo, trộm cướp giật dọc, thuốc tây giả, thức ăn tẩm ướp hóa chất, xì ke, ma túy, thuốc lắc, đá. Dân nghèo muốn thế chấp vay ngân hàng chỉ năm mươi triệu, phải bước qua nhiều cửa ải thủ tục,quy định. Thế mà hàng ngày bà nghe trên báo, đài các cơ quan làm ăn thua lỗ, thất thoát ngàn ngàn tỷ, chưa kể các cán bộ có chức có quyền tham ô. Trước hiện trạng gia đình và xã hội như vậy, mẹ Long chỉ biết nằm buồn trầm tư. Bà hụt hẫng những suy nghĩ lý tưởng trước đây đã ôm ấp đợi chờ và tiết lộ cho con trai rằng hòa bình lập lại dân chúng sẽ sống ấm no hạnh phúc, nhà không cần xài ống khóa. Nhưng thật ra giờ phải dùng ống khóa loại tốt được sản xuất tại Mỹ. Bà nói thầm như tự trách bản thân, phải chi ngày đó mình đồng ý cho thằng Long đi. Có thể nó sẽ là cứu cánh cho gia đình. Nhưng giấc mơ đâu đến hai lần, khi bà đã bỏ lỡ đáng trách một cơ hội tốt cho tương lai. Bà buồn bã ôm nỗi hối tiếc muộn màng cuối hoàng hôn!

Huỳnh Duy Lộc

Phải Đành

NGUYỄN ĐÌNH TỪ LAM

Chị Phúc xăn quần cao khỏi gối, lấy cái khăn vải đen, cột trùm kín đầu tóc, kéo khăn phủ tới mang tai. Chị nhẹ nhàng bước xuống nhà dưới, với tay lấy cái hái gặt lúa ngoắc ở giàn bếp, chị sè sẹ đi ra khỏi nhà.

Mùa tháng năm, ruộng lúa cánh đồng Cửu hạt đã dầy dầy chỉ chờ thêm nửa tháng, hai mươi ngày nữa là chín tới, bắt đầu mùa gặt của xã viên hợp tác xã. Đêm cuối tháng Tư không trăng. Ở một góc trời có ánh sáng sao hôm nhấp nháy, chị nhìn thấy đám ruộng Mưng trước kia của gia đình chị, nay đã xung vào hợp tác xã. Ruộng lúa của cả đồng nầy là của xã viên, của toàn bà con trong cái thôn Tú Mỹ, chứ chẳng của riêng ai. Những mùa lúa thu hoạch đều đem cất vào kho hợp tác. Xã viên làm ruộng được tính theo công điểm để lãnh lúa. Ngày mùa chị Phúc tham gia đều đặn mọi khâu sản xuất nông nghiệp hợp tác. Mùa lúa trước, dân chúng chưa làm kịp đập thủy lợi, lại thêm trời hạn hán, nên cánh đồng Cửu đến mùa thu hoạch, mất trắng. Mùa lúa nầy, nhờ mưa thuận gió hòa nên được mùa. Đám ruộng Mưng cấy sớm đã qua thời kỳ lúa con gái, lúa bắt đầu ươm ươm nặng hạt, thân lúa cúi rạp.

Đứng trên bờ dám Mưng, chị Phúc nhìn chăm chăm về phía trước mặt, xoay người nhìn lại phía sau, rồi ngó trái ngó phải. Trời đất đều yên vắng, chẳng thấy một bóng người, riêng chị một cõi. Chị Phúc đã tính và quyết làm một việc mà từ trước chẳng bao giờ nghĩ đến hay nhúng tay vào; tối nay chị đi gặt lúa trộm của hợp tác xã. Gia đình chị đã ba ngày rồi, chị và hai thằng con lớn chỉ ăn vài khúc khoai sắn nấu trừ bữa, con Mến, đứa gái đẻ sau chỉ uống nước cháo loãng cầm hơi. Nay gạo đã sạch trong hũ, ngoài vườn trong nhà khoai củ cũng hết. Phải cứu ba đứa con, chị nghĩ, chúng nó phải được sống. Có rủi ro bị bắt, bị xã viên phê bình phỉ báng, cùng lắm ở tù cải tạo, chị cũng cam đành.

Chị Phúc nhẹ nhàng bước xuống vạt ruộng sát bên bụi dúi rậm rạp, chị khom người núp trong đám lúa. Chị nhanh nhẹn đưa vòng hái quơ đùa từng nắm lúa lớn kéo gần sát người, xoay lưỡi hái cắt xoẹt, rồi cầm nắm lúa cột thành lọn, đem để trên bờ. Chị lại vội vã cầm hái gặt tiếp. Chẳng bao lâu được một bó lúa đội nặng đầu. Chị ngó trước nhìn sau, sè sẹ bước lên bờ, men theo đường lối, đội lúa về nhà.

Giấu bó lúa trong khém nhà dưới, gần bếp nấu cơm. Chị vội vàng chạy lên nhà trên thăm con. Bé Mến nằm thiêm thiếp trong võng, khóc rưng rức yếu ớt. Anh kế nó, thằng Nghĩa nằm trên giường im lìm không động đậy, chị lo quá, bèn cầm tay lay lay, nó mở mắt nhìn chị một lúc rồi nhắm nghiền lại, nghiêng đầu vào mé giường bên trong, vẻ như giận dỗi. Thằng Nhân, đứa con cả vừa đầy bảy tuổi, ngồi gục đầu lên thành giường, mê mệt. Nước mắt chị chảy dòng. Chị thấy có lỗi với các con, làm mẹ sinh chúng ra mà chẳng nuôi nổi, để con đói khát.

Chị Phúc vội vàng đi lấy một cái nong đặt lên nền nhà dưới, chỗ cây cột săng, gần bếp lửa. Chị vác bó lúa đặt bên cạnh nong, mở lấy từng lọn lúa một bỏ lên nong. Hai tay chị vịn vào cột, hai chân đứng chần lên đầu lọn lúa, rồi xoay đạp liên hồi. Bông lúa dầy dầy, ươm ươm, hột dai khó rụng, chị gắng hết sức lực, lâu lắc lúa mới được truốt rụng sạch khỏi rạ. Chị lùa dồn lúa lại thành đống, lẹ làng lấy cái chảo lớn bắt lên bếp, nhen lửa. Chị bỏ từng vài bụm tay lúa vào chảo, dùng đôi đũa bếp trộn đều, lúa lộn lật trong lòng chảo nóng, đến khi nào vỏ lúa vừa khô khen khén, chị xúc đổ vô cối giã. Rang lúa một lúc lâu, lúa rang đã đầy được lưng lưng cối. Chị dừng tay, lắng nghe động tĩnh, cảnh vật vẫn im vắng, bên ngoài trời tối. Giờ nầy, chị đoán mới già nửa đêm, chắc mọi người đang say ngủ.

Chị Phúc hai tay cầm chày ráng sức giã lưng cối lúa. Tiếng bình bịch khi nặng khi nhẹ, lúc đầu nhặt rồi thưa dần rồi im bặt; chị ngưng giã vừa thở hổn hển vừa cúi người xuống, đưa hai tay vúc lúa trong cối trộn đều nhiều lần. Chị lại dừng tay, vừa nghỉ mệt vừa ngó ra sân ra ngõ, canh chừng. Cảnh nhà vẫn lặng yên, không bóng người, không tiếng động, làm chị đỡ lo.

Mặc dầu gắng hết sức, nhưng đã ba ngày thiếu ăn, nên ráng giã cối lúa thêm một lúc nữa, cả người chị vã mồ hôi mệt lả, hơi thở đứt đoạn. Chị phải ngưng tay, ngồi nghỉ một đỗi lấy lại sức, rồi chị xúc gạo thóc đã giã đổ vào nia đứng sảy cho trấu càng bay hắt hết ra ngoài đất, còn lại trong nia toàn lúa lẫn gạo. Chị dùng sàng, sàng để gạo lọt đổ xuống nia, trên sàng còn lại lúa. Chị đổ lúa vào cối tiếp tục giã, rồi lại sảy, lại sàng để lấy gạo...

Khi gà dậy gáy tàn canh Ba, chị Phúc làm đâu được bốn lon gạo. Chị vội nhóm bếp, đong nửa lon gạo nấu cháo cho con Mến. Lúc nầy, giữa trời sao vượt đã lặn từ lâu, sao mai chưa mọc. Trong nhà ngoài sân tối đen như mực. Nồi cơm gạo mới chị nấu đã cạn nước, chị nhấc nồi vần trước cửa bếp than nóng cho chín già. Chị múc một chén cháo đầy, bưng lên nhà trên đút từng muỗng cho con Mến, nó ăn không kịp nhai, nuốt cháo chưa qua khỏi cổ, nó đã há miệng đòi chị đút tiếp, ăn một lúc hết cháo, no bụng, nó nằm im một lúc, rồi nhắm mắt ngủ ngon.

Chị Phúc cùng hai thằng con ngồi quanh rá cơm đặt ở nền nhà trên cạnh cửa hông. Đêm tối, ba mẹ con ăn mò, chị bưng chén cơm ăn ít miếng cầm chừng, cho có lệ, nhường cơm cho hai con, thế mà khi rá cơm hết sạch, chúng chỉ ăn được bữa cơm gạo mới lưng lửng bụng.

Khi các con ăn cơm xong, đi ngủ. Đất trời hết canh Ba, gà gáy xao xác sang canh tư. Chị Phúc vẫn nằm thao thức không tài nào chợp mắt ngủ được. Chị nhớ thương anh Đoàn, chồng chị. Cách đây ba năm, trong cuộc nội chiến Quốc Cộng, anh đi lính Quốc gia, bị tử thương. Mấy ngày sau, từ khi anh chết, cộng sản miền Bắc đánh chiếm miền Nam; chị bồng con Mến, dắt theo thằng Nghĩa đi tìm chồng, thấy anh nằm chết ở mé rừng Trầm Cô dưới chân hòn núi Gấu, xác anh đã rã rệu sình thúi... Chị lăn lộn vật vã khóc, đập đầu xuống đất, muốn chết theo anh. Bỗng nghe tiếng khóc thét của thằng Nghĩa, chị liền sực tỉnh, chị phải sống để nuôi nấng các con...Từ ngày ấy đến nay, chị chịu đựng cuộc đời đầy chông chênh cực nhọc, trong cảnh mẹ góa con côi, giữa một xã hội mới nhiều đổi thay khác lạ. Trăn trở dằn vặt cho số phận mình, nước mắt chị Phúc chảy dài. Chị thầm nghĩ, phải đành làm kiếp người như mẹ con chị thật là khổ ải trầm luân quá chừng.

Con Mến đói quá cứ khóc rấm rứt, chị Phúc ẵm con vào lòng dỗ dành. Con gái của chị hết sức ốm yếu, người nó như chỉ còn có da bọc xương, đít beo riết, đầu to sầm, tóc lưa thưa vài sợi. Nó chẳng thèm nói, chẳng muốn đi đứng; suốt ngày chỉ nằm dán người trên võng hay đòi chị ẵm bồng. Chị Phúc lặng lặng ngồi khóc. Chị băn khoăn nghĩ ngợi, tình cảnh nầy chẳng lẽ bó tay để cả nhà đành chịu chết!!!

Chị Phúc bồng con Mến chần chừ dợm bước vào cổng Cô Nhi Ngũ Hành Viện. Đây là lần thứ hai chị quyết định làm những việc mà lòng dạ chị chẳng muốn, ngược lại tâm can đau đớn xấu hổ như đần. Lần thứ nhất đành đi ăn trộm lúa đem về cứu sống con. Lần nầy như cắt ruột, bấm bụng chị bồng con Mến đem cho cô nhi viện để nó sống còn, và cũng để cứu hai thằng anh nó đang chờ mẹ về, chạy vạy kiếm củ khoai hạt gạo đắp đổi nuôi sống chúng.

Khi được người đưa vào văn phòng gặp người quản lý của viện, chị Phúc cố bình tĩnh, kềm giữ lòng mình để khỏi khóc. Thế mà những giọt nước mắt cứ trào ra không sao ngăn nổi. Chị nói, tôi xin cho con tôi sống nhờ ở đây, vì hoàn cảnh khó khăn túng bấn, tôi không còn cách nuôi nổi nó... Người quản lý nhìn thấy đứa bé èo uột trên tay chị, ông lo lắng gọi giật một nhân viên, dẫn chị bồng con xuống gấp bệnh xá để cấp cứu. Sau khi khám nghiệm săn sóc, con Mến được uống sữa ăn bột no nê, nó tỉnh táo vui tươi thấy rõ. Chị Phúc trở lại văn phòng, làm giấy tờ hiến con cho viện. Xong thủ tục, chị vội vã đến bệnh xá để được gần gũi con lần cuối. Con Mến thấy chị tới gần, miệng cười chúm chím, đưa hai tay đòi chị bồng. Chị Phúc ẵm con vào lòng, hai hàng nước mắt chị chảy ướt cả tóc cả mặt con bé. Bỗng giựt mình, nghe có tiếng người gọi chị trở lại văn phòng. Chị nhẹ nhàng đặt con nằm xuống giường. Lấy tay kéo chéo áo lên lau nước mắt. Lau đi lau lại, nước mắt chị cứ chảy mãi. Chị chăm chăm nhìn con Mến, con bé cứ quơ tay múa chân, ray rứt khóc đòi chị bồng. Chị Phúc bật khóc, hình dáng con gái chị nhạt nhòa qua làn nước mắt. Chị cứ đứng chần chừ bên giường. Tiếng người lại kêu thúc. Chị cố sức gắng gượng nói nhỏ với con mấy lời, như nói để chính mình nghe: - Con hãy ở lại đây, ở đây chắc đỡ khổ hơn ở với mẹ, với nhà mình, nghe con.

Chị Phúc bước lùi ra cửa, mắt chị mải miết nhìn con, một lần nữa, một lần cuối. Ở văn phòng chị được cấp một số tiền về xe, và được mời ở nán lại viện ăn bữa cơm trưa. Chị Phúc nhận tiền đi xe, còn cơm nước bữa ăn trưa, chị từ chối, chẳng còn lòng dạ nào ăn uống được giữa lúc nầy. Vội vàng chị nói lời gởi gắm con lại cho viện và cảm ơn người quản lý, rồi ra về. Chị đi như chạy ra khỏi cổng viện, không dám quay đầu nhìn lại sau.

Từ ngày bồng con Mến cho cô nhi viện, chị Phúc rảnh rỗi tay chân, chị tất bật chạy vạy kiếm miếng ăn, ra sức cật lực đi làm cho hợp tác xã nông nghiệp. Sau những vụ mùa thu hoạch, chị lãnh lúa khoai công điểm. Ba mẹ con chị tạm sống đắp đổi qua ngày đoạn tháng. Ở nhà chị nuôi một con heo nái, mỗi năm đẻ cho chị một lứa, đem bán heo con, có món tiền, chị sửa sang lại cái nhà tranh cho khỏi nắng dọi mưa dột gió luồn, cho hai thằng con đến trường học hành. Nhưng rồi, trời đất không chiều lòng người, số chị Phúc lại gặp bất hạnh. Thằng Nghĩa, đứa con thứ hai của chị, một hôm theo bạn bè lối xóm, tìm ra một quả đạn pháo rớt nằm ở rẫy tranh ông cả Điệt, trong thời kỳ còn chiến tranh. Bọn trẻ tin là đạn thúi không nổ, nên xúm nhau kéo xuống giữa đám đất thổ, tìm cách cưa hai quả pháo, lấy thuốc đạn bên trong, đem đi thuốc cá ở sông Ghềnh Ráng. Khi chúng đang hè nhau cưa nửa chừng thì quả đạn phát nổ một tiếng dữ dội. Cả năm đứa trong đó có thằng Nghĩa đều chết tức tưởi ngay tại chỗ. Chị Phúc lại lần nữa mất thêm một đứa con. Chị buồn khổ khôn tả.

Những năm tháng nhọc nhằn dằng dặc chị phải nếm trải, chồng chất những lo toan và cam chịu những đớn đau khôn cùng. Chị Phúc ngã bệnh từ khi thằng Nghĩa chết đạn. Sau gần ba tháng đau yếu không dứt, chị Phúc lìa đời, hưởng dương mới có ba mươi bảy tuổi.

Một hôm Nhân đi làm ngoài đồng về lại nhà, lấy làm lạ, thấy ở ngoài đường trước ngõ, đậu một chiếc xe du lịch. Những người bà con cùng xóm đang ngồi tụ ba tụm bốn bàn góp nho nhỏ, đám con nít nhanh nhẩu chạy vô sân rồi lộn ra ngõ chỉ trỏ nói cười rộn rã. Khi thấy Nhân vừa bước tới, bà Cựu Bốn liền lên tiếng:

- "Có một cô ở Mỹ về tìm nhà mẹ cháu, cô ta đang đứng chờ trong sân. Cháu vô xem thử."

Khi thấy Nhân đi đến chỗ mình đứng, cô gái nghi ngại, không biết anh ta có phải người nhà hay không, nên lên tiếng ướm hỏi:

- "Xin lỗi, đây có phải nhà mẹ Phúc?"

- "Đúng vậy." Nhân trả lời. Ngưng một lúc, một thoáng nhìn cô ta, Nhân ngập ngừng nói:

- "Còn cô là... là ai, tìm nhà mẹ Phúc?"

Cô gái nét mặt rạng rỡ, hớn hở trả lời:

- "Em là con gái mẹ Phúc. Lúc còn ở với mẹ, tên em là con Mến. Còn anh... là anh...?"

Nhân hết sức ngạc nhiên, trong lòng nghi nghi ngờ ngờ, cô gái sang trọng đẹp đẽ đang đứng trước mặt lẽ nào là con Mến, em ruột mình chăng. Nhân đứng im như trời trồng, chẳng nói thêm được lời nào - Đây là cảnh thực hay mơ, mình đang thức hay nằm ngủ thấy chiêm bao mộng mị - Để định thần, Nhân cắn môi thật mạnh, nghe đau, mới tin em gái về thăm nhà là có thật. Nhưng rồi, dường như có một khoảng cách vô hình nào giữ Nhân im bặt, đứng sững tại chỗ. Chờ lâu không nghe Nhân trả lời, Mến lên tiếng nhắc lại:

- "Có phải anh là con mẹ Phúc, là anh của em phải không?"

- "Phải, anh là anh cả Nhân đây."

- "Còn mẹ và anh hai đi đâu vắng nhà hả anh?"

- "Em ơi! Mẹ và chú hai Nghĩa chết kể đến nay đã gần mười năm rồi."

- "Tại sao phải gặp cảnh thế này, hả anh."

Mến chạy ào tới ôm chầm anh mình. Cả hai nước mắt dàn dụa. Bà con lối xóm đứng vây quanh Nhân và Mến, ai nấy đều mủi lòng, có người cầm lòng không đậu khóc theo hai anh em nhà mẹ Phúc.

Nguyễn Đình Từ Lam

Bóng Chiều
NGUYỄN CHÂU

- Chào anh! Anh nhớ em không?

Tôi bối rối nhưng vội vàng đáp lễ.

- Ngày hội Trùng Dương… Nàng nhẹ nhàng gợi ý.

Đôi má hây hây vương vấn nắng chiều, tia mắt nàng hớn hở cười sau làn tóc rối tung bay theo gió nhẹ.

Tôi mời nàng vào cafeteria, chọn bàn khuất sau khóm trúc đào. Không cần biết tôi uống gì, nàng gọi hai ly chanh Rhum. Hôm nay nàng thật lạ, bộ trang phục lụa đen tuyền bó tròn thân hình gợi cảm, tương phản màu da trắng hồng khiến lòng tôi lâng lâng, rạo rực một điều gì khó tả.

Nàng mời tôi về nhà, con đường bê-tông nép mình dưới hai hàng cây hoa vàng anh rực sáng dưới ngọn đèn đường. Tiếng gầm lên nghe ứ nghẹn, tôi giật mình quay lui, con chó berger to lớn lông xám vàng đang chồm tới, nhưng được giữ lại bằng dây xích. Nàng ôm cổ nó vỗ về:

- Antony, ngoan nào, bạn đó!

Nàng đứng chắn ngang như bảo vệ, mời tôi vào phòng khách:

- Nhà chỉ hai mẹ con, cháu vừa đi du học hơn nửa năm nay rồi, em buồn…

Bức chân dung hai mẹ con thật đẹp, đôi mắt cô bé tròn vo như nhìn tôi nghịch ngợm, ngoài kia con Antony lại nhìn tôi cảnh giác, thỉnh thoảng nhe hai hàm răng trắng nhởn đầy vẻ hăm dọa. Sợi xích loảng xoảng khi nó trở mình, khiến tôi có cảm giác không bình yên…

Nàng bước ra hàng hiên, ôm vai Antony thầm thì, Antony đưa hai chân trước choàng vào cổ nàng, giọng rên lên gừ gừ nhõng nhẽo, chiếc đầu xinh xắn của nàng lọt thỏm vào vùng ngực mạnh mẽ đầy lông vàng ươm của nó. Tôi đâm ra ngượng nghịu và ganh tị.

Nàng nhìn tôi cười, môi dưới trề ra như giễu cợt sự nhút nhát của tôi. Nàng hình như nói với chính mình:

- Chiều nay phải tắm cho Antony thôi, hôi quá rồi!

Nàng thoăn thoắt đi vào buồng tắm, dáng õng ẹo như trêu người, tôi đứng lên định chào nàng rồi từ giã ra về, giọng nàng mơ hồ lẩn khuất sau chùm nước vòi sen:

- Nếu muốn… anh cứ tự nhiên, em không giữ Antony cho anh đâu…

Tôi giật mình nhìn ra cửa, Antony ghếch chiếc mõm trên thềm với cặp mắt trắng dã nhìn tôi đe dọa.

Nàng là bạn "vong niên" của Julie H., chồng H. với tôi là bạn cùng khóa, nhưng anh đã xa rời nhân thế. Trong buổi dạ tiệc hôm ấy dù nàng là hoa khôi, nhí nhảnh và hồn nhiên nhưng biết thân phận mình, tôi vờ như lảng tránh.

Đêm đã về khuya, tôi lặng lẽ rời căn biệt thự xinh xắn ở ngoại ô, bỏ lại sau lưng những điệu nhạc du dương, những vòng tay quấn quýt trong không gian mờ ảo liêu trai.

...

- Mời anh lên sân thượng, em cho anh xem cái này…

Tôi đứng lên bước theo nàng, mặc kệ tiếng gầm gừ của Antony. Nhìn khuôn ngực tràn trề nhựa sống và đôi mông khiêu khích, phép lịch sự tôi không thể bước sau nàng.

Trên bệ đá trắng ngần, người nghệ sĩ điêu khắc tài hoa đã tạc thân hình vệ nữ nằm lả lơi, với chiếc eo thon cùng đôi gò bồng đảo thanh tân, mái tóc buông dài tạo thành dòng suối nên thơ róc rách chảy vào hồ bán nguyệt.

Tôi ngẩn ngơ chiêm ngưỡng tác phẩm tuyệt bích, bao nhiêu ý nghĩ tà tâm về nàng vụt tan biến. Ngọn nến lung linh, chập chờn theo ngọn gió lay. Mùi thơm dìu dịu, thoang thoảng từ nàng khi tôi đón nhận cốc rượu vang, môi nàng hé mở:

- Cuộc đời này không đáng yêu sao? Em nghe chị H. kể về anh, sự hoài niệm và tiếc nuối chỉ day dứt lòng người, nước ra khơi xa khó trở về nguồn…

Vậy là nàng đã hiểu, vợ tôi mang hai con vượt biên khi tôi còn ở trong tù. Tất cả đã chết. Nếu còn… Tự nhiên tôi đâm ra khó chịu với nàng:

- Chuyện riêng của anh. Xin lỗi em…

Trời trong xanh lấp lánh những vì sao, ánh trăng lưỡi liềm khuất sau vòm lá. Tôi bắt tay nàng:

- Tạm biệt, hẹn ngày gặp lại…

Nàng quay lưng ngả vào lòng tôi, sự va chạm bất ngờ khiến tôi bối rối. Da thịt nàng mát lạnh, tôi quên hết mọi sự trên đời, nàng đã trao tôi trái cấm, bản năng Adam trong tôi bùng lên dữ dội, đôi môi ham hố lướt trên má trên môi nàng, thân hình diễm tuyệt không xiêm y lồ lộ… Nhưng đôi mắt phản chiếu ánh trăng khuya dưới kia của Antony như hai ngọn đèn pha nhỏ xíu xanh lè, kèm theo tiếng rên hư hử của nó khiến tôi bừng tỉnh cơn mê. Nàng ngỡ ngàng ngửa mặt nhìn tôi, thở dài:

- Chuyện gì vậy anh? Đêm nay hãy ở lại cùng em…

…

Ra trường tôi cùng Hưng – hôn phu của H. tân đáo về Năm Căn nhưng khác đơn vị, căn cứ đìu hiu bên con sông Bồ Đề.

Hưng đẹp trai, phong lưu nho nhã còn tôi da ngăm đen như mọi núi, H. đẹp và mộc mạc như bông hoa rừng tràm. Gia đình nàng gốc người Hoa, có mười lò hầm than đước ở Năm Căn và nhiều hàng đáy trên sông Cửa Lớn. Mỗi dịp hè nàng từ Cà Mau về nhà ở chợ Hàm Rồng. Duyên tình của Hưng và nàng tình cờ nhưng quay cuồng như sóng nước mênh mông ở cửa Bồ Đề…

Ngày ấy, tôi "khù khờ" không biết nhậu nhưng Hưng thứ gì cũng biết. Năm Căn - vùng "xôi đậu", chưa bao giờ chúng tôi dám ở lại nhà nàng qua đêm, nhưng rượu vào Hưng đâm liều lại thêm lời khích tướng của H.:

"Chim quyên xuống đất ăn trùn
Anh hùng lỡ vận lên nguồn đốt than
Đốt than thì phải sàng than
Làm sao đừng để lấm gan anh hùng"

(Ca dao)

Noel năm 73, phi đạo dã chiến căn cứ Năm Căn chìm trong cơn mưa cuối mùa, gia đình Hưng theo chuyến bay Caribou từ Sài Gòn xuống bàn chuyện hôn lễ của Hưng và H., chàng phụ rể bất đắc dĩ là tôi cùng đoàn nhà trai mang lễ vật đến nhà nàng.

Sau ngày chạm ngõ không lâu, chuyến hải hành cuối cùng trong khi chờ phương tiện về phép để chuẩn bị thành hôn, duyên tốc đỉnh (PCF - Patrol Craft Fast) bị vướng thủy lôi, mang theo hình hài của Hưng cùng thủy thủ đoàn chìm sâu vào lòng sông Cửa Lớn, gần ngã ba Tam Giang.

…

Sau hơn hai mươi năm, lênh đênh thăng trầm theo cuộc sống, từ vùng đất cao nguyên tôi lần về Sài Gòn tìm đến nhà Hưng. Mẹ anh đã mất, nhưng bất ngờ tôi gặp lại H., tôi không còn nhận ra nét kiêu sa của cô nữ sinh nhí nhảnh ngày nào. Sau ngày đất nước sang trang, nàng theo gia đình về HongKong rồi sau đó định cư ở Hoa Kỳ, nhưng nàng mãi vò võ cô đơn với hình bóng của Hưng.

Nàng thì thầm:

- Đợt trước em về, mẹ và em tìm đến Nghĩa trang Quân Đội Biên Hòa, đưa hài cốt Hưng về quê nội của anh ấy ở Mỹ Tho…

Tôi không còn tin trên đời này còn có sự thủy chung, nhưng nhìn vào mắt Julie H. niềm u uẩn vời vợi, có thể hình bóng Hưng khó thể phai nhòa trong tâm trí H.

- "Liệt nữ bất sự nhị phu" phải không anh? Em không là "liệt nữ". Đơn giản với em, khó có ai thay thế anh Hưng trong lòng em. Dù em chưa được làm dâu một ngày, nhưng những người thân còn lại của anh ấy là cật ruột của em, vậy thôi!

Tôi liên tưởng đến hoàn cảnh của mình, vợ con tôi ở phương trời nào xa ngái, còn sống hay đã chết? Vì sao không đợi tôi về…?

…

Điện thoại của Nàng:

- Antony đã… chết. Nó không chịu ăn uống gì anh ơi! Đến với em, nhanh lên…

Antony gầy nhom, đôi mắt mở trừng trừng trông tàn tạ lạ thường, khác hẳn ngày đầu tôi nhìn phát khiếp. Antony đã ở bên nàng từ ngày Q. bỏ mẹ con nàng sang bến khác.

Tôi đến nhà nàng, người mở cửa lại là Julie H., nàng nhìn tôi mỉm cười, nhưng ánh mắt buồn hiu:

- Anh biết không, em đã đưa Antony về đây với Nhung từ ngày nó còn bé tí, thấm thoát cũng đã gần mười năm. Antony có nghĩa lắm anh, hình như nó có ý thức được chia sẻ buồn vui cùng chủ và cố làm tròn bổn phận bảo vệ hai mẹ con Nhung…

Nếu tôi tỏ ra thân thiện với Antony ngay từ những ngày đầu, biết đâu Antony sẽ không buồn… Từ ngày tôi có Nhung, nàng đã vì tôi say men tình muộn, có lúc ngao du đâu đó quên mất đường về, Antony đôi khi bị bỏ đói và không được chăm sóc đúng mức, nhìn xác thân tiều tụy của nó, tôi càng ân hận khôn nguôi.

Nhung lại càng buồn và ray rứt hơn tôi. Julie H. an ủi và đề nghị:

- Mình sẽ "an táng" Antony tại vườn hoa trong biệt thự của em. Sẽ xây mộ và tạc tượng Antony để khi bé Phương về còn nhìn thấy nó…

Nhung muốn tôi bán cơ ngơi nhỏ bé gồm mấy sào cafe và tiêu trên Daklak để về đây sống chung cùng nàng, hơn nữa công ty xuất nhập khẩu của Julie H. đang cần người.

Tôi thầm nhủ: "Một thân một mình sống đâu chẳng được!". Nhưng nhớ những ngày phiêu bạt lạc bước lên Tây nguyên rừng xanh gió núi, đôi mắt dại khờ, da đen nhẻm, chân trần của những em bé Rha-đê đã níu chân tôi dừng lại chốn này.

Tôi dạy các em từng con chữ, ê a những buổi trưa hè, rộn rã tiếng cười dân ca lạ lẫm miền xuôi, ngược lại các em ngâm cho tôi nghe trường ca, tiếng cồng chiêng rộn rã núi rừng bên bếp lửa bập bùng cùng điệu múa nhịp nhàng nhưng gợi cảm của truyền thống Ê Đê.

Sau ngày giỗ của Hưng, tôi về lại Tây Nguyên, không giã từ Nhung và cả Julie H.

Rừng xưa chưa khép bước tôi về…

Nguyễn Châu

Lên "Phây"

TRẦN YÊN HÒA

Hạo chỉ có cậu Tân là người cậu duy nhất. Mẹ Hạo là chị cả trong gia đình có bốn người con. Mẹ, dì Hiên, cậu Tân và dì út Hậu. Cậu Tân vốn là một nông dân chính hiệu. Hình như cậu học mới qua bậc tiểu học là cậu bỏ cây bút để cầm cái cày, cái cuốc. Đến năm cậu trên bốn mươi, cậu đã có bảy người con, bốn trai, ba gái. Có lẽ cậu thấy cuộc sống làm một người nông dân quá cực hay sao mà cậu nhảy ra tham gia chánh quyền. Cậu được bầu làm xã trưởng.

Trong thời buổi tao loạn ấy, người tốt việc tốt càng dễ bị ghét. Ghét bên phía địch đã đành, mà phe ta cũng không thương được, vì những chia chác quyền lợi. Địch thì hằm hè bên lưng, mỗi tối phát loa phóng thanh kêu gọi diệt ngụy, diệt ác ôn. Lúc nào trong danh sách diệt, tên cậu cũng đứng đầu sổ. Cho đến một ngày, cậu bị diệt thiệt. Đó là một buổi trưa cậu Tân bị địch phục kích. Cậu bị bắn chết giữa thanh thiên bạch nhật, lồng ngực cậu bị vỡ nát vì đạn AK xuyên qua, máu tuôn xối xả. Cậu tắt thở ngay tại chỗ.

Cái chết của cậu, làm bảy đứa con của cậu bị hụt hẫng, bị rơi vào một khoảng trống không định hình. Mợ Tân chỉ là một bà nhà quê tay lấm chân bùn, nên cố nén cơn đau để sống, làm ruộng, nuôi con. Có thể nói là lây lất. Không đứa con nào học của cậu hết bậc trung học. Những đứa con gái thì đứa có chồng, đứa không, những đứa con trai cũng làng nhàng làm anh nông dân tiếp nối...

Rồi cái gì cũng qua. Mấy đứa con trai cũng thành gia thất... cùng nhau sống trong khu vườn của cậu để lại, mỗi đứa làm một cái nhà nhỏ quanh vườn.

*

Hạo đi xa quê từ năm mười sáu tuổi, nên những đứa em con cô cậu với anh, cái tình cũng nhạt. Bởi vì sự thân quen, thương yêu, thường thường được nối kết bởi sự gần gũi, sự giao tiếp, sự chia ngọt xẻ bùi. Nhưng Hạo không có những cái đó. Anh sống ở thành phố, rồi đi xa, cũng tự lập, tự lực tự cường. Như hai phương trời cách biệt... Chỉ có thỉnh thoảng mới nhận được tin, đứa này gả con, đứa kia cưới vợ cho con...Khi anh biết hỷ tín, thì ngày cưới đã qua cũng mấy tháng rồi, nên anh cũng không có quà mừng hay lời chúc mừng gì đến các em, các cháu.

Thế cũng trên bốn mươi năm qua.

Tự dưng mấy hổm rày, trên "phây" anh xuất hiện một cái tên, Hải N. Nguyễn. Và có một câu hỏi anh, anh Năm đó hả, anh khỏe không? Tự nhiên Hạo thấy bức xúc, suy nghĩ rất lung. Trở đi trở lại những bạn bè thân quen, lớn nhỏ, ai biết mình là anh Năm cà? Hạo ra xã hội, sống với đủ mọi nghề với tên khai sinh là Hạo. Bạn bè đều kêu anh là Vũ Thanh Hạo, ai biết được Hạo là con thứ năm trong gia đình. Anh Năm. Đúng, đó là tên gọi hồi nhỏ trong gia đình của anh. Chị Hai, chị Ba, anh Tư, anh Năm. Chỉ có bà con cô, cậu, dì, mới biết được thôi. Anh lục tìm và suy nghĩ mãi. Cuối cùng anh chịu thua, nên đành hỏi lại trên "phây". Hải N. Nguyễn là ai vậy?. Trả lời. Em là Hải, con thứ ba của cậu Tân đây. Câu trả lời làm anh chưng hửng. Cảm động.

Mấy năm nay vi tính lan tràn ở Việt Nam ngày một nhiều, internet, rồi điện thoại thông minh, rồi "phây bút". Cho nên cả quả địa cầu rộng thế mà trở nên gần xịt. Gần thiệt gần, mà xa cũng thiệt xa. Gần, nghĩa là như anh đi chùa ngày mùng một, thấy những cây hoa tường vy bên mép chùa đẹp quá, liền nói với Mây, anh với em cùng chụp cạnh cây tường vy này một "pô" đi. Anh nhờ người đàn ông đứng cạnh, anh chụp giùm tui. Người đàn ông cầm lấy *smart phone* của anh, rồi bấm máy. Cảm ơn. Anh lấy lại *phone* và coi hình. Đẹp quá. Em thấy đẹp như hồi mình mới yêu nhau không?. Để anh gởi liền lên "phây", nhe. Thế là anh làm mấy động tác nhẹ nhàng. Tiếng tích của *smart phone* rung nhẹ. Mấy giây sau, các bạn "phây" của anh đều nhận được hình anh và Mây đang tay trong tay, bên cây hoa tường vy ở chùa Quan Thế Âm. Điện thoại lại kêu tích, tích, hàng chục cái reply, có cả của chị Hai ở quê. Khen. Hình hai em đẹp lắm.

Đó nghĩa là Gần, muốn nhìn chị Hai, anh Hai, anh Bốn ở quê (hoặc nói chuyện) bất cứ lúc nào và bất cứ ở đâu, cũng được.

Nhưng Xa. Muốn thấy chị Hai bằng xương bằng thịt, muốn cầm tay chị Hai, rờ má chị, rờ mặt chị, coi thử da chị có còn rắn chắc không, hay đã nhão, đã lão hóa rồi, thì cũng phải mất thời gian và có tiền. Phải có tiền mua vé máy bay Eva hay China Airline, phải 24 tiếng mới về đến quê, còn đi một chuyến từ SG về quê nữa, cũng mấy giờ bay. Vậy là Xa. Nghĩa là vũ như cẩn, vẫn như cũ, chứ gì nữa.

Cho nên bây giờ Hạo được "phây" của Hải N. Nguyễn, anh mừng rơn là liên lạc được với đứa em cô cậu ở quê. Và Hạo cũng thấy mừng cho những đứa em của mình, bây giờ cũng được hưởng chút ánh sáng văn minh, là có thể, bấm một cái là biết tin tức anh em, bạn bè, xa nửa vòng trái đất. Hạo chúc mừng, những đứa em con cậu, đã có một gia đình êm ấm, hạnh phúc. Nói cho đúng là các em tự mình vươn lên, làm ruộng, chạy xe ôm, nuôi vài con heo nái, đẻ được mấy lứa heo con, nuôi mấy con bò, đẻ được 2 con nghé, đó là vốn liếng có được từ mồ hôi. Đi làm đồng đã có được chiếc Honda sản xuất tại Trung quốc giá có mấy triệu, chạy cũng đỡ mỏi chân.

*

Còn mấy đứa con gái của cậu Tân.

Một lần Hạo về quê, một buổi tối anh ra nhà chị Hai chơi. Con đường tỉnh lộ chưa tráng nhựa nên còn bụi đỏ mù trời, một con gió lốc xoáy nhỏ cũng làm đám bụi đỏ bốc lên. Bụi bốc lên chỉ người đi đường, hưởng, hít bụi. Buổi tối vùng quê, trời tối như mực, Hạo đứng trước nhà chị Hai ngóng ngó người qua lại cho vui và mong tìm lại cảnh thanh bình cách đây năm mươi năm, anh đã hưởng. Bỗng anh thấy đằng xa bóng một người lầm lũi đi lại. Người đàn bà đi trong bóng đêm, gánh một gánh rau, dáng khập khiễng, khổ nhọc. Khi dừng lại trước nhà chị Hai, người đàn bà bỏ gánh xuống khỏi vai, nhìn Hạo trân trân, rồi bật lên tiếng nói:

- Ủa. Anh Năm, anh về hồi nào đó?

Hạo ngạc nhiên khi thấy người lạ, không biết là ai mà gọi tên mình. Hạo hỏi lại:

- Chị là ai đó?

- Em là Hai Thao đây.

Hạo bật thốt lên:

- Ô! Hai Thao.

Người đàn bà gầy gò, lại ôm lấy Hạo. Hạo ôm lại, chợt thấy Thao ốm quá!

Thao đúng là nạn nhân của cuộc chiến vừa qua. Lớn lên, trên hai mươi tuổi, Thao lấy chồng, một thanh niên cùng quê. Thời loạn lạc thanh niên nào ở yên được, nên chồng Thao vào nghĩa quân. Và nghĩa quân là lính, nên phải đi kích, đi lùng địch ban đêm. Đến một lúc, chồng Thao bị trúng đạn, chết. Thao làm góa phụ hồi mới hăm lăm tuổi.

Vừa nhà quê, vừa không đẹp, vừa lo kiếm miếng ăn đến đứt hơi, nên Thao không có ai để ý tới nữa. Nay đã trên năm mươi năm qua. Thao leo lên đến hàng bảy, khô queo, khắc khổ như một cây sậy trụi lá.

Còn hai đứa em Thao, ai cũng khổ như vậy.

Hạo biết vậy, nhưng anh cũng không giúp được gì nhiều cho những người em cô cậu. Anh đã qua những bầm dập cuộc đời, và chỉ làm một *assembly* trong dây chuyền sản xuất, lương ba cọc ba đồng. Dành tiền về quê thăm chị, thăm mồ mả cha mẹ, ông bà đã là hụt hơi. Mấy trăm ngàn đồng VN anh biếu cho mấy em, cũng chỉ là hột muối bỏ biển. Nhưng anh lại an tâm là các em mình đã sống một cuộc sống lương thiện, trong một xã hội xao xác như thế. Chung quanh toàn hầm hố bom mìn theo nghĩa bóng. Đó là vật chất, xa hoa phù phiếm, đã tràn lan vào tận cùng ngõ ngách. Nói không phải chửi chứ từ trên xuống dưới, các cấp chính quyền, công an, đều đi thụt lùi. Câu nói đúng là xã hội đó, tiếng phát ra là "đầu tiên?" tức "tiền đâu?". Anh không thể khẳng định được tính cách lương thiện của mấy đứa em, nếu tụi nó được làm một chức vụ gì đó có "ăn", thì tụi nó có giữ được tính liêm khiết không? Một xã hội "ăn" từ trên xuống dưới, mấy đứa em làm nông nên không có chỗ "ăn". Nhưng dù gì, giữ được sự trong sạch của mình cũng là điều tốt.

*

Cái "phây" cũng chiếm chỗ trong Hạo nhiều thời gian. Hình như anh loay hoay với nó suốt ngày. Qua "phây" anh cũng biết tính cách của từng người kết bạn với anh... Người thì thích đăng thơ mình lên "phây", coi như đó là niềm vui, người thì thích đưa hình, khoe con, khoe vợ. Con gái thì bẹo hình bẹo dạng khoe vú khoe mông. Có đứa con gái kêu gọi phe đàn ông mua viên "cương cứng lâu" cùng với tấm hình tạo dáng rất sexy. Nghĩa là "phây" đúng nơi môi trường oanh kích tự do, từ bom thường đến bom bầy B.52, như hồi chiến tranh, Mỹ đã bỏ bom, rải thảm, xuống ở làng quê, rừng núi ta.

Cũng nhờ trên "phây" mà Hạo thấy được ngôi nhà lầu ba tầng của người bạn ở thành phố Đ. Nó làm công chức mà sao giàu dữ vậy không biết. Ai cũng trầm trồ, khen ngợi vì Triết tài giỏi, ngoại giao rộng rãi và giữ chức vụ cao. Một lần Triết khoe. Tau sắp hạ cánh rồi mi. Hạ cánh an toàn. Tau sáu mươi với ba cái nhà, hai cái ngoài bãi biển cho thuê và một cái để ở. Như vậy cũng được, mi há. Rồi Triết nói thêm, có lẽ tau nhờ hồng phước của ông bà phù hộ. Ba mẹ tau một đời hiền như cục đất, thấy tau nghèo nên giúp tau vào chỗ ngon, nhờ vậy mà tau mới lên đời. Ký chữ ký kiếm vài chục ngàn đô dễ như chơi. Triết cười rè rè trong ống nghe, có vẻ mãn nguyện. Hạo nói, chúc mừng mi nhe. Nhưng anh lại tự hỏi, sao Triết giàu dữ vậy cà? Đúng rồi. Chắc là nó thuộc dạng quan tham, chứ lương tháng của nó, nếu cao lắm cũng khoảng mười triệu, hai mươi triệu là cùng, thì ba cái nhà đó giá cũng cả trăm tỉ, lấy tiền đâu ra. Chắc là không phải do cần cù, đi chạy xe ôm hoặc đi bán chổi đót như một quan chức đã nói. Chỉ có tham nhũng, mà tiền tham nhũng là tiền ăn cắp, đúng là ăn cắp của dân, có gì mà khoe. Và cha mẹ nó ở dưới suối vàng chắc cũng không đồng tình phù hộ nó làm giàu một cách bất chính như vậy.

Lại một thằng bạn nữa, "sô" hình trên "phây" một căn nhà lớn, căn biệt thự vùng quê. Căn nhà đẹp thiệt, nhà quê mà có nhà hai, ba tỉ đồng là ngon. Thằng bạn nói, nhờ đứa con tau khôn, giỏi, nên nay nó giàu "cực kỳ". Đây chỉ căn nhà nhỏ thôi, nó làm cho vợ chồng tau ở, chứ ở thành phố, nhà nó mới thật sự "khủng", "cực kỳ hoành tráng"

176

đó mày. Hạo cũng lại viết trên comment, chúc mừng mi có nhà biệt thự, giàu sụ rồi nghe.

Rồi anh nghĩ đến những đứa con anh ở bên Mỹ này, vợ chồng chúng nó phải làm quần quật suốt năm, suốt tháng. 4 giờ đã thức, lo bới cơm đem theo, đầu tắt mặt tối trong hãng suốt tám tiếng đồng hồ. Hôm nào có làm over-time thì mừng rơn, là kiếm thêm được chút đỉnh.

Cũng khoảng mấy mươi năm như vậy, vợ chồng tụi nó mới có tiền *down*, mua được căn nhà, nghĩa là chỉ trả được khoảng 1/3, còn lại phải cày suốt hai, ba mươi năm nữa.

Nhưng Hạo lại thấy tâm bình an.

Trần Yên Hòa

Đuối

VÕ PHÚ

Giữa trưa, nắng hầm hập tựa như đang đứng trước lò che. Lò che là một loại lò được đào sâu dưới lòng đất, bên trên là ba cái vạc lớn dùng để nấu đường từ nước mía ép. Đám ruộng lúa trước nhà khô cằn, nứt nẻ. Những mảnh đất màu đỏ nung của vách tường rơi xuống làm trơ ra những cọng rạ khô bên trong. Bé Nga mới từ nhà bạn về. Nó ra phía sau nhà lấy cái gáo dừa trên nắp thạp đất, múc một gáo nước lớn uống. Những ngụm nước trôi xuống cổ họng nghe ừng ực. Gáo nước dường như không đủ hạ cơn nóng giữa tháng bảy ở vùng đất miền Trung này. Nóng quá, nó ra khỏi nhà, đi về phía con sông. Từng bước chầm chậm nó đi ra ngoài khơi. Càng ra xa, nước càng mát. Nó thích thú ra xa hơn nữa. Nó ngụp lặn trong dòng nước mát...

Chị Thu từ ngoài đồng về, trên tay chị bưng cái thúng nhỏ bên trong là mớ rau má vừa mót được ngoài bờ đê đem ra sông rửa cho tươi để kịp buổi chợ chiều. Chị hốt từng nhúm rau nhỏ, nâng niu rửa sạch rồi bỏ vào thúng. Chị dợm đứng dậy ra về, chợt nhìn thấy vật gì nổi trôi bồng bềnh ngoài khơi xa. Chị dụi mắt rồi nhìn thật kỹ xem là vật gì. Chợt nhận ra bộ đồ của bé Nga đang mặc trên người. Bộ đồ có hình con mèo Kitty mà bé Nga nài nỉ chị mua cho bằng được khi hai mẹ con ra chợ Nam Phước bán rau hồi tháng trước. Chị hoảng loạn, la hét và lội ra khơi.

Chị cố ngụp lặn... Chị quên mất mình không biết bơi. Sự cố gắng của chị cũng được đáp đền. Chị ôm con vào lòng và cố lội trở vào bờ. Chị quơ quào trong dòng nước. Những ngụm nước cứ trôi vào miệng; dù chị đã cố ngậm miệng lại để cho nước khỏi vào, nhưng vô vọng. Nước sông cứ thế chảy vào miệng chị từng ngụm, từng ngụm.

Chị có thể buông con ra và có thể quơ quào để được vô bờ, nhưng không. Chị vẫn ôm bé Nga vào lòng, siết chặt. Chị cố gắng đạp mạnh trong lòng nước. Chị vùng vẫy. Chị càng vùng vẫy, thân thể hai mẹ con càng chìm sâu....

Mặt sông êm đềm lờ lững như chưa từng có chuyện gì xảy ra. Cho đến xế chiều, những đứa trẻ chăn trâu, dắt trâu ra sông tắm. Trong lúc vui đùa ngụp lặn, một đứa trẻ đụng phải vật gì và lôi lên. Hai xác người. Thằng bé chăn trâu la lớn:

- Trời ơi.... Ma.... Ma… Da...

Mấy đứa lớn hơn tụm lại và lôi hai cái xác lên bờ. Hai mẹ con chị Thu và bé Nga nằm bất động. Thân người nhợt nhạt, môi tím tái, tay chân cứng đờ, nhưng vòng tay chị Thu vẫn còn ôm chầm lấy con. Mấy đứa trẻ chăn trâu la hét um sùm. Người đến một lúc một đông dần.

- Trời ơi, tội nghiệp hai mẹ con quá.

Một người đàn bà luống tuổi tặc lưỡi nói:

- Chắc là con mẹ thấy đứa con đuối rồi cố ra vớt rồi chìm luôn.

- Chắc vậy...

- Mà con Thu dại quá, không biết bơi thì ta hô lên cho thiên hạ giúp. Ai đời không biết bơi mà lại cố ra cứu làm gì để giờ cả mẹ lẫn con...

Một người khác, tiếp:

- Chắc tại trời nóng quá, nên hai mẹ con ra tắm cho mát rồi chết đuối...

Người đàn ông có bộ râu dài lên tiếng:

- Chắc hai mẹ con ra rửa rau rồi bị ma da kéo. Mọi người thấy không, bên kia còn rổ rau má kìa... Mà bờ sông này có ma da đó mọi người ạ.

Người ta xầm xì bàn tán về hai mẹ con chị Thu và chuyện ma da...

Đám đông kéo đến... Những người tò mò tụ ba tụ bảy bàn với nhau.

- Phải chi trời đừng nóng thì đâu có vụ chết đuối của hai mẹ con.

- Chắc là tại số họ đã tận...

- À mà hai mẹ con nhà nó họ gì vậy?

- Họ gì à? Có liên quan gì đến sự việc này mà ông lại hỏi?

- Ông là nhà báo hay là công an, đồn biên phòng?

- Không, tôi không là ai cả, chỉ hỏi cho biết.

Một người trong đám đông lên tiếng:

- Dường như là họ Trần?

Một bà già lưng còng, trả lời:

- Nó họ Trần, không có bà con ai hết. Con bé không có cha, nên lấy theo họ mẹ, chắc cũng họ Trần.

- Ừa, nếu là họ Trần thì phải vậy rồi... Đều là số Trời cả.

- Sao ông lại nói thế ông già?

- Mọi người không biết câu vè người ta hay nói sao?

- Câu vè? Mà câu vè gì?

- Họ Trần, họ Nguyễn, họ Lê... Mau mau xuống nước cho ta lên bờ...

- Ừa chắc vậy. Chắc là số mạng cả...

- Ừa phải chi con Thu đừng cho con bé Nga đi học, cho nó đi chăn trâu có phải tốt hơn không? Mấy đứa chăn trâu không bao giờ bị chết đuối. Ma da sợ tụi chăn trâu lắm.

Người ta hay nói, nhứt trẻ trâu, nhì đám lâu la học trò...

- Phải chi chị ấy có chồng. Mà chồng chị ấy là ai? Ai mà ác đức vậy, quất ngựa truy phong... Chắc chị sợ tiếng xấu nên trốn ở vùng quê này...

- Công an xã tới rồi. Công an xã tới rồi....

- Xin mọi người tránh ra để cho chúng tôi làm việc.

Vài người trung niên đến bên hai mẹ con chị Thu lật qua lật lại. Họ dùng tay cạy miệng chị Thu ra. Nước trong miệng chảy ra từng dòng. Người ta lấy vải khô lau, nhưng nước vẫn rỉ ra không ngừng như thể chị cố phun ra khỏi miệng. Hai tay chị co quắp. Một người trung niên, có lẽ là người khám nghiệm tử thi, lật qua lật lại và đè tay lên bụng hai mẹ con chị Thu xuống. Nước sông trào ra, ông ta nói:

- Chết đuối! Cả hai mẹ con cùng chết đuối. Độ chừng hai, ba giờ trước.

Ừ thì hai mẹ con chết đuối. Nhưng cái chết đáng lẽ không nên xảy ra nếu như... Lại là nếu như.... Vâng nếu như trời đừng nóng. Nếu như cả hai mẹ con biết bơi. Nếu như cô bé Nga ở nhà bạn chơi mà không về nhà sớm. Nếu như bé Nga rủ thêm bạn khi đi ra sông mà không đi một mình....

Nói gì đi nữa thì hai mẹ con chị Thu Nga vẫn không thể sống lại. Rồi cái chết của hai mẹ con chị chắc cũng quên mau.

Những người đàn ông trung niên dùng võng khiêng hai các xác về trạm xá xã. Đám đông thưa dần.

Mặt trời sụp xuống. Cơn gió hầm hập thổi đến từ ngoài khơi. Mặt nước sông êm đềm. Đêm xuống!

Võ Phú

8. HOA CÚC
áo vàng thơm hoa cúc | sống trong thơ Nguyên Sa
một Phạm Cao Hoàng khác | cả đời thơ Cúc Hoa
ta cũng có em Cúc | kề cận sát bên nhà
lóng lánh mắt hạt nhãn | nhí nhảnh tóc đuôi gà
may phước chỉ lén ngắm | không gieo tình ra hoa
luân hoán

Vô Chiêu

NGUYÊN CẨN

Chiếc xe chồm lên xoay ngang ra như một con ngựa bất kham. Mặt đường quá trơn loang loáng trong mưa. Tân bậm môi ghì chặt vô lăng, lẩm bẩm: "Đúng là Dốc Lết!"

Sáu năm xuôi ngược một con đường. Tân thuộc lòng từng ổ gà, hố, rãnh. Vậy mà bữa nay sao tự dưng lại bị lết bánh ngay đoạn dốc này? Hay là chiếc xe lại trở chứng. Tặc lưỡi, Tân buột miệng: "Chết mẹ, chắc tại cái bánh xe rồi!" Mà chả cần có tài suy đoán, cứ nhìn cái bánh xe mặt trơn như miếng cao su liếc dao của mấy ông thợ cắt tóc thì biết rằng gã tài xế chắc hoặc là cẩu thả hoặc là hết tiền nên mới phó mặc cuộc đời trên chiếc xe liều mạng ấy. Quả thực, Tân đang kẹt tiền. Thằng nhóc khi không sốt hai ba bữa liền. Tình nghi sốt xuất huyết nên số tiền gom góp thay vỏ xe phải neo lại chờ xem bệnh tình thằng nhóc ra sao cái đã. Còn cái vỏ xe, cùng lắp mai đi đắp lại dù Tân không hề muốn đi xe với mấy cái lốp "Ai Cập" như đám nhà xe khác. Tân nổi tiếng là chạy xe kỹ, và chu đáo trong bảo quản xe nên lúc nào trên xe Tân khách cũng đông hơn xe của người khác.

Tân nói to lên:

- Cô bác bình tĩnh nhen. Không có gì đâu? Tại mưa thôi.

Có tiếng bà Năm Mập phía sau nói vọng lên:

- Mấy con heo tui chắc bữa nay chóng mặt quá nên im re. Mà bữa nay ở nhà có gì hông mà thấy chú lo lo dzậy chú Tân?

Bà Năm có vẻ thông cảm. Bà Năm Mập hay còn gọi là Năm Heo, một người đàn bà phốp pháp nổi tiếng với nghề buôn heo con. Ở thị trấn Sông Cầu này ai mà không biết bà. Ăn to nói lớn nhưng trực tính và rộng rãi. Bà từng bao cả xe ăn trưa trong một lần xe phải dừng trú bão. Thấy Tân trầm ngâm, bà động viên:

- Thôi, từ từ mà chạy chú Tân ơi. Đàng nào cũng xế chiều rồi, dzìa nhà cũng ăn cơm rồi ngủ chứ làm gì đâu?

Tân bắt đầu cho xe chạy chậm hơn trước để phòng khỏi thắng gấp. Phía trước, trời lù mù trong cơn mưa. Chiếc xe GMC tân trang - một phát minh vĩ đại của người Việt Nam vào những năm 80 thế kỷ 20, vẫn lầm lũi chạy. Tân tự nhủ: "Ít ra mình cũng thanh thản hơn những ngày xưa khi vẫn kiếm được tiền nuôi vợ con, mẹ già và không phải dằn vặt vì hận thù xương máu. Cả một quá khứ vàng son, đau đáu vẫn chập chờn phảng phất đâu đó trong cái sẹo sau lưng, trên cán con dao lê khắc 6 vạch. Tân thấy trong màn sương mỏng mảnh của ngày xưa hình ảnh thằng Tân 14 tuổi, tên khai sinh Nguyễn Văn Thế, ốm yếu tội nghiệp bỏ xứ Sông Cầu vào Sài Gòn hoa lệ đứng tần ngần trước cổng garage Hoàn Vũ nhìn tấm bảng: "Cần Người Giúp Việc". Rồi thấy ông chủ Hoàng béo tốt phương phi trợn mắt:

- Mày ốm yếu quá làm gì nổi, mướn mày mắc công người ta nói lợi dụng lao động con nít.

Sau đó, là phần năn nỉ:

- Chú cho con làm gì cũng được miễn con khỏi phải ra bến xe ngủ, tụi giang hồ uýnh con chết, chú ơi!

Và thế là chú bé học nghề ngoan ngoãn ấy được ông chủ tin dùng như một đệ tử ruột. Chẳng những thế, có hôm Thế còn lén thấy ông chủ múa quyền đánh vào cái cột gỗ có ba tay mà sau này Thế biết người ta gọi là mộc nhân. Thấy Thế tỏ ra trung thành, một hôm ông chủ Hoàng hỏi Thế có muốn học võ không, ông chỉ cho vài ngón nghề mà phòng thân. Mới lớn, đang hăng lại chứng kiến những đòn đánh khá đẹp của ông Hoàng nên Thế vui vẻ gật đầu. Có hôm thấy ông chủ đăm chiêu nhìn Thế có vẻ lo lắng. Thế gặng hỏi chỉ nghe ông nhẹ nhàng nói:

- Hồi nãy, lúc con song đấu với ta, đòn của con tung ra khá dữ dằn, ác hiểm. Ta sợ ra đời con không kềm chế dễ gây thương vong cho đối thủ.

Thế ngạc nhiên:

- Đánh nhau mà lại sợ gây thương vong thì là sao ?

Ông chủ Hoàng từ tốn nói:

- Con dùng hư chiêu để thắng thực chiêu lại phải biết dùng vô chiêu mà thắng hữu chiêu. Chiêu thức không quan trọng mà quan trọng là phải quan sát kỹ chuyển động của địch để tìm ra sơ hở và xuất chiêu phù hợp với tình thế, mục đích cao nhất của võ học là phải luyện được "tâm bất động', nghĩa là tâm không dao động. Con phải theo dõi chuyển động của đối thủ, con chuyển động khi đối phương chuyển động, giữ tâm trí thong dong theo sự phản kích của chính nó, đừng để tạp niệm chen vào và thế là con khuất phục được y. Nhưng phải nhớ rằng gây thương vong không bao giờ được xem là mục đích của võ học. Thày thấy con còn có ý huỷ diệt đối phương nên lo sau này con sẽ gặp hoạ vì sẽ có ngưới muốn huỷ diệt con. Đam mê võ học nhưng con phải luôn giữ thần trí sáng suốt, vững vàng và một trái tim chân thành, ngay thẳng. Điều quan trọng là con phải luôn biết suy xét mọi vấn đề một cách rõ ràng và chính xác. Võ sĩ là người phải rèn luyện kỹ năng chiến đấu, nhận thức rõ ràng cuộc chiến, không có ảo tưởng, mài sắc trực giác và các khả năng tiềm ẩn đêm ngày. Khi ảo tưởng xua tan thì con mới đạt được sự soi sáng tận cùng hay nhận thức hư vô đích thực. Hãy biến hư vô thành đạo pháp của con và làm cho kỹ thuật của con thành hư vô. Đấy không phải là điều gì mới đâu mà là lời dạy của một kiếm sư lừng danh Nhật Bản cách đây 300 năm.

Ngày ấy làm sao một cậu bé 16 tuổi trình độ lớp ba hiểu nổi ông thầy mình muốn nói gì khi tâm hồn như nụ hoa vừa hé giữa bầu trời trong xanh, soi bóng trên mặt hồ lặng sóng.

Và một ngày kia gió bão bắt đầu kéo đến mang theo khuôn mặt giang hồ, theo bước chân bọn bảo kê Hoà Búa. Bọn này hàng tháng đều thu của ông chủ 10 triệu. Điều mà Thế rất khó chịu vì không hiểu sao một ông chủ võ nghệ siêu quần như thế mà lại phải nộp tiền cho một lũ đầu trộm đuôi cướp. Thế nhưng ông vẫn luôn vui vẻ cống nạp, không phàn nàn và có lần còn giải thích cho Thế nghe là "Rừng nào cọp nấy".

Nhưng bất ngờ hôm ấy chúng quyết định tăng lên 20 triệu. Mặc cho ông Hoàng phân bua nào là làm ăn khó khăn, nào là thuế má nhiều quá xin thông cảm. Chúng túm áo ông, xô ông ngã xấp. Thế ngạc nhiên và căm phẫn, 3 thằng chứ 30 thằng, Thế biết Thầy mình thừa sức bóp nát chúng như đã đấm nát hàng chục viên ngói trong những lần tập công phá. Cơn giận đã làm mờ lý trí, Thế xông đến xô một thằng ra:

- Buông thầy tao ra.

Một thằng tung ngay nắm đấm vào mặt Thế. Bất ngờ, quá đau, Thế phóng một cước vào thằng ấy. Nó ngã chúi xuống. Thế nghe lạnh sau lưng. Lách người sang một bên, Thế thấy con dao bấm vừa sượt qua. Một chút máu thấm qua áo. Không dằn được nữa, Thế chụp ngay cái mỏ lết gần đó và vung lên. Máu đã đổ. Lần này không rỉ mà phụt thành vòi. Một thằng gục xuống. Ông chủ Hoàng tung chân đá văng cái mỏ lết trong tay Thế và la lên:

- Thôi! Không đánh nữa.

Thế biết mình đã gây tai hoạ. Đêm đó, ông Hoàng gọi Thế lại và nói:

- Con không thể ở đây được nữa đâu. Chuyện này ta sẽ xử lý cho con. Đây là một số tiền và cái địa chỉ một người bạn ở ngoại ô. Con hãy đi trong đêm nay. Hãy nhớ đừng động thủ nữa vì trong mắt con ta thấy nghiệp sát còn mạnh lắm. Con lưu ý đừng bao giờ động thủ khi không cần thiết. Bạo lực chỉ làm tăng thêm oán thù thôi.

Và Thế ra đi trong đêm ấy. Lao mình trong gió bụi cuộc đời như một mũi tên đã bắn ra không dừng lại được. Cuộc đời vốn dĩ không phải là một câu chuyện có hậu như người ta thường mong muốn nhưng có khi lại như một bài thơ bi hùng lẫn lộn. Với Nguyễn Văn Thế thì quả như thế thật! Những tưởng trời đất đã buông tha cho thằng Thế để nó bình yên làm một chân chạy bàn cho một hộp đêm sang trọng cho ông Hai Sang, người bạn thân thiết của ông Hoàng. Nhưng chỉ hai năm sau là quyển vở đời Thế đã lật sang trang mới. Thế biết yêu. Một người con gái xinh đẹp và quyền thế, kiêu sa như một đoá hải đường lại yêu cái thằng lang thang cơ nhỡ trong một lần cô chứng kiến gã bồi bàn ấy trấn áp bọn quấy rối hộp đêm với một vài chiêu thức công phu đẹp như xi nê. Không biết có phải sự ngạc nhiên pha màu thán phục và ảnh hưởng của những phim truyện Lý Tiểu Long thời ấy làm cô rơi vào màn sương huyền ảo của tính lãng mạn mang màu sắc tâm lý xã hội. Nhưng dù thế nào thì cô cũng đã yêu thằng bồi bàn đầy nam tính ấy. Tình yêu ấy vượt qua mọi phân biệt về thân thế khi cô là ái nữ một ông Thượng Nghị Sĩ ở miền Nam lúc ấy, đang học trường Tây, lại có khối công tử con nhà danh giá theo đuổi. Nhưng tình yêu ấy lại không vượt qua được thành kiến của ông Nghị sĩ. Dưới mắt ông, Thế chỉ là một thằng khố rách, vô danh phận, một loại đũa mốc mạt hạng sao có thể đặt lên trên cái mâm son danh giá của gia đình ông. Nhưng cái đũa mốc ấy vẫn cứ trèo vào nhà có mâm son mỗi đêm mà ông không biết qua cái cột điện phía sau tường rào nơi không có con chó nào được lai vãng vì cô chủ của nó- cô con gái vàng của ngài Nghị Sĩ đã cẩn thận đưa tất cả bọn chúng ra cổng trước của ngôi biệt thự lộng lẫy nhằm đón chàng Romeo "đũa mốc" vào tâm sự. Được giáo dục và thấm nhuần văn hoá Tây phương nhưng cô cũng không quá phóng đãng nên cuộc hò hẹn chỉ xoay quanh vài câu tâm sự vụn và còn lại là những nụ hôn nồng thắm hay những ve vuốt nhẹ nhàng vì Nguyễn Văn Thế biết rõ thân phận mình và mắt hắn lại tràn đầy niềm kính trọng khi nhìn người yêu như một thiên thần. Cho đến một hôm, trời lại bắt hắn làm kẻ ác khi hắn nhìn thấy thiên thần ấy đang mê ngủ trong vòng tay tên thầy dạy khiêu vũ cho nàng. Thằng sở khanh ấy chắc đã bỏ thuốc mê khi đưa nàng về từ vũ trường. Hắn đã kết thúc cuộc đời con gái của nàng trước khi Thế leo vào nhà như thường lệ cho cuộc hò hẹn mâm son - đũa mốc. Quên lời thầy dặn, Nguyễn Văn Thế đã gần như điên dại khi tung những đòn sát thủ vào gã Sở Khanh giỏi uốn éo khéo chim chuột kia cho đến khi nhận ra hắn chỉ còn là một cái xác không hồn.

Từ đêm ấy, Thế mất hẳn niềm tin vào tình người và cuộc đời. Không còn có ai để phải tỏ ra nhân từ nữa. Thế đã bắt đầu cuộc chiến theo phương châm "Mạnh được yếu thua của mình". Biệt danh "Thế dao lê" ra đời từ đấy, hùng cứ một vùng ngoại ô Sài Gòn, miệt Gò Vấp, Thành Ông Năm. Các nhà hàng, trường gà, sòng bạc trong khu vực đều lần lượt đặt dưới quyền bảo kê của Thế. Có khi băng của Thế còn đụng độ với đám đàn em Đại Ca Thay. Những trận đánh long trời lở đất diễn ra bất phận thắng bại nhưng máu đổ khá nhiều cho cả hai phía. Nhưng Thế vẫn ngang nhiên một góc trời. Thế còn gầy dựng thanh thế bằng cách mua chuộc hầu hết quan chức địa phương nên bao nhiêu lệnh truy nã tên Nguyễn văn Thế đều vất xó. Lúc bấy giờ phe nhóm Đại Ca Thay khá mạnh nên chen chân vào nội thành không dễ, Thế quyết định tiến ra Nha Trang làm một cõi "dọc ngang nào biết trên đầu có ai". Sau một vài trận đánh dằn mặt, giới giang hồ Xứ Trầm Hương quy thuận gần hết. Thế bắt đầu chiêu mộ giang hồ hảo hớn và đặt tất cả cơ sở ăn chơi của thành phố vào vòng kiểm soát. Những ngày ấy Thế là người rất giàu, xài tiền như nước, hầu non gái đẹp không thiếu. Cuộc sống không cho hắn cơ hội làm người hiền, nên hắn thành người ác nhưng hòn xúc xắc có khi lăn lên lộn xuống, khi đỏ khi đen. Chỉ biết là hắn đang vận đỏ. Đỏ như máu đổ những lần giao chiến, như con dao lê đã khắc 6 vạch thay cho 6 mạng người gục ngã bởi chính tay N. V. Thế. Có hôm nhận thư của mẹ, khuyên hãy tránh xa con đường tội lỗi bấy lâu. Bà cương quyết không nhận tiền của Thế gửi về vì bà nói đó là đồng tiền tanh tưởi. Thế rất buồn nhưng không sao thuyết phục được.

Một hôm được tin ông chủ garage Hoàn Vũ sắp mất, Thế đến thăm ông. Ông lặng nhìn Thế và nói:

- Quay đầu lại đi con, Phật dạy, sẽ thấy bến bờ. Con đã đi sai đường rồi.

Thế xao lòng khẽ nói:

- Trễ rồi Thầy ơi! Con đã giết người nhiều quá rồi! Bây giờ ngồi lưng cọp sao xuống được.

Ông Hoàng chậm rãi thều thào nói:

- Không bao giờ trễ cả. Thầy đã từng là một võ sư, đã gây không biết bao nhiêu ân oán giang hồ, nhưng cuối cùng cũng tìm được hướng đi cho mình. Cái chính là mình có muốn hay không thôi. Sau đó, ông lặng thinh, không nói nữa.

Nhưng rồi mọi chuyện cũng phải có lúc kết thúc, tháng 3-1975, Thế nghe tin đám đàn em lớp bị giết bởi những phe nhóm thù nghịch trong những ngày nghe tin quân cách mạng đang từ Ban Mê Thuột tiến về thành phố, lớp trốn đi sợ bị bà con tố cáo với chính quyền mới. Thế lẩn sâu ở Gò Vấp sợ bị tố giác. Đám đàn em quay mặt phản bội đem theo tất cả những thứ gì chúng có thể mang được. Chúng cũng tháo chạy tán loạn. Sau ngày Sài Gòn giải phóng hơn một tháng, Thế âm thầm ra bến xe ban đêm về nhà mẹ ở Sông Cầu.

Do đã quá lâu xa nhà, nên địa phương không còn ai nhớ Thế, mẹ ra đăng ký tên trong hộ khẩu lại khai Thế tên là Nguyễn văn Tân vì Thế có thằng em tên Tấn. Tân còn là vì bà muốn từ nay Thế có cuộc đời mới, đoạn tuyệt với những ngày u ám năm xưa.

Gom góp ít tiền, bà lấy cho Tân một cô vợ quê hiền lành dễ bảo để có cháu cho bà ẵm. Ít lâu sau, bà xoay sở sang lại cho hắn một chiếc xe đò chạy tuyến Nha Trang -Tuy Hoà - Sông Cầu. Mọi chuyện dần ổn định dù không lấy gì làm dư dả. Bà bắt hắn thề từ nay tu tỉnh trước bàn thờ Phật và vong linh cha hắn. Sau đó, bà cùng thằng Tấn chứng kiến Thế đào hố sau nhà chôn con dao khắc 6 vạch với lời nguyền nếu còn gây nghiệp sát, trời kia xin tru diệt. Từ đấy chôn luôn cả quá khứ và cái tên Nguyễn Văn Thế tai nghiệt kia xuống đất.

Đang miên man trong dòng hồi tưởng, Tân nghe có tiếng la của bà Năm:

- Chú Tân coi chừng, có người đón xe kìa!

- Xe chật quá rồi còn lên gì nổi! Tân giật mình, phàn nàn.

Bà Năm năn nỉ:

- Tội nghiệp người ta mà chú ơi, mưa gió quá cho lên đại đi!

Nể tình bà Năm, Thế chạy chậm và dừng xe lại.

Hai gã thanh niên lù lù đi lên, tướng như hai thằng ốm đói, trong chiếc áo mưa lùm xùm. Lên xe rồi, một thằng đứng giữa xe, la lên:

- Cả xe nghe đây, tụi bay ngồi yên tại chỗ, mỗi ông mỗi bà nộp 100.000 đồng đây.

- Tụi bay là ăn cướp hả? Bà Năm la lên: - Trời ơi, tui hại chú rồi chú Tân ơi!

Một thằng rút con dao Trung Quốc đưa sát cổ Tân:

- Mày cứ chạy đi, đừng nhúc nhích tao đâm chết mẹ.

Nhìn qua kính hậu, Tân thấy mắt hắn lồi ra, nước da vàng vọt như một con nghiện hay một thằng sốt rét kinh niên, hàm răng vàng ệch cáu bẩn. Tay run run cầm con dao loại 5 ngàn bán ngoài chợ. Ngữ này mà ăn cướp gì. Chắc mấy thằng túng tiền làm bậy thôi!

Tân hỏi:

- Mấy anh muốn bao nhiêu?

- Đm. Mày có bao nhiêu mà dóc? Thằng đứng sát Tân trả lời.

Tân nghe máu bốc lên đầu. Mặt anh nóng bừng, chỉ cần lách cổ sang một bên, nắm tay cầm dao của nó kéo tới trước, chặt một phát vào cổ là xong một thằng. Chân Tân khua đụng cái mỏ lết nằm dưới chân, chỉ cần quờ tay xuống dưới và vung lên là thằng còn lại cũng được giải quyết gọn. Bao năm giang hồ đã lập trình sẵn trong đầu Tân những phương án xử lý nhanh và chính xác. Cái thằng vênh váo đứng giữa xe cũng có gương mặt một màu xanh pha xám, thuộc loại cái đấm thì thiếu cái đá thì thừa, chưa xứng làm loại đàn em hạng bét của Tân. Kể cả con dao trên tay nó lại không đủ để làm Tân phải đắn đo.

Hắn gào to, mồm ngoạc ra không còn mấy răng cửa:

- Xe 40 người, mỗi người 100.000 đồng là 4.000.000 đồng, còn thằng tài xế tao lấy 500.000 đồng thôi.

Có tiếng năn nỉ, rên rỉ từ phía hàng ghế giữa xe của một bác đầu bạc phơ, chắc là công chức về hưu:

- Tui lãnh một tháng có 450.000 đồng mà đưa ông 100.000 đồng chắc vợ chồng tui chết đói quá!

- Kệ mẹ mầy, mày đói chứ tao đói sao?

Thằng quá láo. Tân nghiến răng, cằm anh bạnh ra. Anh thở mạnh, hít sâu vào, nén nỗi giận đang dâng trào như nham thạch trong lòng núi lửa. Anh nhớ tới mẹ. Anh nhớ tới thầy.

"Quay đầu lại đi con" Tại sao Thầy mình, ông võ sư siêu quần ấy vẫn đóng tiền bảo kê hàng tháng cho bọn bất lương? Tại sao…?

Tân nói chậm lại:

- Tụi bay, à quên, các anh muốn bao nhiêu? Gọi mấy thằng chó chết này bằng anh cũng đã làm Tân nổi điên.

- 4.000.000 đồng, mày 500.000 là 4.500.000 đồng, được chưa?

- Trời ơi, mấy ông tính giết người sao, toàn bà con nghèo gần chết, bão lụt mấy năm nay, gạo còn không có mà ăn, tiền đâu mà đưa cho ông? Bà Năm la lên.

- Đ.m tao không cần biết. Thằng thiếu răng văng tục.

Tân muốn vung tay ra đấm vào cái mặt khả ố kia đang bậm trợn. Anh muốn hét lên: "Mày biết tao là ai không hai thằng khốn nạn kia!". Cả một quá khứ tung hoành vàng son pha máu và nước mắt bỗng ùa ngập tâm hồn Tân. Anh thấy mình hèn, anh thấy mình muốn ra tay trừng trị, nhưng anh cũng dằn vặt với những con mắt trợn trừng khi anh xuống tay kết liễu. Nỗi ám ảnh đã chôn sau vườn cùng con dao khắc sâu sáu vạch. Anh nhớ đến lời thề với mẹ và thầy. Chả lẽ hôm nay con dao ấy sẽ mang 8 vạch? Anh nén giận và hỏi:

- Bớt đi cho bà con sống mấy anh ơi?

- Câm miệng mày lại. Đưa hay không thì nói. Thằng răng vàng giơ dao dí vào mặt Tân .

"Quay đầu lại đi con" Tân thấy thấp thoáng ánh mắt thầy trước phút lâm chung. Anh lại hít thật sâu nén vào lòng những uất ức đang muốn làm anh ngộp thở.

Tân nghĩ đến 3 triệu sáu trăm ngàn đồng trong cốp, tiền ky cóp để mua 4 cái vỏ xe, hay đến thằng nhóc đang lên cơn sốt. Phân vân, căng thẳng, chừng như cả một thế kỷ đã trôi qua trên đôi vai Tân. Anh nghe lòng chùng xuống rồi lại dấy lên từng đợt sóng.

- Vậy nếu tao đưa ba triệu, tụi bay, à quên mấy anh đừng lấy của ai hết được không?

- Cha, thằng này ngon, mày có tiền không? Thằng thiếu răng la lên.

- Nhưng, làm gì hạ giá dữ dzậy mảy? Thôi, bớt phần mày lấy chẵn 4 triệu. Lẹ lên, trời tối mẹ nó rồi.

Tân nhẩm tính trong túi còn 200.000. Anh mặc cả:

- Ba triệu tám.

- Đ.m. Có chuyện thiếu nữa. Ông lụi một cái là mày chầu ông nội mày bây giờ. Thằng răng vàng cằn nhằn.

Tân lại kìm một tiếng chửi thề, cười gằn. Anh mệt mỏi. Anh sợ mình không còn kiên nhẫn.

Có tiếng bà Năm:

- Thôi chú Tân ơi, để tui hùn thêm.

Tân nhìn bà Năm:

- Dì cho con mượn. Lát về nhà con trả cho.

Anh quá chán nản vì phải đấu tranh với chính mình khi phải cưỡng lại cơn giận và ý muốn ra tay trừ bọn quỷ sứ này. Anh móc tiền ra. Trong xe nhao nhao phản đối:

- Thôi chú Tân ơi, để tụi tui hùn.

Có người lầm bầm: "Mẹ, tui bay lấy tiền ác ôn quá!"

Tân cúi mặt xuống để khỏi nhìn thấy mấy thằng cướp cạn:

- Thôi bà con để tui trả cho rồi.

Kiểm tiền xong, bọn chúng xuống xe. Nhìn theo bóng chúng nó khuất trong làn mưa mù. Tân thở ra thật dài như trút cả khối căm hờn. Anh thấy như mình vừa leo qua một con dốc quá cao. Anh thấy mình trống rỗng. Anh đã quên vỏ xe đang mòn, con đang đau, túi đã cạn. Anh như một chiến binh vừa rửa tay gác kiếm, mệt mỏi nhưng nhẹ nhàng thanh thản.

"Chú Tân hiền quá, thiệt trăm người mới có một người như chú". Tiếng mọi người bàn tán sau lưng.

- Chú Tân ơi, có kẹt tiền mai ghé tui cho mượn. Tiếng bà Năm vọng sau lưng.

Tân lí nhí:

- Cảm ơn Dì.

Anh thấy ánh mắt Thầy hiện lên trong sương chiều, trìu mến. Anh cảm nhận một niềm kiêu hãnh mơ hồ khó tả khi ít ra có một lần sống được như Thầy ngày xưa, vượt qua nỗi sân hận của chính mình. Thầy ạ, vô chiêu phải chăng không chỉ là không còn nô lệ vào chiêu thức, mà là đối diện với sự trống rỗng của chính mình, là chạm mặt với hư vô, là nhìn thấu suốt rõ ràng cuộc chiến, là xua tan đi những ảo tưởng vương vấn trong tim, là bầu trời quang mây vừa qua giông bão. Tốt lành thay, trong hư vô không có lỗi lầm!

Quay đầu lại, Tân thấy con đường phía sau chìm trong mưa. Phía trước mặt trời đang lặn nhưng những tia nắng trước khi tắt lại sáng lên rực rỡ vô ngần…

Nguyên Cẩn

Lục Bát Xuân
TRẦN VẠN GIÃ

chén tiễn mùa xuân

Rót trong trời đất mênh mông
Uống vô để cạn. Hư không để buồn
Hình như đời sống quay cuồng
Theo mây trôi nổi tận nguồn nhân gian.

hoàng hôn những ngày tháng chạp

Hoàng hôn trên đỉnh phù vân
Ta đi mà lạc dấu chân phiêu bồng
Đường đời thẳng thẳng cong cong
Giống như cơ bắp cái mông gái già.

tình ca cuốc đất
(Tặng các con)

Lên rừng cuốc đất với ba
Cuốc sâu vào cõi ta bà mà ghê
Núi sông đã bạc lời thề
Ba nằm ngoảnh cẳng biết về nơi đâu

ngồi chụm lửa nấu bánh tét làm thơ

Ngồi nhìn bếp lửa mà thương
Ngún lên ngọn khói vô thường trong ta
Bây giờ ta mới ngộ ra
Cái danh thua mắm chấm cà dái dê. ∎

Gửi Chút Nắng Xuân Về Bên Ấy
NGUYỄN SÔNG TRẸM

Tôi về nhặt nắng trên thềm cũ
Gửi người sưởi ấm những ngày đông
Bên ấy giăng giăng chiều sương phủ
Bên này trời đất đã vào Xuân

Tay nâng những nụ mai vừa nở
Vàng Xuân đã mấy độ xa người
Áo ai khoe màu chiều trên phố
Khoe cả mùa Xuân với đất trời

Người đi chắc nhớ trời cố xứ
Nhớ cả dòng sông, con phố xưa
Tôi bới thời gian tìm quá khứ
Thấy khoảng trời xanh thuở hẹn hò

Bên ấy, bên này xa xôi lắm
Nên mùa chia biệt ở hai nơi
Lối cũ còn đây hoa và nắng
Còn cả mùa Xuân vẫn đợi người

Gửi chút nắng Xuân về bên ấy
Gửi cả tình tôi chốn quê nhà
Bước chân viễn xứ người mê mải
Vời vợi mùa đi trong cách xa… ∎

Xuân Thì Mòn Mỏi Kiếm Vô Biên
SỸ LIÊM

Tết nào buồn cũng hơn năm trước
Chắc tuổi còng lưng cởi xác phàm
Đồng bọn thời gian về lũ lượt
Ta từ núi lửa lạnh dung nham

Chắc đã kỳ quan thành phế tích
Chẳng còn lừng lẫy với muôn phương
Tế bào xuống cấp cùng da thịt
Máu huyết đường gân cũng khác thường

Mỗi ngọn tóc phai từng sợi bạc
Cúi đầu ngắm hạt cát trăm năm
Thấy bụi đất bay về ủy thác
Từ cõi khai sinh đến cõi nằm

Thoi thóp trái tim tìm nhịp đập
Xuân thì mòn mỏi kiếm vô biên
Thì ra nuối tiếc còn hô hấp
Cứu rỗi đời ta thoát cửu huyền

Đã biết có tan rồi sẽ hợp
Mà sao cứ sợ chuyện chia ly
Đã biết sóng đi tầng lớp lớp
Cớ sao vẫn sợ biển rầm rì. ∎

Có Và Không
TRẦN HẠ VI

Em ở đây khi em ở đây
Em không ở đây khi em không ở đây

Chúng ta cho nhau những khoảnh khắc
cố ý
tình cờ

Cuộc đời làm nên từ ngàn vạn khoảnh khắc
Tâm trạng buồn vui khoảnh khắc sinh ra

Chuyện anh với em
câu chuyện dài kỳ
không hồi kết

Anh sống trong nhiều câu chuyện
cùng lúc
Em sống trong nhiều câu chuyện
cùng lúc

Chúng ta nằm xuống một mai
Cuộc nói chuyện kết thúc
Thật không?

Trong anh có câu chuyện em
Trong em có câu chuyện anh
miên miên
không dứt

Đừng hỏi em
ở đây
hay không ở đây. ∎

Đôi Mắt
ĐẶNG HIỀN

Anh hứa vẽ đôi mắt em
Đôi mắt long lanh cười
Đôi mắt buồn như biển

Anh pha màu u ẩn
Anh viết một câu thơ
Không phải cho em
Khi men say ngập nắng

Câu thơ không ngoan như buổi sáng
Trong cuộc vui thấp thoáng tóc áo ai bay
Từ đỏ sang đen em thay áo
Chiếc áo thật đẹp hoang mang như tình
Tiếng hát bay lên rồi rớt theo tiếng vỗ
Mùa hè nắng hôn đắm nỗi buồn
"Anh yêu em vậy thôi" là thế đó
*
Anh muốn vẽ nụ cười em
Đằng sau môi thắm
Nỗi nhớ như đường bay năm tháng
Không nói yêu khi đang say là thế
Nhưng không say làm sao thốt nên lời

Bên kia buổi chiều vàng
Từng lời hát về tình yêu
Bên kia lời tâm sự
Những nỗi niềm nín câm

Người ta nói màu sắc của tình yêu
Anh loay hoay mãi
Những đường cong cánh nhớ
Tránh hoài vẫn xanh chiều phiền muộn
*
Anh hứa vẽ đôi mắt em
Nhìn vào là thấy biển
Tiếng hát ru vào tha thiết nhớ
Vẫn chưa pha được màu mắt em... ∎

Cánh Gió Mùa Xuân

QUỲNH NGA

Nắng ở đâu mà rực môi người
Mùa xuân đến nghe tim vui dậy ấm
Nghe nụ nhớ nở thơm trong khoảng lặng
Em cúi tìm môi lại chạm môi anh

Gió ở đâu mà gió rất xanh
Thơm lên tóc mùa ô mai thiếu nữ
Anh lại về đồi cỏ xanh lần nữa
Nắng xuân mềm đôi cánh gió bâng khuâng! ∎

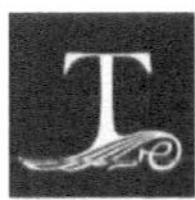

Trở Về
THỊ QUỲNH DUNG LÊ

Tôi ước mong cho hung
Rồi trở về chỗ cũ
Chỗ đơn sơ nhánh lá, cây cầu
Chỗ có nỗi buồn
Không có niềm đau
Có giọt nước mắt
Chảy quanh miền hiu quạnh
Tôi ngồi bên song
Bóng chiều xuống đậm
Bóng chiều rơi
Mưa lã chã giọt sầu
Không gian buồn quanh quẩn mù u
Hồn lay động với chiều thu buốt giá
Sống như thế hồn thơ thư thả
Bay đìu hiu trong hối hả ngoài kia
Tôi rồi như loài cá lia thia
Quen trong chậu quen dần trong câu thúc
Nhặt nhạnh chữ đo đong niềm cảm xúc
Lắng suy tư. Tôi đối thoại với mình. ∎

Hương Xưa Ái Ân
HOÀI ZIANG DUY

- Anh Huy à. Tôi thấy anh hợp với tôi lắm, hay là mình đi tu chung nghe?

- Mô Phật, thiện tai thiện tai.

Tiếp theo là tiếng cười phá lên.

- Anh Huy đem em theo cho đủ bộ.

- Bộ gì đây cô nương? Giọng Quang.

- Bộ tam sên chứ bộ gì.

- Người ta nói chuyện đàng hoàng nghe.

- Vậy hả, đổi lại dân ca ba miền được không?

Không có tiếng trả lời. Thời gian là buổi trưa. Giọng người nữ vừa rồi là Ngọc, trẻ hơn trong đám bộ ba. Nói cho nghe oai, thực ra Ngọc đã có một đời chồng và hiện thuộc loại phòng không. Tính cô mau mắn vui vẻ hay bỡn cợt, nhất là với Huy, từ tiểu bang khác chuyển đến, nhập bọn khoảng bốn năm nay. Chỉ ngần ấy thời gian cũng đủ lọt vào mắt Ngọc, nhất là Huy trong tình trạng độc thân tại chỗ. Mấy lần hỏi về gia cảnh, Huy chỉ cười không nói. Hình như có điều khó bày tỏ. Thấy tình hình vậy Quang nghĩ, chắc có gì giấu kín, nên thôi.

Hôm nay khi Quang nêu ý định nầy, giọng Huy có vẻ hờ hững.

- Anh nói thật không vậy? Đi tu rồi ở đâu, coi vậy chứ không dễ.

Biết mình lỡ lời, hay sợ Quang buồn, nên anh bỏ ngang. Không để ý đến sắc mặt Huy. Quang tiếp.

- Thì mình kiếm nhà ở chung.

- Vợ anh thì sao?

- Chuyện nầy tôi thu xếp được.

- Anh hỏi bất ngờ quá, tôi chưa biết tính sao.

Rồi để như an ủi Quang, giọng Huy nhỏ xuống.

- Anh lo giải quyết mấy việc riêng tư đi, còn lâu mà.

Lúc nầy Ngọc bắt đầu vào cuộc.

- Con anh ấy vừa xong high school, là bỏ cha mẹ, dông theo người yêu. Nó học không nổi thì để nó đi kiếm tiền, có sao đâu anh Quang. Ngày trước anh nhà tôi mất, tôi buồn khổ một thời gian, rồi cũng nguôi đi.

- Ngọc khác, vợ anh Quang khác, một mẹ một con.

- Ai cũng vậy thôi, lo cho mình trước đã.

Thật vậy sức sống ở Ngọc, ở người đàn bà đi qua một đời chồng không lâu, còn đủ sức quyến rũ, nhất là cuộc sống thoải mái không vướng bận. Ngọc với mái tóc cắt ngắn, gương mặt thon nhỏ, đôi mắt to tỏa ra nét thông minh, cộng với ăn nói bạt mạng, mang tính giễu cợt pha trò nhiều hơn.

Đôi khi nghe Ngọc nói, Huy cũng không biết là thực hay giả để mở lời đối đáp. Huy biết mình cù lần, khờ dại ở tình trường, nhưng có thể do ít nói, tính nghiêm nên Ngọc mến anh ở điểm nầy chăng? Huy không dám đặt tình yêu ở đây, mà thực ra Ngọc có bao giờ nói yêu anh đâu. Quang thì nói Huy có đủ điều kiện tiến tới, khi cả hai không vướng bận. Nghe Quang nói là nói riêng ở chốn hai người thôi, chứ Huy biết Quang cũng thích Ngọc lắm. Làm chung một chỗ lâu ngày cái tình riêng làm sao không ấp ủ. Còn với Huy anh chỉ vào làm mới có mấy năm nay, chỗ làm mới nên cũng sợ mất việc. Sống một mình, nên anh thích làm thêm cả giờ phụ trội. Giờ đây trước lời đề nghị không biết thực tình hay không nầy. Anh trả lời Quang cho qua lề.

Buổi tối về, nhớ tới chuyện Quang rủ anh đi tu, tự dưng Huy thấy có điều buồn cười lạ lẫm. Ai đời trên xứ nầy, trong lúc chuyện ăn ở, bảo hiểm sức khoẻ, bận lo toan, mà sao Quang thanh thản nghĩ đến một đời sống tinh thần tốt đẹp vậy? Sao Quang không rủ Ngọc trút bụi hồng trần, để nghe Ngọc líu lo trả lời ra sao.

Nghĩ lại cũng tội, Huy có đến nhà Quang mấy lần. Ở xứ người lâu năm, Quang đã tạo căn cơ gia đình bền vững, hai vợ chồng cùng có việc làm, đã trả hết nợ căn nhà, nên tính ra cuộc sống dư dả hơn người khác. Nhưng hôm nay có gì để Quang đi đến quyết định bỏ hết nầy. Anh không nghĩ vấn đề đứa con là chính. Có điều cuộc sống Quang lặng lẽ, lúc nào cũng thui thủi một mình. Đến nhà, anh ít thấy vợ Quang có mặt, hỏi thì nói vợ bận rộn ngoài tiệm với khách suốt ngày, muốn có tiền thì chịu vậy.

Điều thường tình nầy, cho thấy cuộc đời không có mãnh lực nào mạnh, thu hút hơn đồng tiền. Tình và tiền, hai chữ T đi đôi, nhưng tạo ra bao nhiêu rối rắm oan khiên ở thế gian nầy. Tựa như chuyện Thúy trong sở mới đây.Thúy là người nữ son trẻ có chồng có con, đang chờ ra toà ly dị. Huy còn nhớ cái ngày hôm ấy. Đứa con gái khóc qua điện thoại gọi vào báo tin cho mẹ. Hình ảnh người đàn ông, chồng Thúy, treo cổ chết trước khi cắt đứt cuộc tình, là nỗi ám ảnh khôn nguôi ở đứa con trở về nhà chứng kiến. Biết là sắp ly dị, Thuý vẫn khóc, giọt nước mắt yếu đuối, thường tình ở người phụ nữ? Hay Thúy ân hận quyết định ly dị của mình, đưa đến sự tuyệt vọng ở người đàn ông một thời đầu ấp tay gối? Ngọc thì thương cảm, cho thêm ý kiến. Đổi nhà đi cho chắc ăn, khỏi lo ám ảnh, sợ có huông. Mọi chuyện xảy ra trong sở, hình như không có gì Ngọc không biết.

Bao nhiêu chuyện lan man kéo đến, có nhiều điều không ai biết trước, đến bất ngờ hay đằm thắm, lần hồi cũng để lại lòng người một mối lo riêng.

Vẫn biết tính Ngọc có hơi tào lao nhiều chuyện, phiền lòng không ít người chung quanh, nhưng nghe Ngọc nhắc phải ngẩng đầu đi lên, lo cuộc sống trước mặt. Tự dưng Huy mỉm cười một mình. Ừ thì bây giờ trước mặt đây. Hiện tại là mình, là Huy có gì để ngước mặt nhìn đời. Có gì để sống với tương lai phía trước, hay chính tự mình cần vun đắp cho một quá khứ ngỡ ngàng giấu kín.

Không hiểu sao hôm nay Huy phải nhắc nhiều đến Ngọc. Đã bao lâu rồi Huy muốn quên, quên tất cả quanh mình, giữ lấy một lời nguyền năm xưa, một lời hứa cho Trinh, một không gian tối tăm, một mình Huy vượt thoát tìm lấy ánh sáng cuối đường hầm. Có mấy người hiểu, tha thứ cho Huy, người đang lội ở giòng nước ngược, chỉ vì một lời hứa thủy chung, từ những ngày nghèo khó tủi nhục.

Cuộc đời Huy lớn lên khi hai miền đất nước là một. Tuy không vướng vào cuộc chiến tranh, nhưng từ nhỏ Huy đã nhìn thấy những khó khăn khi cha mẹ anh mất việc, những đổi thay ở xã hội đẩy lùi ước mơ tuổi trẻ vướng mắc vào cha ông, những người đã phục vụ trước đây. Tất cả ngã xuống như những cây khô trước bão giông cuộc đời. Những người lớn tuổi như cha anh, thường nuối tiếc nếu như buổi ban đầu, họ không phá vỡ tất cả những gì có sẵn, để cùng chung tay đi lên. Không lấy hận thù để đày ải, tách rời thành phần xã hội, không triệt hạ kinh tế, cơ xưởng công ăn việc làm. Mọi sự bây giờ đã khác. Bao như chữ nếu, được nhắc nhớ, chỉ là sự nuối tiếc ngậm ngùi dĩ lỡ.

Bên cạnh đó, thành phần tuổi trẻ như Huy, chấp nhận cuộc sống đường phố, phải sống không rời xa chốn thị thành, để còn chút tự do giới hạn mỗi ngày. Những đổi thay lần hồi qua năm tháng, là tuồng đời lặp lại những gì đã có trước đây. Người dân đàng ngoài tràn vào định cư, họ cảm nhận đời sống mình khá hơn những gì trước đây không có. Cũng đủ. Hai bờ vực chênh ở một cảnh đời soi thấu, trật tự xã hội không còn, như buổi diễn hạ màn xuống, kéo màn lên, làm lại, nhiều lần.

Đất nước như một thân xác tả tơi, sống với phần hồn vất vưởng. Cái nghèo ở người mất hết, sinh ra cạnh tranh giảo hoạt, để sinh tồn. Con đường ra đi không dừng lại, khởi từ mấy mươi năm qua. Ra đi bây giờ là giới có tiền, khác với ngày xưa. Đồng tiền giải quyết mọi sự trên đời. Phần Huy trong nỗi tuyệt vọng, những ý nghĩ bộc phát nhen nhúm, lại là ánh sáng cuối đường hầm. Nó hiển hiện như một tia chớp, đánh đổi mọi thị phi tai tiếng, cho dù bị gọi gian trá chăng nữa. Huy cũng phó mặc, để chọn lựa hướng sống cho mình, một phương tiện cho tương lai. Trong cái khó bó cái khôn. Cuộc sống dạy anh làm vậy.

Sáu năm nay nhiều đêm khó ngủ, Huy sống với đôi mắt Trinh. Chung quanh đâu ai nhắc nhớ. Trinh là ai vậy? Là cô gái còn ở lại quê nhà, Huy gặp gỡ, hình thành mối tình chung. Khi từ giã Trinh ra đi biền biệt, Huy hứa với lòng, hứa với bao tủi nhục bị khinh khi, phải bằng mọi cách vươn lên đạt được. Trinh hỏi anh làm gì, tính toán cách nào, sao phải chấp nhận chịu đựng chia xa? Huy đã an ủi Trinh, như tự cảm thán lấy mình. Lấy nhau bây giờ chỉ khổ cho Trinh, gia đình không chấp nhận đứa con gái nầy. Chỉ có con đường chờ đợi thuỷ chung, mới có đáp đền trao đổi. Còn sau nầy, nếu không duyên thì đành vậy.

Huy trở về sau khi tan việc, một mình đi vòng bên hông nhà mở cửa vào basement, như lệ thường. Trong ngôi nhà, ông bà chủ nhân đã nghỉ hưu ở tầng trên. Sống ở đây đã lâu, tình cảm trân quí ở người lớn tuổi, không dòm ngó, khơi gọi cái lý lịch, cho Huy cảm giác nhẹ nhàng hơn trong thâm tâm mình. Điều Huy muốn kể ở đây, là hình ảnh ông bà luôn ngồi kề bên nhau, nhưng đôi mắt lặng lẽ nhìn theo hai hướng khác. Những buổi sáng đi làm Huy thường nghe tiếng hát của ông cất lên. Cái âm thanh không lớn, rè rè như tiếng rên rỉ hay điệu hoan ca. Anh thường để ý lắng nghe, nhưng thực không nghe rõ tiếng. Không phải một lời, nhiều bài hát thay đổi khác nhau, nhưng âm thanh vẫn là một. Bà ngồi đó, không biết có quan tâm đến ông kề bên? Nhưng cảnh tượng thật nhàn nhã. Ông hát hay nói? Ở đó niềm say mê, một điệu khúc quen thuộc, chắc chỉ có bà, người gần gũi hàng bao năm mới hiểu được.

Đứa con, anh chàng độc thân sống với cha mẹ đi về, chừng như đã quen. Nhiều năm qua, không thấy có cô bạn gái nào dẫn về. Anh ấy có phải là người đồng tính hay không? Một hệ hay lưỡng tính. Huy không quan tâm, xứ sở nầy không ai khắt khe điều đó.

Nhưng có câu chuyện mang chút thú vị, Huy muốn nhắc lại. Khi có lần người con của ông nhờ anh để mắt đến ông bà. Đó là lần anh đi họp với công việc sở. Sẵn vui miệng, người thanh niên kể câu chuyện bệnh tình mẹ anh trước đây, khi Huy hỏi thăm.

Chuyện là hồi trước ở bên nhà, có lần má tôi bị tai biến mạch máu não. Sau mấy ngày cấp cứu ở bệnh viện, đưa về nhà rước bác sĩ đến trị liệu. Sau hai tuần, một hôm má tôi nói với mấy anh em tôi, đừng cho bác sĩ đến nữa tốn tiền, tối mai má đi. Nghe nói ai cũng vừa sợ vừa lo. Có điều an tâm là hôm nay bác sĩ đến xem xét bệnh tình, nói là không có gì khác thường.

Ngày hôm sau má đòi xuống tóc, bảo đốt bốn ngọn đèn ở chân giường, bởi tối nay má đi, bà nhắc lại. Bác sĩ lại được mời đến, xem lại bệnh tình. Ông ngạc nhiên sao hôm nay lại khác thường, mạch yếu nhiều. Sự phán đoán nầy trùng hợp với lời trăng trối của má tôi. Ở nhà đề nghị rước sư ở chùa, lập bàn hương án cầu an. Thầy đến chỉ dạy, đèn nhang suốt đêm, tiếng mõ lời kinh tụng niệm từng thời. Không gian yên tĩnh, nhưng lòng người không mấy yên. Tất cả trong tâm trạng chờ đợi, một điều gì không biết trước.

Nửa đêm bà thức dậy đòi ăn, đòi có trứng có thịt. Má ăn chay trường mà, sao giờ lại đòi ăn mặn? Đứa em trong nhà hỏi. Không trả lời, bà bốc hốt ăn bằng tay, cơm thịt tung toé trên giường.Thần sắc khác thường, so với hành động trước đây. Được một lúc ăn chưa xong, bà buông ra nằm vật xuống lặng yên.

Qua rồi nửa đêm. Buổi sáng sớm. Cả nhà bớt lo khi thấy má tôi còn đó, bà nằm mê ngủ. Rồi tỉnh dậy. Bà bảo đỡ ngồi lên. Nét mặt có vẻ tỉnh táo hơn. Bà kể, đêm qua má đi xuống dưới, thấy chiếc xe đen bít bùng chở đầy người. Má chạy theo xin lên, họ cứ đạp má xuống, nói là bà không có tên trong danh sách này. Rồi chiếc xe chạy đi, cho đến lúc má tỉnh dậy.

Câu chuyện có đầu có đuôi do má mình kể lại, không muốn tin cũng phải tin, còn có một thế giới khác. Anh nghĩ coi phải không. Thực hư, thế giới siêu hình có hay không, đâu cần biết. Chỉ cần má tôi còn sống, là đủ. Khi bác sĩ trở lại, ông ta nói lạ quá, hôm nay lại đổi khác nữa. Thời gian điều trị sau đó qua mấy bác sĩ, cho tới khi tôi bảo lãnh ông bà qua đây. Có điều là sau nầy, càng về sau má tôi không nói cười vui vẻ, dù vẫn ăn chay trường, như trước khi phát bệnh. Ba tôi thì không biết có phải vì cảm ơn Trời Phật, hay muốn thuận tiện cuộc sống bên bà, nên ông cũng ăn theo, sống trọn lấy tình già.

Ngừng lại một chút. Anh mới tiếp lời. Bài hát anh thường nghe là bài hát ngày xưa nuôi bệnh, ba tôi hay hát ru cho má tôi ngủ, tôi còn nhớ.

- Ông hát gì vậy?

- Bài hát nầy do ba tôi sáng tác, thời kỳ son trẻ ông hát cho bà nghe, bây giờ già rồi, răng không còn, ông hát tôi còn nghe không được, huống gì anh.

- Ông ấy là nhạc sĩ hả?

- Không phải, thời trước đi học trường lớp có dạy. Ba tôi thích hát, chơi đàn, mua sách học thêm.

- Chắc bà nghe được nên mới chịu yên cho ông hát mỗi ngày?

- Biết đâu cũng là những lời ca cuối đời, bài hương ca vô tận mà.

Từ câu chuyện trên. Huy có cảm tình và muốn tiếp xúc với ông, ở tình cảm người đồng hội, cùng thuyền. Đôi lần, gặp ông trên nhà, Huy bắt chuyện. Khổ nỗi ông nói thì nhiều, chịu nghe thì ít, một phần vì ông lãng tai, không bắt kịp đối đáp. Cho nên nán lại nghe ông nói, như giúp ông giải bày trong cảnh cô độc ở người già. Ông nhắc chuyện ngày xưa, chuyện dân tộc, chiến tranh kéo dài dai dẳng. Để làm gì, được gì? Rồi ông lẩm bẩm, như tự nói với mình. Có sống tới tuổi già rồi mới thấy, mọi sự đời đều vô nghĩa. Tất cả là không hết.

Cái triết lý nhẹ nhàng ở ông làm Huy bùi ngùi nhớ đến cha mình. Bây giờ nếu còn sống chắc cũng kém ông vài tuổi. Có điều không biết đến tuổi nầy, ông làm gì để sống, với thân phận người ở lại. Cho nên lúc cha Huy mất đi vì bạo bệnh. Huy cũng mất tăm theo. Đâu ai buồn nhắc đến Huy, tên tuổi hình dáng ở người biệt tăm, khác gì đi tu như ý định của Quang.

Lời rủ rê của Quang, cả tuần sau rồi cũng không đi đến đâu. Nó lững lờ dở chừng theo hoàn cảnh gia đình, muộn phiền theo ngày tháng, rồi bỏ quên. Công việc chỗ làm, tình cảm cũng yên phận năm đó, thân với thiết gắn liền hơn

Còn với Huy, trong tâm trạng náo nức chờ đợi rước Trinh qua theo diện bảo lãnh hôn nhân. Đã lâu, trả giá nhẫn nhục cho tình yêu ơn nghĩa nầy. Huy cũng sắp nhận việc mới ở hãng khác, phù hợp với khả năng hơn. Việc làm nào lương bổng cao, bảo hiểm tốt, chọn lấy để tiến thân là chuyện ưu tiên. Cuộc sống bây giờ, Huy chỉ mong năm tháng dần trôi, quên đi bản thân, quên đi cuộc đời nầy. Tất cả chìm đắm trong lặng lẽ. Những gì đã qua, cho qua đi, đừng có cơn gió thoảng nào đánh thức, những bất chợt động tâm.

Gần những ngày cuối năm. Ngọc báo Huy một tin vui, cô em gái út Thục Anh của Ngọc từ tiểu bang ở Tây Nam sẽ lên vùng Đông Bắc này sum họp cùng chị. Huy cũng vui theo niềm vui ở Ngọc, khi nghe cô nàng kể lể đủ thứ chuyện mua sắm trong nhà cửa, chuyện tình cảm một thời tuổi nhỏ của hai chị em. Kỷ niệm nào cũng đẹp, nhất là ở mái ấm gia đình, biết bao chuyện nhắc nhớ nao lòng thôi thúc. Nghe Ngọc kể qua, cả Huy và Quang đều liên tưởng đến hình ảnh một cô gái thuần hậu, sống nội tâm nhiều hơn miệng lưỡi Ngọc.

Tuần sau đúng như Huy dự đoán. Mọi việc ổn định xong đâu vào đó, là lúc Ngọc mời cả Quang đến chung vui họp mặt. Huy không biết mua món quà gì tặng Ngọc hay Thục Anh, theo phép lịch sự. Chuyện nầy phải nhờ tới Quang, anh chàng lịch lãm có gia đình và sành tâm lý đàn bà.

Ngọc sống một mình như anh đã biết trước đây, người đàn bà độc thân trong ngôi nhà từ cuộc hôn nhân đã qua để lại. Không biết có phải do Ngọc muốn gìn giữ kỷ niệm với người chồng cũ, cách trình bày trong nhà giản dị, trông rất nghệ thuật, không khỏi làm Huy thán phục.

- Lúc còn sống anh ấy chịu mua mấy thứ nầy lắm. Câu nói từ Ngọc, khi chỉ tay vào bức tranh trên tường, phía trên khuất lấp là ngọn đèn nhỏ vừa đủ ánh sáng tỏa xuống.

- Coi bộ Ngọc biết nhiều về tranh hả?

- Không đâu anh, cái nào cho mình cảm giác, thì thấy nó hay, còn hỏi tại sao thì không biết đâu. Có mấy người quen đến đây ý kiến, phí tiền quá, làm chuyện khác cần hơn. Huy nói mỗi người mỗi ý, người sống thực tế thì cần tiền, hay thú tiêu khiển khác, cuộc đời mà, đâu ai giống ai.

Khi Thục Anh bước ra hối mọi người vào trong, thức ăn đã bày ra. Ở đó có thêm ba người bạn trẻ, hai nam một nữ phụ giúp. Hình như có tiếng kêu nhỏ, thảng thốt bật lên "Sư phụ".Huy chợt nhận ra tiếng kêu đó đang hướng về mình, từ đôi môi nhỏ nhắn ở một cô gái mong manh, trong bộ đồ màu xanh nhạt. Tiếng kêu đó từ Thục Anh.

Giọng Ngọc. Cái gì? Sư phụ nào? Giọng Thục Anh thay đổi "Thầy".

Bất chợt Huy thấy hình ảnh Trinh hiển hiện chốn nầy. Trinh đến rồi? Cảm xúc dâng trào, không gian như lặng lại. Sao có người giống hình bóng cũ Huy mang theo vậy? Đã bao năm qua, từ một ngày Huy lặng lẽ sống dưới màu áo nâu, tu tập sớm hôm với kinh điển nhà Phật. Để rồi cuối cùng Huy theo thầy, ra đi dưới dạng "ăn theo" ở chùa nơi xứ người.

- Hồi trước ở bên nhà anh Huy làm thầy dạy Thục Anh hả? Ngọc hỏi em.

- Không có đâu. Thầy là Sư phụ hồi trước ở chùa dưới tiểu bang em. Cái chùa đó em có đến mấy lần gặp Thầy, chắc không lầm người đâu.

Huy muốn nói là Huy đang đứng đây. Vào thời gian đó có điều kiện Huy trở lại trường cộng đồng học như bao người di dân mới đến. Giọng Ngọc như mất bình tĩnh. Cái gì lạ vậy Thục Anh, không hiểu em muốn nói gì?

- Chị Ngọc nầy, có phải đây là người chị nói với em?

- Anh Huy đó. Giọng Ngọc hơi run.

- Anh ấy là người đi tu mà, lâu rồi bây giờ em mới gặp lại ở đây. Có phải thầy trốn chạy chốn đó không? Tiếng Thục Anh hỏi tiếp.

Từ ngày của mấy năm về trước, Huy đi tu không phải trốn chạy cuộc đời thực của mình. Huy tự cứu mình bằng hướng đi trong cuộc sống lựa chọn.

- Thầy nói cho nghe đi. Sao Thầy bỏ đi không một lời báo trước, rất nhiều huynh đệ nhắc nhớ tới Thầy.

Giọng Huy bồi đáp. Tôi không trách nhiệm tiền bạc. Không nợ ân tình một ai ở chốn cũ. Tôi sống ích kỷ cho mình. Duyên lành không có, trở lại cuộc sống đời thường là lẽ tự nhiên.

Lúc nầy Quang kéo ghế.

- Ngồi xuống đi Huy. Mọi người vui vẻ chứ, sao ai cũng đứng chờ vậy.

Bấy giờ thức ăn trên bàn đã sẵn. Anh chị ăn đi chứ, nói chuyện thực tế cho vui. Giọng cô gái nhỏ, bên chàng trai ngồi cạnh. Cả Ngọc và Thục Anh nhìn nhau, chưa biết phải nói thế nào cho tình hình dịu lại. Chàng trai trẻ tuổi, nãy giờ ngồi yên mới lên tiếng. Xứ nầy kiếm được việc làm là tốt rồi, đâu ai bắt mình miễn cưỡng nhận chịu điều không muốn. Sống tiểu bang nầy không được thì đi tiểu bang khác, thân phận người di dân mà.

Ngọc trong vai trò chủ nhân, hôm nay không liến thoắng như ở sở làm. Không biết do có em gái ở đây, Ngọc muốn đóng vai trò người chị, nên ra vẻ người lớn.

- Bây giờ anh Huy có dự tính gì?

- Tôi vẫn vậy thôi, chứ có gì khác.

Em hỏi thật Thầy nghe. Giọng Thục Anh. Ngọc nói lại. Gọi anh Huy được rồi, anh ấy là bạn của chị và anh Quang đây. Dạ, thì gọi là anh Huy.

Quang như chờ đã lâu, tiếp theo. Thục Anh thắc mắc thì cứ hỏi đi.

Thục Anh rụt rè.

- Hồi đó, bây giờ gặp lại, không ngờ phải đổi cách xưng hô. Hồi trước anh Huy rất được nhiều người quí mến, kể cả em. Khi anh vắng đi, ai cũng nghĩ anh đổi qua chùa khác. Hỏi thầy trụ trì, thầy bảo anh có việc riêng của anh. Không ai nghĩ anh trở lại đời thường, bỏ hết những gì anh đeo đuổi năm xưa.

Huy cười buồn.

- Đừng nghĩ tốt về tôi, tội lắm. Tôi chỉ là người bình thường, dưới mắt đại chúng họ nhìn tôi thật tầm thường. Nhưng không sao, tôi vẫn là tôi.

Lúc nầy mới thấy Ngọc bình tĩnh, đưa ý kiến của mình.

- Cách nào cũng được, hồi trước chúng ta ra đi trong vô vọng, biết đâu bến bờ. Có tiền hay trắng tay cũng nhảy xuống mà đi. Còn bây giờ khác rồi, thời thế đã đổi. Người có tiền, có chức quyền mới có khả năng ra đi sống ở nước ngoài, sang chảnh hơn bọn mình nhiều. Mà thôi, mỗi người có số phận riêng. Chỉ cần con người thật của anh Huy còn đó. Đối với xã hội nầy, không có gì quan trọng.

Thục Anh nói. Em cũng nghĩ như chị. Anh Huy cần sống cho mình, chứ không sống cho ai khác.

Quang trách khéo. Hồi trước rủ Huy đi tu, không ngờ Huy đi trước một bước. Đã vào rồi đi ra, bỏ dở nửa chừng, tiếc quá. Huy cười. Cũng vậy thôi, ở chốn nào tôi cũng mang theo niềm tin tôn giáo gieo trồng.

Bất chợt Ngọc đứng lên, đôi mắt không nhìn ai, lặng lẽ nói với Thục Anh. Chị vào trong một chút. Cô em nhìn chị ái ngại, như muốn chia sẻ một điều gì khó nói, rồi thôi cúi xuống. Huy lặng theo.

Nhìn sang bên cạnh, Huy thấy mọi người thản nhiên ăn uống, chuyển sang chuyện thời sự rôm rả kéo dài.

Khi Huy đứng dậy ra về. Ngọc trở lại đưa tiễn.

- Hôm nào anh trở lại chơi. Anh đổi job rồi, không còn gặp mỗi ngày, không biết có gì khác không?

- Huy vẫn nhớ Ngọc nhớ Quang, nhớ ngày tháng cũ. Bây giờ có thêm Thục Anh, bù đắp cho khoảng trống nầy.

- Vậy thì đừng quên, lúc nào nhớ kỷ niệm thì quay về.

Huy không muốn nhiều lời với Ngọc lúc nầy. Đúng là anh về thật, quay về với ngôi nhà thân quen. Anh không nghĩ sự thể của mình bẽ bàng từ lúc Thục Anh xuất hiện. Với Huy, mặc cảm phạm tội từ ngày bỏ chùa ra đi. Dù không tai tiếng ở chỗ tu tập, nơi Huy đã từng làm hành giả kề bên sư phụ. Nhưng trong lòng Huy lúc nào cũng áy náy, không muốn nghe nhắc tới. Nhiều năm qua Huy đã lấy hình bóng Trinh, khoả lấp những ray rứt khó tả nầy. Huy cũng không hiểu sao ban nãy, mình can đảm đối đầu, làm như đó là phương tiện vượt thoát, để cứu lấy chính mình. Tình hình bên nhà, hồi trước hay bây giờ, chuyện người thân bỏ nước ra đi, như công khai ngoài phố. Tiền bạc, gia thế, nhân thân trên hết. Một xã hội chênh lệch giàu nghèo quá nhiều, chia rẽ phân hoá lớp lang. Nếu không cùng dòng chảy, không tìm chốn nương thân. Liệu Huy có được ngày nay, chốn này với cuộc sống hiện tại.

Nhìn lại bến bờ ở đó, so với tầng lớp mới, giàu có bây giờ, hẳn là họ rẻ rúng ở hành vi đi tìm tự do trốn chạy này. Thực vậy, Huy thấy mình yếu hèn, thân phận chỉ như con chim ẩn mình chờ thức lúc canh thâu. Bao năm chia xa, Trinh có còn sống với hình ảnh Huy ngày nào. Có còn không niềm tin yêu ở ngày tháng tới khi thực tế giãi bày? Nghĩ tới Trinh lúc nầy, nhớ tới những lời e dè người khác nói về mình. Bất chợt như có luồng hơi nóng chạy trong huyết quản, bản năng của một thời trai trẻ, sức sống ở Huy trỗi dậy. Sự hy sinh ở năm tháng qua đánh đổi được những gì? Huy tự nhủ. Sao không sống như mọi người ở xã hội này, lập thân từ cuộc sống mới. Ở trời xa Trinh còn đó. Còn ở đây, đàng sau cánh cửa khép hờ, Ngọc sẵn lòng với tâm tình bao dung.

Huy trở về trong tâm trạng người thua cuộc, khi vết thương lòng ấp ủ hằng bao lâu đã vỡ. Ngày mai tiếng hát của người đàn ông bạc đầu, vẫn cất lên ở mối tình thủy chung, để Huy thấy mình không còn trẻ nữa. Đêm với cái lạnh dịu dàng kéo đến. Huy chợt thấy lẻ loi ở hạnh phúc xứ người. Giọt nước mắt không hẹn ứa ra, chạnh lòng nghĩ tới một thời thơ ấu, quê nhà. Huy nghe mình thở hơi rất nhẹ, chừng như khát khao, mùi hương xưa của đất trời quên lãng.

Hoài Ziang Duy

Cuối Năm Trên Một Dòng Kênh
NGUYỄN AN BÌNH

Có một buổi sáng chủ nhật cuối năm, ngồi cà phê với mấy người bạn văn trên đường Hoàng Sa chạy dọc theo dòng kênh Nhiêu Lộc dưới dốc cầu Công Lý khoảng 100 mét. Quán cà phê nhỏ nầy là nơi tôi thường hẹn vài bạn văn để trao đổi sách hoặc chuyện vãn với nhau về văn chương những lúc không có gì để làm hoặc đôi lúc buồn muốn gặp nhau cà phê, nơi đây cũng là nơi đóng đô của ông nhà văn Trần Bảo Định viết mấy cuốn sách về Ông Già Nam Bộ nhiều chuyện đọc cũng thấy thú vị lắm, ngẫm ra vùng đất Nam Bộ còn nhiều điều đáng nói, càng đọc càng thấy vỡ ra những điều chưa biết, chưa từng được ai nhắc tới. Tôi đọc sách của Vương Hồng Sển, của Sơn Nam nói nhiều về vùng đất lưu dân nầy, thấy Trần Bảo Định cũng có cách viết riêng của ông ta, âu là mỗi người mỗi vẻ không ai giống ai.

Ngồi ở đây nhâm nhi ly cà phê buổi sớm còn được hưởng cái không khí trong lành, gió mát từ dòng kênh thổi vào mới cảm thấy buổi sáng Sài Gòn sao mà đáng yêu đến thế, bên kia dòng kênh là đường Trường Sa thấp thoáng xe cộ qua lại cũng rất rộn ràng nhộn nhịp. Con kênh Nhiêu Lộc có hai đường Hoàng Sa, Trường Sa ở hai bờ người Sài Gòn xưa thường gọi là rạch Thị Nghè, dưới thời chính quyền Sài Gòn, kênh nầy còn có tên khác nữa là kênh Trương Minh Giảng vì nó băng qua cây cầu cùng tên. Dòng nước trong xanh, có thể thấy nhiều loại cá bơi thành đàn. Ghe thuyền qua lại nhộn nhịp, cảnh sinh hoạt hiền hòa, êm ả. Từ năm 1975 càng về sau tốc độ đô thị hóa càng ngày càng khốc liệt, những khu công nghiệp mọc lên như nấm sau mưa, dòng người lưu dân từ những vùng quê lam lũ túa về đây để mưu sinh lập nghiệp thì con kênh trở thành cái túi chứa đựng những chất thải sinh hoạt của con người trở nên ô nhiễm nặng nề. Có ai đâu ngờ cách đây hơn chục năm, từ một dòng kênh từng bị con người bức tử, những căn nhà ổ chuột trồi thụt dọc bờ kênh xưa, lởm chởm những cọc nhà cắm trên đó nham nhở, con kênh từng một thời ám ảnh của người dân Sài Gòn, người ta gọi nó là kênh nước đen. Chiều dài của nó hơn 8 km chứ ít sao, chảy uốn khúc vòng quanh qua rất nhiều quận trong thành phố trước khi đổ ra sông Sài Gòn thế mà nay trở thành một dòng kênh trong lành, hai con đường dọc theo nó cũng được cải tạo thành hai con đường đẹp của thành phố với nhiều cây xanh râm mát, con kênh hồi sinh như có một phép lạ diệu kỳ.

Lúc nầy chắc hơn 8 giờ, phía trước bờ kênh nơi những bồn hoa trồng cây cảnh tôi thấy năm bảy anh chị công nhân cây xanh đang làm vệ sinh và bứng tỉa những gốc hoa cũ để trên lề đường và bắt đầu vô phân trồng lại những gốc hoa còn mạnh khỏe, chắc họ đang chuẩn bị cho mùa tết sắp đến gần kề đây mà. Những chùm hoa trắng hồng li ti trông thật dễ thương nhưng tôi không biết tên gì mới quay sang hỏi anh bạn văn, anh ta cũng lắc đầu, tôi phì cười:

- Ông viết văn mà tên hoa cũng không biết thì làm sao viết văn hay được hả.

Anh ta cũng không vừa gì, vặn lại tôi:

- Vậy ông nói cho tui nghe tên của nó là gì thử coi?

Tôi cũng chịu thua nốt. Anh bạn chợt nói:

- Mấy ông công nhân đang tỉa bớt những nhánh hoa đẹp kìa, mình qua xin ít nhánh về trồng cho có hoa cỏ ở nhà trong mấy ngày tết cho vui nhà vui cửa đi.

Tôi lắc đầu:

- Ông có xin thì xin, nhà tôi tum húm một bụm có sân siếc gì đâu mà trồng.

Bạn tôi xăng xái:

- Ừ! Để tao qua xin thử.

Nói rồi ông bạn hăm hở băng qua đường đến chỗ mấy anh công nhân đang làm việc, không biết ông bạn nói gì mà quay mặt chỉ về cái bàn cà phê tôi đang ngồi, người công nhân gật gật đầu một cái, anh bạn bước trở lại ngồi xuống ghế, tôi hỏi:

- Anh ta nói sao?

Anh bạn trả lời:

- Anh ta đồng ý cho nhưng nói để một lát nữa sếp đi khỏi anh ta mang qua cho. Sếp anh ta đang ngồi bên kia kiểm tra hoạt động của họ đó.

Anh bạn đưa mắt về phía lề đường cùng bên chúng tôi đang ngồi cách đó chừng mười mét có hai ba người đang mở tờ giấy gì đó chăm chú nhìn vào, chắc họ đang xem cách bố trí thực hiện cái vườn hoa dọc theo tuyến đường Hoàng Sa đây mà. Ừ! Cũng gần tết rồi thì việc chỉnh trang lại hoa cỏ trong thành phố là việc cần thiết nên làm phải không?

Tôi nói với ông bạn văn:

- Thành phố có một con sông đẹp uốn quanh, cây xanh bóng mát quanh năm thì không có gì đẹp bằng.

Bạn tôi cười lắc đầu:

- Thấy vậy chứ chưa hẳn là đẹp bạn ta ơi.

Tôi ngạc nhiên:

- Thế nào mới gọi là đẹp?

- Ông thấy con sông trước mặt nó thiếu cái gì?

Tôi hơi ngơ ngác:

- Thiếu cái gì?

- Cái hồn.

- Không phải sao. Sông phải có sóng, có thuyền mà nó có không?

Tôi à lên một tiếng, chợt nhớ đọc trên một tờ báo xuân nào đó năm ngoái nói về con kênh Nhiêu Lộc, sự tiếc nuối của người dân về cái hồn cốt của dòng kênh nầy. Theo lời kể của người dân cố cựu từng sống nơi đây từ thời để chỏm: Con kênh ngày xưa rộng và dài mênh mông, ghe thuyền suốt ngày chạy ào ào, sóng dạt vào hai bên bờ trắng xóa, nhất là những ngày cuối năm hàng hóa, bông hoa từ các tỉnh đổ lên kìn kịt, tết chưa về mà không khí xuân đã tràn ngập mọi nhà rồi. Bây giờ dòng kênh bị thu hẹp lại, thêm mấy cái cống hộp làm con kênh như bị cắt ra làm mấy khúc. Bây giờ không thấy sóng, không thấy thuyền, chỉ thấy vài chiếc bus sông*một công ty khai thác du lịch đưa khách tham quan trên kênh thì làm gì tạo nên cái hồn cho con kênh vừa mới hồi sinh?

Từ giã bạn tôi chạy xe dọc theo đường Hoàng Sa hướng về cầu Thị Nghè, dọc theo bờ kênh người ta đặt những băng đá mặt hướng ra dòng kênh để buổi chiều cho dân cư xung quanh chỗ ngồi dạo chơi hóng mát, có những tiểu cảnh tạo nên một vườn hoa nhỏ xinh xắn, có chỗ cho mọi người tập thể dục buổi sáng, những hàng cây xanh mát được trồng dài theo dòng kênh. Nhiều loại cây cho hoa đẹp như bằng lăng, điệp vàng, bò cạp, liễu đỏ, lộc vừng…mỗi mùa lại rộ lên một sắc hoa tươi thắm làm con đường trở nên tươi vui đầy sức sống. Cuối năm là mùa thay lá của bàng, của lộc vừng. Chạy dài theo con đường đầy lá vàng nằm yên trên thảm cỏ xanh hoặc cuốn theo chiều gió khi những chiếc xe chạy vút qua. Rồi đây những chồi xanh sẽ nhú lên trên những nhánh cây đang khẳng khiu để đem lại một màu xanh nền nã tràn đầy nhựa sống để kịp đón nắng xuân về. Xe chạy qua cầu Thị Nghè tôi cho xe quẹo vào đường Trường Sa làm một vòng ngược lại để ngắm dòng kênh những ngày cuối năm. Trong cái nắng vàng dìu dịu tôi nghe trong gió có tiếng chuông chùa văng vẳng đâu đây mà lòng còn vương vấn câu nói của người bạn: Cái hồn của dòng kênh đang nằm ở đâu nhỉ?

Nguyễn An Bình

Đất Mẹ Đất Mộ
TRẦN VẤN LỆ

Chiếc xe taxi ngừng lại ở cây số 11 đường Liên Tỉnh số 8. Con đường này khởi từ Phan Thiết đi lên Di Linh, trong cuộc chiến tương tàn trước năm 1975 ở miền Nam Việt Nam, bị gián đoạn nhiều chỗ và hoàn toàn không thể thông thương bằng xe cộ. Nay, thời điểm năm 2016, tôi từ phương xa về thăm cố quận, nó đẹp lắm, được mở rộng như xa lộ. Ruộng đất của Ông Bà tôi, của Ba Má tôi nằm ở đây, phía mặt trời mọc. Hai bên đường xưa là ruộng nay là nhà lầu, biệt thự. Vài sân trước của vài nhà thấy ô tô con láng bóng. Tôi ngơ ngác khi xuống xe, ngó dáo dác tìm phần ruộng xưa, tìm ngôi nhà thờ Tổ Tiên tôi cất bên bờ sông Cái. Tôi thấy phần ruộng đó, một số ruộng để cấy lúa, nhiều đám ruộng biến thành vườn trồng cây thanh long đang ra trái đỏ lòm. Tôi nhìn kỹ hơn, tôi thấy phần mộ Tổ Tiên tôi. Ở đây chôn cất Ông Bà Cố Nội tôi, ông bà Nội tôi, Cô Tư, Cô Năm, Chú Sáu...Ba Má tôi, và nhiều người trong tộc thuộc của tôi. Tôi thấy rồi những ngôi mộ trong tường rào. Tôi gọi Cha ơi, Má ơi...Và nước mắt tôi ràn rụa.

Tôi biết tôi nghẹn ngào. Bó nhang bự tôi ôm trên ngực chắc bị tay tôi siết chặt, tôi nghe sự cọ xát và tôi nghe tôi đau thốn ở ngực. Tôi chạy nhanh tới cổng phần mộ. Tôi mở chốt cửa. Tôi vào. Lúc đó, Nguyễn, người đi theo tôi chạy tới vừa kịp tôi. Hồi nãy giờ tôi quên nói tôi đi với Nguyễn. Nguyễn thấp hơn tôi nên đi không song hành với tôi khi tôi chân vừa dài, đi sải bước trên những bờ ruộng quen thuộc từ ấu thơ, khi tôi vừa có trong lòng mình nỗi rạo rực của người xa xăm về chốn cũ, đời xưa... Tôi nhận ra ngay mộ Ông Nội, Ông Nội tôi nằm đây năm 1968, tôi có đưa Ông bước cuối cùng, còn những người khác, có cả Ba Má tôi thì tôi vắng mặt! Tôi rút vài chục cây nhang ra đốt. Nguyễn cầm giùm tôi số nhang còn lại. Tôi cắm cho Ông Nội tôi ba cây, đến cắm tiếp cho Bà Nội, cho Ba Má tôi... và... và... Nguyễn đốt tiếp nhang đưa cho tôi. Nguyễn bận cầm nhang, Nguyễn không lau nước mắt cho tôi được. Mà cũng đâu có sao? Tôi về để tôi... có chừng đó! Bó nhang vơi dần, vơi dần và hết khi còn ba bốn nấm mồ nữa, Nguyễn chạy tới mấy ngôi mộ cắm ba cây bớt một cây để cho tôi cắm nốt.

Cắm nhang xong, tôi dắt tay Nguyễn vào thăm nhà tự. Ngôi nhà xiêu vẹo rồi, thằng cháu đích tôn đã cất nhà khác bên lề Tỉnh Lộ, còn nhà tự thì để chờ sụp. Cây me đang mùa chín trái, rụng đầy trên đất. Me chua, Nguyễn nhăn mặt. Nguyễn chạy ra mấy cây lựu hái vài quả xanh lè. Lại nhăn mặt! Hồi nãy me chua, bây giờ lựu chát! Ghét cái mặt làm sao!

Ngồi chơi một chút, ngó hàng dừa ngoài bờ sông, thằng cháu tôi có cầm dao sẵn, cười cười hỏi Chú uống nước dừa không con ra hái? Tôi hỏi Nguyễn, Nguyễn lắc đầu, lâu lắm anh à, mình phải ra xe đò, xe sắp tới giờ chạy...Tôi nhớ hàng dừa này anh Hai tôi có nói đó là giống dừa Tam Quan ở Bình Định, anh trồng để nhìn màu vàng của lá, nó khác dừa xiêm trong Cần Thơ, xanh mướt quanh năm. Tôi nhắc lại "sự tích" đó cho Nguyễn nghe, Nguyễn chớp chớp con mắt, Nguyễn nhớ Quy Nhơn, nhớ những cây dừa xứ nẫu...

Thằng cháu mời tôi và Nguyễn vào nhà nghỉ chút, nó vác một bao thanh long nặng trĩu trên vai, tôi hỏi nó "con hái thanh long chi vậy?", nó cười lỏn lẻn: "Để mời chú ăn và chú đem về cho bạn bè của chú!".

Vào nhà. Thằng Nghĩa trút bao thanh long ra một cái nia, cũng vài ba chục trái, no tròn, đỏ rực. Tôi nói: "Chú không lấy đâu, chú không xách được, chú còn hành lý đi đường mà." Vợ chồng nó năn nỉ, tôi lấy nửa chục (sáu trái), không lấy thêm nha. Rồi uống tách trà, rồi lì xì, rồi hôn trán thằng cháu, tôi và Nguyễn ra xe. Người lái xe đang nói dóc với hàng xóm phải ngừng. Vui vẻ. Tôi và Nguyễn vẫy tay chào những người ở lại, Bụi không bay lên vì đường nhựa sạch bong, chỉ nỗi buồn đi theo... Tôi rút ra hai trái thanh long để xuống ghế bên tay người lái, "anh gửi em chút quà nha". Dĩ nhiên người đó cười, nói vừa đủ nghe: "Em cảm ơn anh".

*

Tôi về thăm quê cũ, quê Cha quê Mẹ tôi mà ít thì giờ quá. Lộ trình tương đối cũng dài, hết đi máy bay rồi xe đò, quê nhà Phan Thiết ghé có chút tí xíu rồi thôi. Đến bến xe, trình vé, được mời lên xe bằng cách đưa cái bịch nylon đen, tôi hỏi làm chi vậy? Người lơ xe nói: "Tất cả cởi giày, dép để vào cái bao này, lên xe đi chân không". À thì ra thế! Xe giường nằm, trời ạ.

Xe rời Phan Thiết về Sài Gòn. Đường cao tốc, xe chạy vi vút nhưng nửa đường có dừng chừng 20 phút cho hành khách tỉnh ngủ. Tôi xuống xe, ngắm nghía trạm dừng. Đẹp. Sạch sẽ. Trồng nhiều cây. Có nhiều chậu hoa ngồ ngộ. Tôi có ngồi bệt xuống đất một chút lâu để nghe cái hơi ấm của đất. Ở Sài Gòn mấy ngày đầu tôi có ghé quán Cà Phê Bệt, cái tên hay hay, những cái ghế thấp, cổ kính, mùi đất xung quanh nhà, dễ thương lắm... Chỗ nào trên quê hương tôi, cũng có một điều lạ đối với tôi: Mùi đất quá thơm.

Tôi bộc lộ với Nguyễn cái ý nghĩ ngộ nghĩnh vừa tự nói. Nguyễn cười: "Mùi Đất Mẹ Đó Anh!". Tôi nghe trong nắng thơm ngát. Tôi nghe trong gió thơm ngát. Hình như mùi tóc ai cũng thơm...

Trong đời tôi, từ nay và mãi mãi, đất có hai tên: Đất Mẹ và Đất Mộ. Tôi bắt chợt buồn sao mình xa xôi hoài, đi hoài trên những vùng Đất Hoang? Mình đi trên đất hoang mà gió trùng dương cứ rì rào... Muốn khóc!

Trần Vấn Lệ

Trần Vấn Lệ ngộ hoa | khi gặp cô gái đẹp
hồn vía thơ chính là | sông núi xanh hoa lá
mỗi ngày thơ sinh thơ | không cần là thi sĩ
chẳng cần vọng phương nào
chung quanh đời hoàn mỹ

Kiếm Được Việc Làm
NGUYỄN HUY CÔN

Tia nắng ban mai chiếu vào ô cửa sổ làm ông choàng dậy. Ông vẫn có thói quen dậy sớm để chuẩn bị đi làm cho thư thả. Mà hôm nay dậy sớm làm gì, ông có phải đến cơ quan nữa đâu. Ông đã nghỉ hưu từ một tuần nay rồi mà. Nhưng ông vẫn vùng dậy. Mở toang cánh cửa mở ra ban công, ông vươn vai hít thở, làm vài động tác tay cho giãn xương giãn cốt. Bây giờ biết làm gì nữa nhỉ. Đánh răng rửa mặt xong, ông xuống phòng khách, hãm ấm trà uống buổi sáng cho minh mục. Vừa giở tờ báo, chưa đọc được hết bài xã luận thì một giọng nửa khàn khàn, nửa the thé của vợ ông cất lên:

- Ông đọc báo đấy à?

Câu hỏi này đối với ông trong những ngày còn tại chức, chỉ có ngụ ý là ông đã chuẩn bị xong chưa để tôi dọn cho ông ăn sáng rồi đi làm; song hôm nay khó nghe quá. Cái bà này lại nói kháy đây. Vâng, bây giờ tôi ăn không ngồi rồi, vô tích sự rồi nên chỉ biết đọc báo vặt. May mà nhà không nuôi con gà nào, chứ bà dám nói tôi bị về đuổi gà lắm ! Ấy là ông nghĩ vậy, chứ chẳng thèm trả lời bà ấy đâu. Chẳng đọc báo là gì đây mà bà còn phải hỏi cơ chứ. Người ta đã buồn chết ruột đi rồi mà còn khiêu khích, rỉa rói. Ông lan man suy nghĩ, chẳng lẽ cứ ăn không ngồi rồi như thế này mãi ? Chẳng bù những ngày ông còn tại chức. Công việc lúc nào cũng rối bù lên, nhưng mà vui. Đến cơ quan là ông có uy thế hơn hẳn. Chẳng gì cũng là thủ trưởng một đơn vị hơn trăm con người, nào giải quyết việc này, nào họp hành việc nọ, lúc tiếp thượng cấp, khi quát mắng khiển trách cấp dưới. Biết bao nhiêu là việc có tên và không tên. Của đáng tội, khi về nhà thì uy thế của ông cũng giảm hẳn, bởi ông bận, chẳng giúp được gì cho gia đình, mọi việc trông cậy vào bà ấy cả. Bởi vậy nên ông cũng phải nể nang, thường là chiều bà vợ, ít khi có ý kiến trái ngược khi bà ấy đề xuất việc này phải làm, vụ kia phải giải quyết. Thôi thì tùy bà. Quen thế rồi nên hình như ông không có tác dụng gì ở gia đình nữa, con cái cũng ít khi hỏi ý kiến ông trong việc làm ăn hay học tập của chúng. Nhiều khi chúng còn qua mặt ông cả những việc trọng đại như định lấy đứa này, định đi học trường kia. Thế nên ông ở thế yếu trong cái gia đình nhỏ bé này. Giờ đây ông lại ở nhà, chắc là suốt ngày này tháng khác, chưa biết làm việc gì cho khuây khỏa, để vợ con khỏi chê là mình vô tích sự hẳn rồi.

Dễ có đến hơn một tuần lễ ông suy tư lung lắm. Bà vợ thấy ông ở tịt trong nhà, ăn ít, nói ít, ngủ ít mà ngại. Ông ấy có bao giờ như thế đâu. Đến ngày thứ mười thì bà thấy ông vui hẳn lên, ăn mặc chỉnh tề và ra khỏi nhà. Đến buổi chiều ông ở đâu về với gói to gói nhỏ trên tay, có vẻ nặng lắm. Thì ra ông mua sách: nào từ điển Hán-Việt, sách học tiếng Trung và có những quyển sách viết thuần bằng chữ Hán, tất cả có dễ có đến chục cuốn chứ chẳng chơi. Từ hôm đó ông vui hẳn lên nhưng lại vùi đầu vào sách vở hết ngày, trừ hai bữa cơm. Sau một tuần, ông chuẩn bị đi đâu. Bà gặng hỏi thì ông bảo: tôi về quê ít ngày thăm mộ các cụ và có mấy việc khác nữa. Bà cũng chẳng hỏi thêm, vì biết tính ông, đã quyết cái gì là làm cho bằng được, can ngăn chỉ thêm rắc rối, mất vui.

Đầu tuần sau, ông ở quê ra, hớn hở lắm. Ông bảo bà: chuyến này tôi đi thế mà được việc, kiếm được việc làm rồi ! Bà cũng thấy mừng vì thấy ông vui vẻ, không âu sầu như mấy ngày đầu mới về hưu nhưng cũng có lời: ông đã làm việc hơn bốn chục năm rồi, bây giờ nghỉ cho khỏe, tham công tiếc việc làm gì. Ông không trả lời, chỉ nhếch mép với một nụ cười bí hiểm. Thế rồi từ hôm đó ông như bị cuốn hút vào công việc, tra cứu, viết lách cả ngày. Bà tò mò muốn biết ông làm việc gì, làm cho ai để kiếm tiền nhưng chưa có dịp. Cho đến hôm ông đi khám bệnh, bà mới lẻn vào phòng làm việc của ông mà xem lén. Ban đầu bà tưởng ông dịch thuê tiếng Trung cho người ta, nhưng không phải. Với những sách này, bà lơ mơ hiểu rằng ông đang nghiên cứu và viết gia phả. Võ vẽ tiếng Hán, bà đọc được tên sách: nào là *Bách gia tính, Từ nguyên, Trung Hoa khải mông độc vật*. Sự phỏng đoán của bà càng có vẻ đúng khi bà thấy quyển gia phả họ Nguyễn nhà ông đánh máy chữ không có dấu trên những trang giấy đen và xấu đã hoen ố. Bà định tìm hiểu kỹ hơn thì tiếng chuông gọi bà ra mở cửa đã không cho bà tò mò hơn nữa. Bà không nói gì với ông, nhưng thầm nghĩ: cái ông này lẩm cẩm rồi, người ta thì kiếm tiền, mình thì làm những việc tốn tiền, tốn công sức, tốn thời gian.

Có công ăn việc làm, tuy phải tốn công tốn của, ông càng thấy phấn khích mỗi ngày. Càng đi sâu nghiên cứu, ông thấy vấn đề không đơn giản chút nào. Hèn chi mà gần đây, có nhà nghiên cứu Việt Nam học ở nước ngoài đã từng đến Việt Nam để nghiên cứu một số dòng họ lớn tại đây. Cứ tưởng là mình biết, mình có thể viết hoặc hoàn thiện cuốn gia phả của ông cha để lại, nhưng không phải như vậy. Khó khăn thì đầy rẫy: lai lịch các vị tiền nhân trong họ quá sơ sài, có đoạn lại không liên tục, bị đứt quãng một hai đời. Vậy là phải xem xét học tập từ đầu. Ông đọc sách Trung Quốc thấy nhiều dòng họ vẫn giữ được gia phả liên tục đến mấy nghìn năm. Đấy, họ Khổng tính đến nay ghi được hơn 80 đời, có đến gần ba nghìn năm; rồi họ Hồ, tính đến chủ tịch Trung Quốc Hồ Cẩm Đào là hậu duệ đời thứ 68. Nghiên cứu vất vả thật, nhưng cũng được đền đáp bởi biết thêm nhiều kiến thức quý giá. Đọc sách, ông mới biết là tên họ của người Kinh ở Việt Nam ta đều trùng với tên họ của người Trung Quốc. Đặc biệt là Trung Quốc chỉ không có họ Khiếu như ở Việt Nam.

Ông cũng mất công đi đi về về quê nội, mà trước khi nghỉ hưu có đến ba mươi mấy năm ông không hề lai vãng. Có những lúc dòng họ lại tưởng như mất hút, ông lại vào thư viện tra cứu, hoặc có khi phải muối mặt đến cầu cạnh mấy học giả sành về gia phả học để xin ý kiến về cách thể hiện phả hệ, cách lần tìm dấu vết dòng họ. Phiền một nỗi, ông càng say sưa nghiên cứu thì bà vợ ông càng cho ông là lẩm cẩm, ẩm đầu, chập mạch. Có lúc bực mình với ông vì làm cái việc không công ấy, bà đã lẩm bẩm cái câu mà trước đây hai chục năm ông thường được nghe: "Người đời cũng không được!". Kệ, bà ấy nói gì, nghĩ gì cũng cho qua, miễn là được việc của mình. Ông phấn khởi nhất là cái đoạn tìm hiểu lai lịch của chính mình. Thì trước đây, để an toàn, ông cứ khai phứa trong lý lịch của ông là thành phần bần cố nông, ba đời tính từ ông lên bị bóc lột ghê lắm. Cũng may là từ đời cụ nội ông đã ra Hà Nội làm ăn nên khi người ta về quê xác minh lý lịch, đại diện chính quyền địa phương cũng chẳng biết, chỉ gật đầu lia lịa cho xong chuyện. Này nhé, nếu không nghiên cứu viết gia phả thì làm sao ông biết được ông là cháu nội ba đời ông Nguyễn Trung Ngạn. Vị này là nhà văn thời Trần (1289-1370), người làng Thổ Hoàng, huyện Thiên Thi (nay là Kim Thi hay Ân Thi), tỉnh Hưng Yên. Thuở nhỏ vị này có năng khiếu văn học, nổi tiếng thần đồng, đậu Hoàng giáp năm 16 tuổi, đi sứ Trung Hoa đến hai lần, sáng tác hàng loạt thơ năm 1324 được thăng Thi ngự sử. Sau còn được giữ nhiều chức như : An phủ sứ Thanh Hóa, Chánh sứ Viện thẩm hình, An phủ sứ Nghệ An, Thượng thư hữu bật, Thi kinh diên đại học sĩ,v.v. Tại Hà Nội, hiện vẫn còn đền thờ ở phố Mã Mây.

Thế rồi, đúng đến ngày giỗ cụ nội, bà thấy ông dọn dẹp, quét tước, lau chùi bàn thờ sạch sẽ lắm, điều mà mấy chục năm nay bà không hề thấy. Thì ra ông đã hoàn thành kế hoạch biên soạn cuốn gia phả của dòng họ sau đúng hai năm về hưu. Ông bỏ tiền ra (lấy từ quỹ đen của ông lập từ nhuận bút những bài báo mà bà không biết) để đánh máy vi tính và in đúng một chục cuốn gia phả, rồi lại cất công xuống cửa hàng mỹ nghệ tận dưới Tràng Tiền mua một hộp gỗ sơn mài chính hiệu để đựng cuốn gia phả bản gốc. Ông đặt lên bàn thờ, thắp hương và lầm rầm khấn khứa hồi lâu. Bà vợ, tưởng ông đã chấm dứt được cái việc mà bà cho là lẩm cẩm này và mừng thầm trong bụng vì thoát được cái cảnh trông thấy ông giam mình suốt ngày trong phòng làm việc, hí hoáy viết viết, lẩm bẩm, có khi lại cười sằng sặc như anh thần kinh. Nhưng chưa hết. Ông bảo với bà ông về quê dăm hôm, mang theo hộp sơn mài đựng quyển gia phả gốc. Một tuần sau ông mới ở quê ra, mặt mày hớn hở. Ông kể rằng quyển gia phả mang về đặt ở nhà thờ họ xong là ông yên tâm lắm rồi. Ông còn ghé tai bà nói nhỏ rằng họ hàng chú bác trong quê mừng lắm, không ngớt khen ông tài cao đức dày, ngẫm mà cũng bõ cái công sức, tiền của bỏ ra. Suýt nữa thì bà thốt ra cái câu muôn thuở "người đời không được!". May bà hãm được, chỉ nhỏ nhẹ bảo ông rằng: "Thôi, hai năm nghỉ hưu, ông làm việc nhiều quá rồi đấy, hôm nào vợ chồng mình đi du lịch một chuyến, ông có đồng ý không?".

Nguyễn Huy Côn

Thử Tìm Hiểu Văn Học
Từ Bên Trong Và Bên Ngoài Tổ Quốc!

TRIỀU HOA ĐẠI

Phỏng vấn nhà biên khảo Nguyễn Vy Khanh

Gặp nhau chỉ trong một thời gian quá ngắn, uống với nhau một ly café buổi sáng rồi chia tay, chúng ta đã hẹn với nhau một ngày đẹp trời nào đó sẽ dành ra một khoảng thời giờ để nói về văn chương, chữ nghĩa. Vâng thế thì còn gì hạnh phúc cho bằng, được ngồi nghe anh nói về những điều mà bấy lâu nay tôi vẫn hằng ao ước: VĂN HỌC của người Việt chúng ta ở bên trong và bên ngoài Tổ Quốc.

* Hôm nay cơ may đã đến thế thì chúng ta nên bắt đầu câu chuyện được chăng?

Vậy thì thưa anh trong bốn mươi bốn năm (44) đã qua kể từ ngày chúng ta bỏ xứ mà đi ngoảnh nhìn lại quãng thời gian ấy nghĩ mà kinh, thoáng chốc bay vèo theo anh chỉ trong lãnh vực văn học của những người làm văn chương nghệ thuật có những điểm nào để khích lệ hay không?

- Nguyễn Vy Khanh:

Điều đầu tiên chúng ta có thể đồng thuận, đó là gần 45 năm sau thì không còn ai còn có thể đặt nghi vấn rằng có chăng một nền văn-học hải-ngoại! Thật vậy, văn học của người Việt ở ngoài nước sau gần 45 năm đó đã và vẫn chứng tỏ sức sống và sự phong phú đa dạng nhất là về thể loại và kỹ thuật!

Nhìn chung và theo thiển ý, khi tìm hiểu về văn-học Việt-Nam hải-ngoại, có thể nói rằng thực sự có một nền văn-học hải-ngoại, và văn-học này có nhiều đặc tính và sinh động. Và cái còn lại của 45 năm văn học hải-ngoại là tính cách dân tộc, hiện đại, khai phóng và nhân-bản cũng như định nghĩa mới về hội nhập, dự phóng, mà một số tác giả đã thành công để lại qua tác-phẩm và toàn bộ tác-phẩm đã để lại trong lòng người đọc! Sau đó có thể nói đến các đặc tính khác như văn-học di dân, văn-học miền Nam nối dài, hậu hiện-đại, nhân bản, tự do sáng-tác,... Hải-ngoại tự do, dân-chủ, là đất khai phóng và là nơi thử nghiệm cái mới (thơ Tân hình-thức, hậu hiện-đại, dục-tính, nữ quyền,...).

Văn học trong nước nhờ gắn liền với đất nước có lợi thế dân số phát triển, có đa số người đọc, tưởng đã lấn át văn học ở ngoài; nhưng những năm qua lại thêm một lần chứng minh văn học sẽ chỉ phát triển tốt nếu môi trường văn hóa và nhân tố thích hợp. Văn học hải-ngoại hiện đang ở vào một tình cảnh đặc biệt: so với trong nước, hải ngoại có thể dần dần yếu thế về nhân sự - tác-giả và người đọc, nhưng nội-dung và sản-phẩm sẽ cung cấp cho người đến sau cũng như người sinh hoạt văn-học nghệ thuật trong nước những cô-đọng thành tựu, kết thành - chất xám, chất tủy văn-hóa, từ một truyền thống, một nguồn!

Nhưng rồi hải-ngoại đã và sẽ dần yếu, theo nhân sự và khuynh hướng cùng sở thích của thời thượng, bớt đa dạng và sẽ dồn về một số thể-loại trội bật hoặc còn hơi sức; ngọn đèn sẽ tỏa dịu lại, không thoi thóp thì cũng chỉ lóe ở một vài hướng gió thuận, được chờ đợi và chấp nhận như là hy-vọng, thực tại! Không ai có thể tiên đoán tương lai văn hóa ở hải ngoại đứng (vững) hay nằm (xuống)?

Dù gì thì hành trình của văn học hải-ngoại cũng là hành trình của người Việt nói chung đứng trước hiểm họa vong thân và ngoại xâm, lãnh thổ cũng như tâm hồn, đã đi từ kiếm tìm căn bản dân-tộc đến với hiện đại, nhân bản, từ cái lõi chung dân-tộc đến lõi chung của gia tài văn hóa nhân loại! Một cách dũng mãnh, năng động và tự tin!

*Trước tiên chúng ta nên nói sơ qua về bộ sách "44 năm Văn Học Việt Nam Hải Ngoại" mà mới đây đã do các anh gồm Khánh Trường, Luân Hoán và cả anh đã trình làng, đó là một công trình dài hơi, vậy thì do đâu và bởi đâu mà chúng ta có bộ sách này?

- *Chúng ta biết vào thời cực thịnh của sinh hoạt văn học hải ngoại, các anh Khánh Trường, Cao Xuân Huy và Trương Đình Luân đã hình thành bộ sách 20 Năm Văn Học Việt-Nam Hải Ngoại 1975-1995 do nhà Đại Nam xuất-bản. Trong ba người thì chỉ còn anh Khánh Trường là còn mặn nồng với chuyện văn học và xuất bản. Khoảng tháng Tư năm 2018, anh Khánh Trường đã liên lạc mời tôi và nhà thơ Luân Hoán cùng anh thực hiện bộ sách 44 Năm Văn Học Việt-Nam Hải Ngoại (1975-2019) cập nhật và tiếp nối bộ sách vừa kể. Tôi nhận lời vì tôi biết tình trạng sức khoẻ của anh Khánh Trường không cho phép anh làm công việc như gần 25 năm trước và ước muốn chính đáng của anh cũng có thể là của nhiều người khác: ghi nhận toàn cảnh sinh hoạt văn-học ở hải-ngoại trong 44 năm qua. Có thắc mắc tại sao 44 mà không phải 45 hay đợi đến 50 năm, chung quy vì sức khoẻ người chủ trương Khánh Trường từ gần 20 năm nay ngày càng yếu hơn.*

** Thời gian chuẩn bị và hoàn tất thì ra sao?*

- Chúng tôi loan báo dự án "44 Năm Văn Học Việt Nam Hải Ngoại (1975-2019)" sớm từ tháng 4-2018 bằng các phương tiện truyền thông (báo giấy, báo Internet) và truyền thông xã hội Facebook cũng như điện thư và điện thoại cũng như nhờ các văn hữu thông tin cho những người quen biết.

Sau hơn 8 tháng thì ngưng nhận bài, 2 tháng lên trang, dàn trang, thêm phụ bản và đến đầu năm 2019 thì bộ sách hoàn thành và khoảng tháng 3-2019 nhà Mở Nguồn ở San Jose CA xuất bản thành 7 tập.

Chúng tôi khởi đi từ số các tác-giả của bộ sách 20 Năm Văn Học Việt-Nam Hải Ngoại (giữ lại đa số các nhà văn thơ hoặc văn thơ của các văn-nghệ sĩ đa ngành), đón nhận cập nhật của các tác-giả này cùng các tác-giả mới sau khi đã kêu gọi và loan báo dự án. Cơ may nữa là nhờ tiến bộ khoa học, các anh Thành Tôn, Nguyễn Vũ đã scan toàn bộ 20 Năm Văn Học Việt-Nam Hải Ngoại gần 1580 trang và nhờ kỹ sư Tạ Quốc Quang chuyển đổi ra Word và chỉnh sửa kỹ thuật. Nhờ thành công này mà ban thực hiện cùng vài thân hữu chỉnh sửa lại thành bản cuối để có thể xuất bản được.

Đây là một công trình "mở", ban thực hiện không quyết định con số tác-giả; tuy nhiên chúng tôi đã cố gắng khách quan trong việc lựa chọn và bổ khuyết, đặc-biệt các tác-giả mới hoặc trẻ. Ban thực hiện cũng vì tính văn-học đã phải từ chối một số người muốn tham gia. Các tác-giả gửi đến chúng tôi bài của họ, phần lớn chúng tôi giữ nguyên, phần còn lại chúng tôi đã liên lạc lại để thay bài, kể cả các tác-giả đã thành danh. Các tác-giả chúng tôi không liên lạc được hoặc đã qua đời, chúng tôi tự chọn lựa và bổ sung cũng như đã hỏi ý kiến của một vài văn hữu. Ngoài ra, chúng tôi có mời một số tác-giả tham gia nhưng những người này hoặc không hưởng ứng hoặc chỉ trả lời suông "cảm ơn"!

* Tôi cứ thắc mắc mãi về tên của bộ sách: "44 Năm Văn Học Việt Nam Hải Ngoại (1975-2019)" lẽ thường tình thì độc giả hiểu rằng bộ sách ấy hoàn toàn là đóng góp của những người viết lưu vong nhưng lại không phải thế bởi vì có rất nhiều tác giả góp bài vẫn còn ở trong nước vậy thì sao lại gọi là HẢI NGOẠI?

- Trong lời Tựa, chúng tôi đã trình bày: Tuyển tập 44 Năm Văn Học Việt-Nam Hải Ngoại được thực hiện với mục-đích ghi dấu lịch sử và những thăng trầm, biến đổi của dòng văn học Việt-Nam vì hoàn cảnh đã phải thiên cư ra khỏi nước. Dòng văn-học này với nội dung cá biệt và những nhân tố rõ rệt, đã góp phần gìn giữ văn hóa Việt Nam. Chúng tôi đã có những tiêu chuẩn khi thực hiện tuyển tập văn học này. Các nhà văn thơ góp mặt là những người đã từng hoặc đang sinh hoạt văn học nghệ thuật ở hải ngoại và một phần những vị sinh sống ở trong nước nhưng đã cộng tác, đăng bài hoặc xuất bản tác phẩm ở ngoài nước. Vì trọng tâm của Tuyển tập là văn học hải ngoại nên mảng văn học quốc nội sẽ chỉ nhỏ, rất nhỏ, hoàn toàn không mang tính tiêu biểu". "Ngay từ thập niên đầu của văn-học hải-ngoại đã có những tác-phẩm của nhà văn thơ sống trong nước được kín đáo chuyển ra xuất-bản ở hải-ngoại và dĩ nhiên đổi danh tánh như Đi (1982) của Hồ Khanh tức Doãn Quốc Sỹ, một số thơ của Trần Kha tức Thanh Tâm Tuyền, Hoàng Hải Thủy, Tạ Chí Đại Trường, Nguyễn Thụy Long, v.v. Trong số đó nhiều người sau này được ra đi qua các chương trình H.O và đoàn tụ gia-đình. Các nhà văn trưởng thành trong chế độ cộng-sản cũng bí mật gởi tác-phẩm in ở ngoài nước. Đến đầu thiên niên kỷ mới, việc chuyển tác-phẩm ra xuất-bản ở hải-ngoại bình thường hơn".

Thưa anh, những Hồ Khanh - Doãn Quốc Sỹ, Trần Kha - Thanh Tâm Tuyền, Hoàng Hải Thủy, Tạ Chí Đại Trường, Cung Tích

Biển và một số khác như Bùi Ngọc Tấn, Dương Nghiễm Mậu, Khoa Hữu, Khuất Đẩu, Nguyên Minh, Nguyễn Hiến Lê, Nguyễn Huy Thiệp, Nguyễn Lệ Uyên, Nguyễn Thụy Long, Nguyễn Viện, Phạm Ngọc Lư, Phùng Cung, Tiêu Dao Bảo Cự, Trần Dzạ Lữ, Trần Mạnh Hảo, Trần Thị NgH, Trần Vàng Sao, Văn Quang, v.v. trong tập 7 theo ban chủ trương đều có những đóng góp hoặc hòa nhịp với "tiếng nói" của văn học nghệ thuật ở hải ngoại nếu không muốn nói đến việc cùng "chính nghĩa" với cộng đồng người Việt lưu vong và di tản hải ngoại. Vài văn hữu còn lại đáp ứng định nghĩa có cộng tác với các truyền thông báo chí và xuất bản ở ngoài nước. Tóm lại, gần 50 tác-giả trong nước (tập 7) đều đã xuất-bản hoặc đăng bài ở hải-ngoại, có người đã từ lâu, có người mới hơn.

* Như anh đã trả lời trong một cuộc phỏng vấn thì: "… quá trình hình thành và phát triển của văn học này trong 44 năm, sẽ thấy đã có nhiều giai đoạn: Di tản, lưu vong "rồi thì" hợp lưu, hoài niệm và rồi thì sau cùng là lão hóa" thế thì mắc mớ chi đến những người viết ở trong nước vì rằng họ có DI TẢN và LƯU VONG như chúng ta đâu để mà HOÀI NIỆM?

- Tiếp câu trả lời kể trên, chúng tôi có thể nói đa số các nhà văn trong Tập 7-Trong nước nếu không mang tính "lưu vong" ngay trên đất nước mình thì cũng "hoài niệm" những nếp văn hóa, xã hội và chính trị nay không còn trên đất nước Việt Nam. Thí dụ nhà văn Cung Tích Biền đã có những tác phẩm viết sau biến cố 1975 trình bày khá rõ tâm trạng và ý thức này, thưa anh. Dĩ nhiên các đặc tính anh vừa nhắc nhở áp dụng sát hơn khi phân chia các thời kỳ của văn học hải ngoại. Vả lại, biên giới địa lý trong-ngoài trải qua gần 45 năm đã có những thay đổi: một số tác-giả mới định cư sau này đã xuất-bản ở hải-ngoại trước khi rời Việt-Nam. Các tác-giả trong nước khác đã phải xuất-bản, đăng báo ở ngoài trước rồi mới được xuất-bản chính thức trong nước, trong khi có người (hoặc tác-phẩm) vẫn tiếp tục bị cấm đoán.

* Sau khi "44 NĂM VĂN HỌC VIỆT NAM HẢI NGOẠI" được gửi đi kết quả thu về thì ra sao, ý tôi muốn đề cập đến cách đón nhận và phản ứng từ phía người đọc?

- Tình hình xuất bản ở hải ngoại từ những năm gần đây không được khả quan cho lắm. Trong tình cảnh đó, có thể xem bộ 44 Năm

Văn Học Việt Nam Hải Ngoại (1975-2019) gồm 7 tập, như một thành công về số sách bán được dù giá bán không nhẹ. Phản ứng tích cực vẫn nhiều hơn phê phán tiêu cực. Chúng tôi đã cố gắng và đã cống hiến cho độc giả người Việt và văn học sử công trình đó. Dĩ nhiên, chúng ta vẫn cần những công trình văn hóa khác, những việc lúc nào cũng đáng được hoan nghênh tiếp nhận, cho tập thể người Việt nói chung.

** Thế rồi, sau 1954 khi chiến tranh đã "tạm thời" ngưng nghỉ, hơn một triệu đồng bào đã bồng bế nhau từ miền Bắc di cư vào Nam sản nghiệp không còn gì, may mắn thay là chỉ còn lại một bó rau và một sợi dây thừng (từ Bắc vô Nam tay cầm bó rau/ tay kia cầm sợi dây để bắt con cầy) ấy vậy mà trong số một triệu người di cư ngày ấy đã có biết bao nhà văn, nhà thơ lẫy lừng, họ đã đóng góp rất nhiều cho văn học miền Nam, theo anh giai đoạn này sự đóng góp ấy có đáng kể ít, nhiều hay không? Và rồi thời kỳ tiếp theo ngót nghét gần hai mươi năm những nhà văn, nhà thơ, nghiên cứu văn học, v.v... họ đã làm được những gì?*

- Sự đóng góp ấy khá đặc biệt và đáng kể chứ anh. Biến cố 20-7-1954 với Hiệp định Geneve, Cộng-sản Hà-Nội và các cường quốc thực dân chia đôi đất nước, đã đẩy đưa nhiều văn-nghệ sĩ miền Bắc di cư vào Nam tìm tự do đưa đến việc nơi vùng đất mới này nảy sinh những thử nghiệm mới, những lên đường mới, ngày càng vững mạnh trong tin tưởng và quyết tâm. Từ những Người Việt, Sáng Tạo, Hiện-Đại, Thế Kỷ Hai Mươi, v.v. đến những Văn, Văn Học, Nghệ Thuật của thế giới văn-chương, rồi những dấn thân đối đầu với chiến-tranh của những Hành Trình, Trình Bầy, Vấn-Đề, Ý Thức,... chứng minh sự dấn thân can đảm của người làm cũng như người thưởng thức văn-nghệ, mở đường cho văn-học nghệ-thuật mới, hiện đại, cập nhật với thời đại và con người. Suốt gần 21 năm của giai đoạn, văn-chương luôn có mục-đích hoặc làm phương tiện cho vấn nạn về con người, thời-gian đầu sau 1954 là con người thần tính, chuyển sang con người hiện sinh và kế đó là con người dấn thân, sống động một cách hiện thực nhất khi chiến-tranh vượt quá những suy tính và sức chịu đựng của con người!

Trong cùng thời gian đó, văn học miền Bắc đã có thành quả gì để so sánh? Sau khi đàn áp những văn nghệ sĩ chân chính của Nhân Văn và những vị không chịu bẻ cong ngòi bút theo chỉ thị và quyền lực, các "văn nghệ sĩ" của Đảng Cộng sản đã phát triển một nền "văn học" dựa theo lý thuyết "văn nghệ tập thể chuyên chính vô sản" rồi thuyết "chiến tranh chống tư bản và chống "chiến lược hoàn cầu" của thực dân Mỹ" và chủ thuyết "dân tộc" để chiếm miền Nam, đã sản sinh ra nhiều sản phẩm văn thơ ngang ngửa đồng loại. Ở miền Bắc – cũng như cả nước sau này, không hề có "trường phái", "nhóm văn nghệ" và văn nghệ sĩ... độc lập! Có chăng là "những kiếp hoa dại", nói như Vương Trí Nhàn, một nhà phê bình văn nghệ trong nước khi tổng quát hóa văn học cộng sản chỉ là "những kiếp hoa dại" điều động bởi những người lang chạ.

*Như anh đã nói: "Nhìn lại cuộc chiến cuối cùng đã xảy ra trên đất nước Việt Nam khởi từ 1957 cho đến nay (1997), đạn bom chiến trường đã tạm ngưng nhưng trong VĂN CHƯƠNG tiếng đạn và khói súng vẫn còn âm ỷ" là bởi vì sao có phải vì chúng ta "quá thủ cựu," khép kín và một đôi khi quá tự mãn, hoặc quá tự ti?

- Đó chỉ là hậu quả đương nhiên, về tâm lý cũng như chính trị. Hải ngoại chưa yên tiếng súng khi nào vẫn còn tập đoàn cưỡng chiếm miền Nam, do mưu lược và thời cơ, chiếm xong, xóa con cờ MTGPMN, ra tay xóa bỏ văn hóa, văn học miền Nam, và tiếp tục đàn áp, bóc lột người dân trong nước. Trong nước thì súng lúc nào cũng lên nòng (văn nghệ chỉ huy, có tướng có lính và luôn có "lính gác"!), có thể vì nếu chấp nhận buông súng, "hỗn loạn" và "thành tích" sẽ lung lay tất cả chăng?

Tuy vậy, trong giới văn nghệ sĩ, đã có những thay đổi. Sau 1975, ngoài thứ văn học của chính quyền và tập đoàn chủ trì chiến tranh, đã có những tác giả trong cũng như ngoài nước để tâm hồn nhìn lại cuộc chiến đó. Người đọc bớt phải tìm thấy thắng thua trong bộ phận văn học mới này. Các nhà văn thơ sau này thường nói đến những cay đắng thua thiệt của con người vì chiến tranh. Cái thắng thua nếu có là tình người, là tình yêu không biên giới quốc cộng, là sự sống còn, là nguyện vọng sống bình an, thanh thản.

*Rồi thì sau 1957 cho mãi tận đến bây giờ theo anh cái nền văn chương Việt Nam cả trong lẫn bên ngoài Tổ Quốc tiến triển ra sao, mức độ tiến triển ấy nhanh, chậm ở khoảng thời gian nào?

- Văn học Việt Nam trong-ngoài đã có những thời kỳ đặc sắc,

trăm hoa đua nở mỗi khi có biến cố quan trọng cho đất nước, dân tộc. Ngay sau 1954, văn học miền Nam khởi sắc, đa dạng hơn trước đó với sự có mặt của các văn nghệ sĩ di cư tham gia văn nghệ với các nhà văn miền Nam như đã vừa trình bày. Rồi sau 1964, thời hậu đảo chánh, xuất hiện một thế hệ trẻ hơn như Thảo Trường, Dương Nghiễm Mậu, Duyên Anh, Văn Quang, Phan Nhật Nam, Tuấn Huy, Nguyễn Thị Hoàng, Thế Nguyên, Thế Uyên, Ngô Thế Vinh, Nhất Hạnh,...

Trong nước thì có thời "Cởi trói" từ 1987 văn nghệ khởi sắc dù không kéo dài, với những Nguyễn Huy Thiệp, Phạm Thị Hoài, Dương Thu Hương, Trần Mạnh Hảo, Nguyên Ngọc, Nguyễn Khắc Trường,...

Hải ngoại cũng có thời văn học cực thịnh, những năm 1980 đến 1992. Hiện nay, hải ngoại đã "lão hóa" nhưng đang có những dấu hiệu tích cực với cách xuất bản và phát hành qua Internet. Một số nhà văn sáng tác trở lại hoặc thử nghiệm một số cách tân văn chương hậu-hiện-đại, tân-hình-thức, v.v. Tạp chí văn học giấy cũng lần lượt xuất hiện.

** Nghe đâu anh đã soạn xong một biên khảo về văn học Việt Nam hải ngoại nhưng vì một lý do nào đó anh đã "ngần ngại" chưa cho xuất bản vậy thì vì lý do gì mà anh lại "ngần ngại"?*

- Thưa anh, chúng tôi đã bắt đầu nghiên cứu từ những năm 1995 và đã soạn biên-khảo về văn-học Việt-Nam hải-ngoại từ sau biến cố 30-4-1975, khởi đầu với tổng quan "Nhìn lại 30 Năm Văn học Hải ngoại" đăng trên tạp-chí Văn Học *(số 225) năm 2005 và tập biên-khảo đã xem như hoàn thành, nhưng chúng tôi hãy còn ngần ngại xuất-bản. Ngần ngại vì - chúng tôi cảm nhận có những biến chuyển cần thời gian để có thể suy xét thêm, cũng như về một số nhà văn thơ đang sinh hoạt và ... chuyển hướng, và cuối cùng có một số hiện tượng chúng tôi nghĩ có can thiệp của "âm mưu" nào đó, cũng cần thời gian để "nhận chân". Chúng tôi nghĩ có thể khi văn học hải ngoại được 50 năm, biên khảo ấy có thể xuất bản. Tuy vậy, chúng tôi cũng đã phổ biến một số chương đoạn trên các tạp chí và trong những ngày sắp tới, nhà Nhân Ảnh sẽ xuất bản Quyển Hạ của biên khảo khoảng 800 trang với 73 tác giả:* Nhà Văn Việt Nam Hải Ngoại.

** Cái ngần ngại ấy (nếu có) phải chăng như lời của Phạm Đức tóm lược trong những " con đường đau khổ" mà một tác phẩm văn học* phải trải qua để đến được với quần chúng... mỗi quyển sách được ra đời đều đã qua khá nhiều "cửa ải" vậy thì những nhà văn hải ngoại nói chung và riêng với anh thì đó những cửa ải nào?

- Tôi nghĩ "cửa ải" đầu tiên là chính tác phẩm đã sẵn sàng, xứng đáng để xuất bản chưa, cũng có nghĩa là đã có "độc giả" sẵn sàng chưa. Còn trong thực tế thì hiện nay, với việc xuất bản theo cách book-on-demand của các công ty như amazon, lulu, barnes&noble, v.v. "cửa ải" không còn bao nhiêu, chỉ việc trả toll là sách báo đã có thể in, không phải bỏ vốn nhiều như trước.

* Giữa CHÍNH TRỊ và VĂN HỌC theo anh những người làm chính trị chuyên nghiệp nên hay không nên "lấn sân" vào một lãnh vực mà họ chẳng mấy am tường và cũng thế những nhà văn, nhà thơ hay nói đúng ra những người làm nghệ thuật cũng chẳng nên "dấn thân" vào lãnh địa "gió tanh mưa máu" là chính trị, ý kiến của anh về vấn đề này?

- Hai lãnh vực có lúc liên quan, có lúc không và việc ai nấy làm, nhưng người Việt Nam làm văn hóa nên thường trực để cao cảnh giác.

* Anh thì cho rằng: "Hai lãnh vực (chính trị & văn học) có liên quan", và "việc ai nấy làm", thế nhưng theo Phan Khôi thì: "đành rằng văn nghệ phục vụ chính trị, cho nên chính trị phải lãnh đạo văn nghệ" nhưng trả lời cho thành thật, e rằng chính trị phải vỗ vai văn nghệ mà nói rằng: "Sở dĩ tao tha thiết đến mày là tao muốn lợi dụng cái nghệ thuật của mày", ý kiến của anh ra sao về việc này?

- Tôi cũng hiểu tại sao Phan Khôi nói như vậy và cũng biết những chuyện như vậy đã từng xảy ra ở Việt Nam trước nay. Và còn chuyện sờ gáy nữa anh!

Tuy nhiên, khi trả lời như vậy, ý tôi muốn vạch lằn ranh giữa việc chính trị và công việc của người làm văn học. Có văn học bị sử dụng như là phương tiện cho chính trị, nhưng cũng có văn học thuần văn chương của con người sống trong một hoàn cảnh chính trị. Ý tôi muốn nói những nhà văn này nhập cuộc khi làm văn học (chứ không làm chính trị), cũng có nghĩa là không làm văn chương viển mơ, xa lìa thực tại.

* Trong một cuộc phỏng vấn cũng khá lâu mà tôi đọc được nhà văn Nguyễn Huy Thiệp đã phát biểu như sau: "Tôi thấy văn học Việt

Nam hải ngoại giữ gìn được tiếng nói dân tộc. Và cũng làm giàu thêm cho đời sống tinh thần của người Việt, trong và ngoài nước" anh nghĩ sao về lời phát biểu này?

- *Người Việt cũng như đa phần các dân tộc, vì hoàn cảnh phải thiên cư, di cư, đem theo ngôn ngữ và văn hóa gốc nguồn, như người tộc Việt ở đảo Hải Nam và ở Thái Lan, tuy vậy yếu tố thời gian nhiều thế-kỷ và hội nhập đã khiến cho hai nhóm này ngày nay không còn giữ được nhiều di sản Việt. Người Việt hiện đại sau biến cố 30-4-1975, đã phải di tản, vượt biên, vượt biển, từ vài ngàn người ban đầu sau lên đến khoảng 3 triệu người ngày nay ở khắp năm châu. Chúng ta khi rời bỏ đất nước đã mang theo và tiếp tục gìn giữ tiếng Việt cũng như văn hóa của tổ tiên, từ đó mà hình thành một nền Văn học hải ngoại. Tiếng nói, chữ viết chúng ta mang theo là ngôn ngữ của miền Nam lúc đó đã là một tổng hợp Nam-Trung-Bắc và là một hình thành từ nhiều thế kỷ di dân Đàng Trong - Đàng Ngoài.*

Anh thử tưởng tượng nếu năm 1975 và sau đó, tất cả người Việt ở lại chịu trận hết thì ngày nay ai cũng phải ăn nói như "bên thắng" nghĩa là một thứ tiếng Việt ít Việt-tính nhất vì phải du nhập chữ dùng và suy nghĩ (vì con chữ ảnh hưởng đến suy luận và diễn tả, hành văn!) của Trung Cộng và đó là một thứ tiếng Việt lai căng, không hồn Việt, vì đã bị bóp méo, nội dung con chữ bị ép nhận một ý cưỡng bách, sai lạc. Như từ "tuyên truyền" bị xem như đồng nghĩa với "thông tin" của người Việt không Cộng sản, cái xấu đã trở nên đồng nghĩa với cái hay cái tốt.

* Và như vậy thì: "Hai nền văn học trong và ngoài nước cần liên hệ với nhau để có được tiến bộ trong nước" cứ theo như nhận định ấy thì hoá ra chúng ta những người làm văn hoá ở hải ngoại này chắc là phải có "bổn phận" mang đến sự "tiến bộ" cho trong nước, và nếu như vậy thì chúng ta có vui lòng làm cái công chuyện này không, chúng ta đã sẵn sàng chưa?

- *Vô tình chúng ta đã làm việc này khi hình thành một nền văn học nhân bản, không cộng sản và đã thành công trong gần 45 năm nay. Người hải ngoại làm cho chính họ sinh sống ở ngoài và thời gian đã cho thấy chúng ta đã làm đúng cho sự trường tồn của dân tộc, của văn học và văn hóa cội nguồn.*

Trong Văn Học Miền Nam 1954-1975, chúng tôi có nói rằng: "Toàn bộ của hơn 20 năm dù vẫn là gia tài văn-hóa dân-tộc, nhưng nay tiếc thay vẫn phải xem là di sản văn-hóa văn-học của miền Nam và của cả nước Việt Nam!". Nền văn học đó cũng như văn học hải ngoại sẽ phải là của cả dân tộc, đã, sẽ vẫn và phải là của nước Việt Nam. Tuy nhiên trong hiện tình, chính quyền trong nước vì cố chấp và ảo tưởng, vẫn chưa chính thức và công khai chấp nhận hai nền Văn học miền Nam và Văn học hải ngoại, đã vậy còn đang mưu đồ tìm cách "định nghĩa" hai chữ "hải ngoại" theo dân số bỏ đi trở về gốc XHCN của họ!

* Anh có cho rằng với độc giả họ là nguồn cảm hứng và là nguồn động viên cho người sáng tác hay không, và nhà văn thông qua tác phẩm là nỗi động viên vô hạn với bản thân bởi vì nếu mất đi "tiếng nói" của chữ nghĩa thì đời sống này sẽ trở thành vô nghĩa, chúng ta sống đâu chỉ cần có cơm để ăn và có áo để mặc phải thế không thưa anh?

- Nơi không có nước thì con cá không thể sống còn, người sáng tác cũng vậy. Có thể vẫn có những "tiếng nói trong sa mạc" nhưng có đến được ai đó thì thiển nghĩ vẫn là hơn. Còn chuyện đồng cảm, tri âm nữa...

* Câu hỏi tiếp theo mà tôi xin gửi đến anh (câu hỏi này tôi đã hỏi một văn hữu khác để xem ý kiến khác biệt của các vị về vấn đề này ra sao). Giữa độc giả và nhà văn (nói chung) ai CẦN ai hơn ai? Lấy một ví dụ: Có sông, có biển thì người ta mới đóng tàu bè để qua lại, nhưng giả dụ tàu bè thì có đấy nhưng không có nước, hoặc nước bị cạn dòng thì sao? Thuyền bè đi lại bằng cách nào? Từ đó cho phép tôi nghĩ rằng: Có người đọc thì có nhà văn, nhưng nếu chỉ có nhà văn với nhau mà không có người đọc thì chuyện gì xảy ra. Và, có người đọc mà không có nhà văn thì chuyện sẽ ra sao đây?

- Theo tôi thì cả hai cần đến nhau, nhưng không như mua bán; văn chương cần người tiếp nhận, đồng điệu. Ngoài ra cũng nên có những nhà có thẩm quyền về thưởng thức văn chương, về văn hóa, để can thiệp, khi cần, như ở miền Nam trước 1975. Như thẩm định về làm mới, tổng kết, điểm sách cuối năm.

Sống là "sống với" vẫn vui và đáng sống hơn, tôi vẫn nghĩ vậy.

* Ở phần trả lời ở trên anh có đề cập đến một vài tạp chí ở hải

ngoại hiện nay, nhân đây xin anh làm ơn "BÓI" cho một quẻ là trong tương lai rồi ra số phận của những tạp chí này sẽ đi đến đâu và về đâu?

- Điều này tùy ở người viết ngày nào còn sáng tác được và độc giả có thích đọc và ủng hộ hay không. Bản thân tôi thì không lạc quan lắm, hy vọng là tôi sai.

* Là một người theo sát về lãnh vực văn học chắc anh hiểu rõ về những người viết ở bên ngoài tổ quốc ngày nay, viết lách cùng những sinh hoạt của họ ra sao lúc này LÊN, XUỐNG có đều tay không , những nhà văn nữ như: Miêng, Mai Ninh, Phan Thị Trọng Tuyến, Lê Minh Hà, Lê Thị Thấm Vân v.v… giờ này "em ở nơi đâu" sao mà im ăng quá, tại sao và vì sao?

- Phan Thị Trọng Tuyến vừa có tập truyện Hồng Đăng tại Amsterdam *do Văn Học Press xuất bản tại Quận Cam CA năm ngoái, 2018. Lê Thị Thấm Vân thì tiếp tục làm mới tiểu thuyết và khai phóng tình dục với* Thời Hậu Chiến (Mở Nguồn, 2019)*; tôi có viết về tác phẩm hậu-hiện-đại này trong cuốn* Nhà Văn Việt Nam Hải Ngoại *sắp phát hành.*

Lê Minh Hà những năm gần đây xuất bản và tái bản trên 10 tập truyện và "tản văn" ở trong nước. Miêng, Mai Ninh thì tôi không rõ.

* Trước khi chia tay anh có cần góp thêm ý kiến gì không cho buổi nói chuyện hôm nay giữa hai chúng ta?

Về phần tôi nghĩ mình đã làm phiền và mất thì giờ của anh nhiều quá, rất mong được đánh chữ đại xá cho, xin anh nhận nơi đây lòng biết ơn và lời cầu chúc của tôi xin gửi đến anh và gia quyến vạn sự như ý, bắt chước người xưa xin cầu chúc anh chị: Đầu năm sinh con trai, cuối năm sinh con gái cho nó vui cửa vui nhà.

- Chúng tôi phải cảm ơn anh Triều Hoa Đại đã cho cơ hội để trình bày về một số công trình biên khảo và đóng góp ý kiến về một số đề tài văn học. Lời chúc thì đã về hưu nên chỉ có khả năng lai rai vài đứa con tinh thần đóng góp với người cho vui thôi mà anh. Thân kính chúc anh chị và gia đình luôn bình an và hạnh phúc!

Triều Hoa Đại

Về Cách-Tân Tiểu-Thuyết

NGUYỄN VY KHANH

Những năm gần đây, giới sáng-tác và thưởng thức văn chương đã hơn một lần nghe nói đến "cách-tân". Dĩ nhiên, sáng tạo cũng có nghĩa là phá hủy sáng tạo, và văn chương có đòi hỏi thử nghiệm, tìm tòi, cái mới, cái lạ, thì cũng là chuyện bình thường, nên có và phải có. Vấn đề muôn thuở vốn là sáng tạo và đi tìm hình thức thích hợp với con người thời đại, hợp tâm tình và cảm hứng mới! Các chủ nghĩa Hậu-hiện-đại, Tân-hình-thức, thơ Cụ thể, văn chương liên mạng, siêu-văn-bản, liên-văn-bản,... đã được tìm đến và được thử nghiệm trong thơ văn. Thật vậy, yếu tính của văn chương nằm ở khả năng tưởng tượng, ở phẩm chất "tiểu thuyết" mà phẩm chất này có được do ở quyền lực của tưởng tượng, sáng tạo. Nhà văn có cái quyền lực sáng tạo một thế giới theo cái nhìn của ông/bà ấy, có thể bắt nguồn từ thực tại, đời thật, nhưng thế giới sáng tạo đó nhiều khi thật hơn cả đời thật ngoài kia, thế giới mà tư duy con người có thể bay bổng, lội bơi,... Có thể dị thường, siêu thực, viễn kiến, không giống ai hôm nay! Văn chương được gọi là một nghệ thuật tái dựng cuộc đời, dựng thế giới mới. Thứ nữa, văn chương phải có tính truyền thông, đạt đến, của thời đại hôm nay, thời hypertext, liên mạng, ...! Trong bài này, chúng tôi thử tìm hiểu những cách-tân về tiểu thuyết và lược qua những tác giả đã sáng tác theo chiều hướng mới này.

Đặng Phùng Quân có thể là người mở đầu cách tân tiểu thuyết với tập *Tự Truyện* xuất bản năm 1997, khi đề nghị một "phá thể tiểu thuyết", một hình-thức tiểu-thuyết mới, khác; một lối viết tự truyện, nội truyện, ngoại truyện và phá truyện. Đối với tác giả, đây là một đóng góp, tìm kiếm cái mới để đương đầu với cuộc sống; đồng thời tác giả như đòi hỏi người đọc phải quên quá khứ và lên đường với hành trang mới. Theo tác giả *"như tất cả cuộc đổi mới, tiểu thuyết phá thể hủy tạo mọi quy ước về ngôn ngữ, quy phạm, tu từ, phong cách, tư duy, nhân vật, thế giới, khoa học"* (tr. 119). Một phá thể triết lý cũng như hình thức tiểu thuyết. Một kiếm tìm triết lý ở cuối một lối mòn, một đặt lại vấn đề triết lý đối với nhân sinh, với một loại người, vai trò của tiểu thuyết đối với nhân sinh. Tình dục và ít tình yêu xen lẫn giữa những đường kiếm tìm.

Sau này, trong Phỏng vấn của Hồ Trường-An ("Đặng Phùng Quân: Viết trước hết đem lại sự bất ổn cho đời sống" http://www. talawas.org/talaDB/showFile.php?res=3422&rb=0102), họ Đặng giải thích: *"Phá truyện nhằm giải mã cho người đọc Tự truyện – với đúng danh xưng của nó, phá thể tiểu thuyết. Đọc và đọc lại, thoát khỏi những tư kiến, người đọc sẽ thấy mình, thấy người trong đó, chỉ còn những nhân vật, những diễn ngôn và tác giả biến mất. Tôi muốn dẫn trang 116 của Tự truyện: đọc tiểu thuyết phá thể là lịch sử của một người (tôi/bạn/họ bất kỳ) đọc câu truyện của người đọc lịch sử của người đọc câu truyện về người đọc lịch sử người đọc câu truyện của người đọc câu truyện đọc lịch sử người đọc truyện.*

Trong Phá truyện, tôi đưa ra hai mô hình, một của Robbe Grillet, Topologie d'une cité fantôme, một của Claude Simon, Triptyque để minh họa tính phá thể trong Tiểu thuyết mới – những phân đoạn hoạt cảnh như trong điện ảnh hậu-hiện-đại, ở tiểu thuyết là quyền năng đa chiều của chữ, ở điện ảnh là hình ảnh... Theo tôi, Claude Simon cùng với Samuel Beckett đã có một ảnh hưởng sâu đậm cho văn chương từ nhóm Tel Quel trở về sau với cách thế văn tự dàn trải qua tiểu thuyết của họ. Trong Phá truyện ở Tự Truyện, tôi viết tiếp nơi trang 111: một lối tư duy mới xây dựng trên thực tại kỹ thuật đưa vào phá thể tiểu thuyết... chúng ta phải học tập cách nghĩ về tiểu thuyết như một cấu trúc cụ thể hơn là một ẩn dụ, tồn tại trong trường kinh nghiệm hơn là ý nghĩa biện luận...".

*

Đặng Thơ Thơ qua tuyển tập *Khả Thể* (Người Việt Books, 2014) theo thiển nghĩ cứ xem như là một tổng-thể sáng tác, có thể đọc khởi từ hư vô để đi đến / tìm thấy "khả thể"; đọc như một từ chối hiện sinh, hiện tồn để đến hiện thành; đọc như một sáng tác chưa thành, độc giả cùng lên đường đi cùng đường với "tác giả"; và mổ xẻ một số giả thuyết/sự việc đã xảy ra mà "tác giả" không tin đã là 100% như vậy (biến cố 30-4-1975, thiền sư làng Sen về Việt-Nam, tư tưởng Hoàng Đạo, v.v.), nên nghiên cứu, tìm hiểu những khía cạnh, chứng liệu khác hoặc "đọc lại"/"lý giải lại" dưới ánh sáng thời đại mới, hoàn cảnh mới, khác (lưu vong, không lệ thuộc một chế độ nào chẳng hạn) và đề nghị những kết luận "khả thể". Tóm, Đặng Thơ Thơ muốn đi xa hơn, muốn và đã rời bỏ chỗ cư trú an toàn như Nguyên Sa thời thập niên 1960 đã quay trở lại phê phán và từ khước (một số) những cách tân của văn-học ‹hôm nay› của Sáng Tạo ngay trước đó.

Phần 1 - *Khả thể của Mơ* khởi từ đời sống hiện thực, để khuấy nhiễu, với hoài nghi, châm chọc, và có thể khiến hiện thực sẽ không hiển nhiên còn là trung tâm điểm, từ đó phát sinh những *khả thể* mới cho những đối tượng của mơ. Lịch Sử Nhìn Từ Âm Bản nhìn ngược lịch sử, ký ức về biến cố 30-4-1975 và những người miền Nam đã tuẫn tiết ngay sau biến cố hay sau đó tự sát và chết trong lao tù cũng như những người lính của cả hai bên đã hy sinh trong cuộc chiến. Một thứ lịch sử tâm thức qua đó các thế hệ tương lai cần biết về những gian xảo của chế độ toàn trị độc tài Cộng sản, về những sự thật bị che đậy và xuyên tạc, về "bịa sử" xảo trá về anh hùng và thù địch của "tổ quốc".

Phần 2 - *Khả thể của Viết* xoay quanh khả-tính của ngôn ngữ và văn bản: những Khả Thể của Viết có thể vượt ra ngoài những hình thức, nội dung, thể loại, cú pháp, một không gian Viết, nơi ranh giới không dễ nhận ra. Với Bản Nháp Cho Một Tình Yêu là chuyện hai văn bản của một "văn bản" - một loại "bản nháp" mở. Yêu để có kinh nghiệm mà viết, yêu theo lập trình kiểu dàn bài cho một tác phẩm, nhưng không khỏi có những bất ngờ: *"Tôi sợ mình sẽ yêu anh mất. Tình yêu bắt đầu trở thành một vấn đề nan giải. Bởi nó không chấp nhận công việc tôi đang làm. Có lúc tôi mong mỏi cho chóng xong câu chuyện. Có lúc tôi sợ hãi ngày kết thúc câu chuyện. Bởi đó cũng là ngày tình yêu tận*" (tr. 123). Lý Lịch Hoang Tưởng Của Tôi: Vượt biển, vượt biên đồng nghĩa với tự tử, ra đi là hết rồi, là chấp nhận không ngày về. Rồi lưu vong cũng là một cách tự tử. Tương tự, qua truyện Lý Lịch Hoang Tưởng Của Tôi, Đặng Thơ Thơ đã dùng ẩn dụ "tự tử" để khai phá những góc cạnh mới, tái tạo những gì đã mất, từ những hiện tượng tưởng đã bị xuyên tạc hoặc xóa nhòa bởi chính trị, thời gian và sự mất tin cậy của ký ức. Cấy Óc là chuyện Đặng Thơ Thơ viết như một "khả thể Viết" từ những tài liệu, chứng từ, vật chứng... còn khả thể giữ được về Hoàng Đạo, nhà chính trị, cách mạng, tranh đấu cho độc lập cũng là ông ngoại của bà. Hoàng Đạo đã bất ngờ mất sớm – cái Chết đến nay vẫn còn tồn nghi, còn vai trò vô tình/cố ý vẫn được người đời xem như đã xong; nay bà đi tìm những khả thể từ suy tưởng và không tránh được có đôi chút chủ quan (huyết thống), để chứng minh những khả tín từ những "tang vật", "hồ sơ" của "phòng Nhì" và của thời gian ấy, cũng như từ cái khả thể "Thật" được khai quật trong câu văn và ý tưởng như là một tác giả có sự nghiệp chính trị, xã hội và đã có nhiều điều muốn cải lương, nhắn nhủ người đương thời (cả guồng máy thực dân Pháp đang cai trị Việt-Nam) và hậu thế.

Muốn cách tân còn có nghĩa là phải vượt qua sự có mặt thường trực và trội bật của những bóng ma và cái chết của lịch sử văn-học như hễ nói đến thơ là những Xuân Diệu, Nguyên Sa, v.v.; văn thì phải như ông A bà B, v.v... cứ phải xuất hiện để chận tầm nhìn. Rồi nào những 'gánh nặng' lịch sử, văn hóa,... Muốn sáng tạo, làm mới, phải ra khỏi những vũng lầy đó! Đặng Thơ Thơ sáng tạo cách khác, bà trở về với những bóng ma nhưng tiên thiên muốn tránh bị đè. Chúng tôi tin họ Đặng viết vì nhu cầu... viết và tự cho mình một sứ mạng có thể văn nghệ, có thể chính trị. Rốt cùng thì ngay lịch-sử cũng là sản phẩm của tưởng tượng, của những 'mode' tưởng tượng, của những cách cắt nghĩa, viết lại, và thường được nhìn với cặp kính màu. Chính lịch-sử hay văn học sử vẫn luôn được viết lại, nghĩ lại.

Sáng tạo, viết truyện ở đây là công việc tâm thức và ý chí, cho nên con chữ, kỹ thuật văn chương chỉ là phương tiện. Nghĩ và viết về Hoàng Đạo, vợ Khổng Tử, họ Hồ ở *Khả Thể*, trở thành một sự suy nghĩ, tra vấn, đưa đẩy đến đối thoại với nhân vật và những vây quanh đồng thời tác giả tự tra hỏi và độc thoại. Các truyện trong *Khả Thể* hoặc thuần ý niệm hoặc mang tính hiện thực, liên quan đến những vấn nạn của đời sống và lịch sử. Ý niệm thì tự do cấu thành, còn hiện thực thì trở nên đối tượng điều nghiên, đi sâu,... Tác giả tỏ ra cấp bách như bị thôi thúc, khi ngược dòng lịch sử cũng như khi chứng tỏ sáng tạo mang ý thức giới tính kể cả khi muốn phi giới tính.

Thành công của nhà văn, theo tôi là biết cách bỏ rơi độc giả của mình và để cho họ tự xoay sở cả với lý trí cũng như cảm xúc trong trạng huống của truyện.

*

Nguyễn Thị Hoàng Bắc với Gió Mỗi Ngày Một Chiều Thổi (truyện vừa - tác giả gọi là *novella* dài 182 trang, trong tuyển tập cùng tựa *Gió Mỗi Ngày Một Chiều Thổi* (Sống, CA, 2015), phải chăng đây là "kỹ thuật tiểu thuyết" mới, "hậu hiện đại"? Nguyễn Thị Hoàng Bắc chính yếu là kể chuyện nhưng khi viết thành tác phẩm lại không chỉ kể chuyện, mà còn làm văn và nhảy chuyện tức không cứ phải theo trình tự, mạch lạc nghĩa là làm khó người đọc – phải chăng vì cuộc đời và lòng người – và cả quá khứ, cũng biến đổi khôn lường, sớm nắng chiều mưa, nay rày mai khác, nếu không "chạy theo", "chận trước" "đón sau" thì hậu quả sẽ tệ, xấu hay không như … tác giả mong muốn! - chính tác giả cũng gọi là "thử nghiệm" khi trả lời phỏng vấn của Đặng Thơ Thơ (https://damau.org/42177/noi-chuyen-voi-nha-van-nguyen-thi-hong-bac-ve-gio-moi-ngay-mot-chieu-thoi).

Truyện vừa Gió Mỗi Ngày Một Chiều Thổi kết cấu như tự sự đứt quãng: những mảnh đời của tác giả từ những ngày thơ ấu, tuổi trẻ cho đến những ngày sống xa quê hương và khi tuổi đời chồng chất, viết lại thành truyện. Gió Mỗi Ngày Một Chiều Thổi với những chủ đề quen thuộc của cuộc làm người và một Nguyễn Thị Hoàng Bắc chín hơn – nhà văn từng bị chụp mũ, "tấn công" về chính trị. Nha Trang vẫn chiếm nhiều trang ký ức trong tập này, như trong các tập khác. Gió Mỗi Ngày Một Chiều Thổi, như là truyện, đã thổi tứ phương tám hướng chứ đâu hẳn một chiều, và như là tự truyện, đã thổi về vùng quá vãng xa xăm qua bao thăng trầm thổi qua xứ người, nhưng gió hồi hương để người và cảnh được sống lại và sống mãi ít ra trong lòng người viết. Các nhân vật không hẳn rõ ràng nếu phải nói đến sự mạch lạc giữa các chương, nhưng dần rõ ra với dòng tự sự, ám ảnh quá khứ và kỹ thuật sáng tác; chính tác giả cũng cất công ghi thành danh sách sau chương cuối – nhưng không chắc đã thông thường dễ hiểu! Quá khứ cũng không hẳn là cái gì đã qua đi, chúng vẫn vờn qua vờn lại ở hôm nay và can dự cả với tương lai. Từ cái "quá khứ", người cô đơn dễ sống chung vì nghĩ rằng *"Quá khứ, dẫu có đốt vàng hương cầu siêu, vẫn không chịu siêu thoát! Quá khứ, tương lai, hôm qua, ngày mai nhào trộn, lẫn lộn, vật vã, hành hạ, hạnh phúc, đau thương và vô lý"* (Vàng Hương).

Ám ảnh thứ hai của tác giả *Gió Mỗi Ngày...* là cái Chết. Cái chết của người cha, người mẹ và của người em gái được nhắc đến nhiều lần như ám ảnh và hoang mang. Bên cạnh những cái chết của Chúc Nị vì phá thai, Vinh vì dịch tả, dì Oanh tự tử sau mối tình loạn luân, Hoa Ban tự tử hai lần không chết mà rốt cùng chết vì bệnh nan y, v.v. Xoay quanh những cái chết đó là các chuyện thời thế của một khu phố, của một thành phố và cũng là một phần lịch sử của nước Việt Nam qua nhiều chế độ và biến cố.

*

Lê Thị Thấm Vân vào đầu năm 2019, đã cho xuất bản tiểu thuyết *Thời Hậu Chiến* (Mở Nguồn, 2019) gồm 3 "tiểu thuyết" Thất Lạc, Bóng Người Trên Thiên Đường và Mùa Trứng Rụng. Tác phẩm này thiển nghĩ cũng không dễ đọc: cấu trúc gồm nhiều mảnh văn và thơ từ nhiều cảm hứng và câu chuyện và thời khắc sáng tác có thể và có vẻ khác nhau, dù người đọc vẫn có thể "tự" nối kết thành câu chuyện của "một thời" gọi là "hậu chiến". Một liên-văn-bản của một liên-thời-gian!

Thất Lạc là chuyện của Ngân *"chứng tích của loạn luân, ra đời bởi một cơn nứng"*, là *"kẻ phiêu lưu tình dục của mẹ và tàn khốc của bố tạo thành cơn Tsunami kinh hoàng phá hủy mọi quy củ, nề nếp, gia phong. Máu biến thành nước lã"* (tr. 34). Ngân có người mẹ *"có nét đẹp cực kỳ súc vật"*, hai mẹ con thù ghét nhau, luôn tìm cách bôi xóa sự hiện hữu của nhau. Một đời sống cuồng loạn, có "tri âm" - không hoàn hảo, nhưng buồn thiu, bất thường, sinh bệnh, tự hào tự tạo. Một hiện hữu không nên có, mà đã có và lê thê kéo dài đến gây chán... Bóng Người Trên Thiên Đường, một số nhân vật (Hòa, Lan,...) đi tiếp, "ở với" một số người của cộng đồng người Việt từ tị nạn ra. Chuyện kéo dài bằng chuyện của từng nhân vật tiếp nối nhau, chuyện một người trong tương quan với những người khác trong câu chuyện. Mỗi người đều có quá khứ, có bí mật phải giữ kín, nhưng họ share phòng chung nhà, và hay nghe nhạc vàng,... Lưỡng nhân cách và danh tính là số phần của nhiều người trong bọn họ, đến phải quên mình là ai, đa phần nhờ biến cố 30-4 giúp trốn, đổi đời hoặc "thoát được khỏi thằng tôi". Mùa Trứng Rụng, các nhân vật từ hai tiểu thuyết trước đi tiếp trong thời gian và *"nhân vật xưng tôi/em trong tiểu thuyết là lê thị thấm vân"* (tr. 213).

Văn-chương khai phóng nữ quyền và dục tính nay đã là một hình-thức hậu hiện-đại. Nhà văn nữ lên tiếng về những âu lo, tâm tình mà lâu nay nhất là ở Việt Nam ít thấy, nói thẳng những lo âu thực tế, sờ mó được, cảm được, không cần nhiều ngõ quanh, đi vòng. Sinh lý hết được xem như cấm đoán, lại được xem như đòi hỏi chính đáng, tình dục trở thành nhu cầu tự nhiên, phải có, không thiên kiến và mặc cảm phạm tội, cả có khi ngây thơ trong tìm kiếm. Tình dục trước khi là hiện tượng xã hội, văn hóa, đã là thân xác. Trong *Thời Hậu Chiến* cũng như trong **Âm Vọng** và *Bóng Gãy Của Thần Tích*, mọi sự liên quan, biểu hiệu của sinh dục, tính dục rất hiện diện, có khi là những kinh nghiệm chia xẻ, sống sượng,... của bản năng, tự nhiên. Người nữ hết bị bắt phải câm nín; họ nói, họ hét, cả những điều thầm kín và rất riêng tư, cho tha nhân nghe, biết. Cao giọng, công khai, để tự giải phóng! Nhà văn nữ muốn làm chủ câu chuyện cũng như tác động hành xử bị xem là dâm đãng, muốn đưa ra ánh sáng cái khuất chìm – như bàn đạp đòi quyền sống, hiện diện công khai, chính thức!

Lê Thị Thấm Vân từ thử nghiệm đã đi đến lựa chọn một phong cách viết-sống không giới hạn và đã chứng minh nhà văn nữ có thể viết như sống và sống như tự cảm, tự chọn!

*

Đỗ Quyên qua *Đẻ Sách* (Westminster CA: Người Việt Books, 2018) với tiểu tựa *"tiểu-thuyết châm biếm"*, đã cho biết là "cuốn truyện đầu lòng" sau các tập thơ và "tiểu-thuyết thời sự" đã xuất bản. Ý chính nếu nói ngay là chuyện *"người ăn thịt người đẻ sách"* thì khó hiểu, khó hình dung, tưởng tượng, nhưng nếu độc giả sẵn sàng nhập cuộc sanh đẻ thì có thể phong cho tác giả là một "chiến sĩ văn hóa" … dũng cảm nhờ đa ngôn lênh láng, thuần lý, phi lý, vô lý *và lắm lời khiêu khích,* châm biếm.

Chương Mở "Thai phụ" như một món khai vị cho những món chính có thể … khó nuốt đến sau. Chương này kể chuyện đi … phá thai của nhân vật có cái dương vật *"chút núi non da thịt gọn ghẽ … không muốn đưa ra ánh sáng những giấc mơ thai phụ"*. Nhân vật "tôi" thích thú và quen ăn món "nhau bà đẻ", *"bởi miệng hợp vị thôi chứ không hẳn vì nghe người lớn xui dụ ăn nhau bổ máu. Tin tôi đi, nhờ chịu được chất bổ kỳ dị đó tôi sớm hiểu biết và từng trải nhất nhà, tới nay đã thành nhà văn"* (tr. 13).

Chương 1 "Tim của ai cũng được", nhà-văn-tim – gọi thế vì y "ăn tim" nghĩa là lấy cảm tình người ta để có thể đi sâu, moi móc, khai thác chất liệu đời tư và tầng sâu tư tưởng. "Tôi" rồi cũng có nhận xét về ăn-tim: *"Những người viết ăn tim người đẻ ra sách văn học không nhiều bằng các loại người viết tương tự khác. Thoạt tiên, cứ tưởng có thể suy luận giản đơn rằng công việc văn chương chủ yếu xuất phát từ con tim, nên cần tim hơn; số lượng nhà văn ăn tim sẽ nhiều hơn. Nếu thế hai với hai đã thành năm từ thời Pythagoras! Thực tế ngược lại. Trong cái làng văn ăn thịt người đẻ sách, có phải cứ muốn ăn tim là ăn được, muốn không ăn tóc thì không ăn đâu! Hoặc đó là cái nghiệp mạng; hoặc đó là sự khó hiểu đáng nể của giới cầm bút"* (tr. 36).

Chương 2 "Theo chân những người tỵ nạn": bà luật sư "ăn chân" - ăn chân người tỵ nạn, tức ăn-theo hồ sơ của những người di dân, lao động. Còn David O'Donovan (danh tính gợi tên tác giả ĐQ), ông nhà văn ăn-tim, bỏ viết và hành nghề nhà báo chuyên làm phỏng vấn. Ông ta và bà luật sư di trú thay nhau châm biếm dân tỵ nạn, giới làm báo viết văn ở hải ngoại, giới phê bình văn học, vài lãnh tụ, rồi vài biến cố lịch sử. Đặc biệt làng báo, làng văn và giới phỏng vấn, phê bình văn học ở hải ngoại, được chiếu cố tận tình, như Nguyễn Hưng Nước.

Chương 3 "Diễn đàn tóc" với nhà viết kịch ăn-tóc. "Ăn tóc" lâu hơn "ăn chân", vì khó tiêu hóa! Đó cũng là thảm họa của giới nhà văn và cả Văn bút thế giới PEN (!): *"tất cả các ông bà văn sĩ đều thủ dâm dưới mọi hình thức khi hành nghề. Chúng tôi còn hay tin đồn thổi thậm chí có trường phái cho rằng bản thân việc viết đã là hành động thủ dâm suy tư, ý tưởng bằng ngôn ngữ, chữ viết"* (tr. 158). Thi ca qua "nhà thơ Tự-ăn-tóc" và phê bình văn học cũng được "chăm sóc" tận tình!

Chương 4 "Người từ lòng bàn tay mà ra" thêm một lần "ăn"

lý luận phê bình văn học vì có thể để "đẻ sách". Từ những câu có vẻ tầm thường được giới lý luận phê bình chiếu cố, như câu thơ *"Bàn tay ta làm nên tất cả"* rồi đi sang vấn đề "Mút".

Chương 5 "Độc giả ăn tác giả" hay "người-ăn-theo-tác-giả", chuyển tải thư của độc giả hoặc Đỗ Quyên đứng (giả và thực!?) về phía độc giả để phê bình nhiều "nhà" trong tương quan xa gần với cuốn *Đẻ Sách: "Đẻ Sách mới là cái bàn đẻ cho độc giả vào đẻ chung!"* (tr. 272).

Toàn tập tiểu thuyết tả chân theo trường phái hiện thực thổ tả, bên cạnh những lối bóng gió, ẩn dụ, châm biếm, và lý lẽ trí thức đậm đà; tất cả liên tục tiếp nối nhau như một liên-văn-bản. Truyện còn cho thấy tác giả có khả năng tự trào đáng kể. Đẻ Sách đã như một *toàn tập tiểu sử và sự nghiệp* đời làm văn và làm báo cùng du lịch của ông Đỗ Quyên. Tuy "đại truyện" và có vẻ toàn cầu nhưng hơi tiếc là ông thiên về các sinh hoạt và nhân sự trong nước "hôm nay", có thể vì đó vốn là nơi ông xuất thân và vẫn đi về. Đọc Đỗ Quyên không dễ; ông làm khó người đọc. Không dễ theo dõi, cần có kiến thức văn hóa, lịch sử... Thơ văn Đỗ Quyên vẫn được biết tới như những trò đùa chữ nghĩa – đùa nhưng con chữ và ý nặng nề; nay với Đẻ Sách, đặc tính này xem như đã đạt cao điểm. Một công trình đã xong, đã đóng nhưng vẫn mang tính *hậu-hiện-đại* mời gọi, khiêu khích và mở – tác giả vẫn để chỗ cho độc giả can thiệp tùy nghi. Đẻ Sách mang đồng tính "hôm nay" và "hiện sinh" có trách nhiệm, Đỗ Quyên muốn cải cách sáng tác, chúng tôi nghĩ thành công có phần hạn chế, thiếu người đọc hiểu được trò chơi văn hoa và hình thức thể loại của tác giả; hơn nữa ông có vẻ lạm dụng "tác phẩm" này để làm rối mọi chuyện liên quan và quảng cáo cho vài người khác đứng ngoài "tập". Người đọc sẽ có ấn tượng Đỗ Quyên tự giải tỏa uẩn ức hơn là sáng tác văn chương!

Cùng theo hậu-hiện-đại, nhưng Nguyễn Thị Hoàng Bắc, Đỗ Quyên, Lê Thị Thấm Vân, Đặng Thơ Thơ,... mỗi tác giả một vẻ đặc thù riêng. Sức mạnh của bài thơ, bài văn hay tác-phẩm nghệ thuật là ở ý tưởng, mục đích, ở hình ảnh và ở nội dung, sứ điệp được chuyên chở hay nhắm tới. Một tác phẩm thành công theo thiển ý là khi có thể giúp người thưởng ngoạn hiểu biết, yêu mến và thực thi được những lý tưởng Chân Thiện Mỹ trong cuộc đời. Nhưng trước khi viết hay sáng tác, văn nghệ sĩ nên biết mình là ai, việc đó tùy thuộc vào việc nhận diện thực-thể, nội dung nền tảng là cái luôn hiện đại hóa, cập nhật hóa. Cơ cấu xã hội, văn hóa luôn sinh hóa, tiến tới phía trước để sống còn, trường tồn, vượt qua được những bế tắc và vấn đề trực diện. Nhà làm văn-nghệ cũng không thoát ra được vòng vây hiện-đại đó. Viết và làm nghệ thuật, là sống cuộc sống hiện thực, dù ở hải-ngoại hay trong nước, hôm nay và sau này! Viết là một biểu hiện cụ thể cái sống sinh động, biểu hiện của cuộc đi tìm ý nghĩa cho cuộc sống con người, cũng là cuộc tìm kiếm Chân Thiện Mỹ - như một sứ mạng. Sống như một người Việt hiện đại, hôm nay và như một người có văn hóa. Sống và truyền đạt lại cho đời những rung động, tình cảm, tư tưởng xuôi cùng chiều với chân lý của đời sống hoặc đáp ứng, phản hồi lại thực tại và con người: có thể kết luận đó chính là sứ mệnh của nhà văn Việt-Nam hiện nay!

Nhà văn thường viết vì nhu cầu... viết hoặc vì một mục đích nhưng ít thấy vì sứ mạng thực sự văn nghệ. Đỗ Quyên cũng có vẻ để ý nhưng đến trang cuối của Đẻ Sách, ông vẫn như chưa thuyết phục được sứ mạng của ông. Văn-chương chết vì ngoài những ám ảnh, vũng lầy còn là vì văn hóa chết, tinh thần chết, nhường chỗ cho vật chất và tính toán, tham vọng của con người. Mà văn-chương chết sẽ đưa đến kiệt quệ tinh thần! Vậy thì văn-chương có còn là thứ cần thiết không và cần thiết cho ai? Văn-chương có giá trị hay có thể hiện hữu tự tại không?

*

Cách tân, hậu-hiện-đại theo nghĩa 'hôm nay', là đặc điểm cần có cho sinh hoạt văn-chương cũng như cho mọi canh tân: hiện thực, hôm nay về đề tài, về thể loại hình thức, về nội dung và một số nguyên lý (cứu cánh) của chính nền văn-học. Phá bỏ luật thường hay đã quen, viết hoa viết thường, chấm câu hoặc không, pha trộn thể loại, châm biếm bên cạnh lãng mạn, cổ điển nhà trường, khuấy nhiễu, hoài nghi cạnh bộc lộ tâm can, v.v. tức khác, làm khác! Những trường-phái tư tưởng và văn-học Hậu hiện-đại, Hậu thực dân, Tân Hình thức, Tân Tự-do, Nữ quyền, v.v.; tất cả theo thiển nghĩ là những phương tiện tốt cho công việc làm văn-học nghệ thuật, đã và sẽ có những công trình tuyệt vời về nghệ thuật. Với vài tối thiểu của môi trường văn chương hay làm nên! Ngôn-ngữ và kỹ thuật văn-chương trở nên quan trọng, là cái riêng của mỗi tác giả, trong cách kể, cách viết, trong không khí mà tác phẩm tạo nên được! Sức mạnh của bài thơ, bài văn hay tác-phẩm nghệ thuật là ở ý tưởng, mục đích, ở hình-thức, hình ảnh và ở nội dung, sứ điệp được chuyên chở hay nhắm tới. Một tác phẩm thành công theo thiển ý là khi có thể giúp người thưởng ngoạn hiểu biết, yêu mến và thực thi được những lý tưởng Chân Thiện Mỹ trong cuộc đời.

Tính hậu-hiện-đại cũng được hiểu là rời bỏ, là đối chọi với truyền thống, cổ điển, nhưng cái Đẹp thường là phổ quát, như một giá trị 'bền vững'. Hậu-hiện-đại hóa phải mang nội dung văn hoá (một cách nào đó), chứ không thì sẽ là tân-hoá đa tạp, giả tạo. Nhưng không phải cái gì mới cũng hay và thời gian là vị giám khảo công bằng nhất. Nói cho cùng, một tác phẩm dù theo cổ điển, lãng mạn, cấu trúc, hiện-đại rồi hậu-hiện-đại, tân-hình-thức, tân-tự-do, nữ-quyền, hậu v.v. đều là tác phẩm nghệ thuật; sống còn, sống mãi với thời gian, thế hệ hay không, lại là một vấn nạn khác!

Nguyễn Vy Khanh

Ngã Vào Anh
TRẦN ĐÌNH SƠN CƯỚC

Xưa thầy hỏi trò
Chữ có dấu hỏi dấu ngã
Tại sao trò viết toàn dấu ngã?!
Trò cúi đầu chỉ "dạ,
thưa thầy..."

Lớn lên
Yên bề gia thất
Viết văn
Vợ hỏi chồng
Nì ông
Chữ ni hỏi hay ngã?!

Chồng bày
Ngã tất
Ngã sấp
Chồng đỡ
Ngã ngửa
Chồng bồng

Cứ ngã
Vào chồng
Xin đừng
Ngả nghiêng
Là đặng

Vờ nghiêm
Vợ mắng
Nhăn răng
Chồng cười... ∎

Chuột. Và Những Máy Động Khác

HOÀNG XUÂN SƠN

N ă m   c h u ộ t

Hoang mang với đá tai mèo
Ở con chuột nhắt
Cứ trèo lên
Xem
A
Năm tí rồi sao? hèn
gì lũ nhỏ cứ bon chen
hà rầm
Mình cứ một tuổi
dập. bầm
vẫn xuân lai láng
còn hăm
động đình
Con chuột
Be bé
Xinh xinh
Xin đừng cắn cái dập dình
Nước
Nôi

C h ạ m

Xin vui lòng đừng đụng đến trạn bát
những con chuột có thể
bay ra ngoài hành tinh

D ấ u   c h ỉ

Nhấp chuột
Xưa rồi
Những ngón tay
Bên ngoài tụ điểm

Q u á   t ả i

Đừng gặm gạp chữ nghĩa
Coi chừng
Bội thu

H a i   p h í a

Chuột đang bận tư tình
bàn phím bảo
anh cứ đi tự nhiên
không cần rón rén

V à   n g ự a

Nhúc nhích ta. tưởng. hạ hồi
Dài chương phục hoạt
Đi đời phục viên
Cứ nằm yên đấy. nằm. yên
Đũa thần
Đuối mộng thiên tiên vỹ cuồng
Nao nao khi ngựa sổng chuồng
Đường mây dục tú hoành phương rập rờn
Bây -giờ -như -lôi -dây -cương
Lỏng
Buông tay khấu
Dặm trường
Ngu
Ngơ * ■

* *Tập Kiều*

Viết Cho Em
Đã Chết Trong Container
Trên đường từ Bỉ sang Anh
Vào ngày Thứ Tư 23/10/2019
TRẦN THỊ NGUYỆT MAI

Mùa thu lá vàng rụng
Là điều lẽ đương nhiên
Lá xanh còn cứng cáp
Sao bỗng rụng tan tành

Thương em còn rất trẻ
Đã oằn gánh trên vai
Thương mẹ cha cực khổ
Vất vả bao tháng ngày

Ước mơ rời xa xứ
Kiếm tiền phụ giúp cha
Lo miếng cơm cho mẹ
Tiền học hành cho em

Mộng, chỉ là mộng ảo
Chẳng bao giờ đạt thành
Em chết trong tức tưởi
Một cách quá thương tâm!

Thu sang rồi Đông đến
Mùa Xuân đang tới gần
Nghĩ đến em và bạn
Ai còn thấy vui xuân?

Tôi nghe lòng trĩu nặng
Trái tim cũng nát tan
Sao thật quá thống khổ
Thương em và Việt Nam

Cầu em được yên nghỉ
Ở thế giới bên kia
Hiền hòa và êm ái
Nhé em, em nhỏ ơi! ∎

Năm Mươi Năm Ta Uống Một Mình
LÊ VĂN TRUNG

Ta say! Cứ tưởng là say thật
Rượu chảy về đâu? Lạc cõi người
Ai rót? Sao đành không thể rót!
Rượu trong? Sao lòng ta chưa nguôi!

Năm mươi năm ta uống một mình
Năm mươi năm chưa cạn nỗi tình
Ta say! Cứ tưởng đời nghiêng ngả
(Hay đã say vì hương tuyết trinh?)

Năm mươi năm, ta uống, đợi chờ
Ta say? Ta ngỡ mình đang mơ
Rượu không đủ ấm lòng lưu lạc
Rượu không đủ say tình em xưa

Năm mươi năm rượu chảy về đâu?
Rượu tiễn người, lệ chảy qua cầu
Ta trôi như bóng mây chìm sóng
Ta say mà như lòng ta đau

Năm mươi năm khát chén rượu người
Uống lệ mình, uống để cầm hơi
Năm mươi năm chén đời chưa cạn
Sao đành cạn hết cuộc tình tôi! ▪

Căn Phòng

CAO NGUYÊN

Tuyết rơi nhanh như bước chân anh rời thành phố
Cửa sổ lạnh buồn như mất nắm tay nhau
Ngày dài như đêm như từng hơi thở
Ngẩng mặt làm gì khi đường phố vẫn màu tro

Căn phòng vẫn vuông với cái bàn tròn ba chân rưỡi
Anh vẽ tim em bằng cây viết mực cam
Anh bảo lâu ngày cam rồi thành đỏ
Trái tim em cam vì em còn trẻ còn thơ

Từ hôm chết em nỉ non la gào khóc thét
Nhưng anh có nghe đâu, anh đã hết nghe em
Ôi cái buồn nặng nề buồn da diết
Vỡ trái tim cam từng mảnh lặng câm

Cứ như hôm ấy tuyết nhiều anh về trễ
Em đã chết một mình chết lạnh chết chờ anh
Mấy trăm đêm ngày người ta thì thào nhau
Căn phòng nặng nề buồn da buồn diết. ■

Cơn Mê
CÁI TRỌNG TY

thôi không còn mùa hẹn
nghe hơi thở chóng già
sông hương nào đã xa
gửi em đoá hồng vườn

em không còn phố cũ
đi khuất mãi từ đây
hạnh phúc buồn như phấn
bôi lem luốc mày ngài

mồ em đồi vọng cảnh
nhìn xuống bóng chiều trôi
cõi tạm về không lối
nhang tàn phương quạnh hiu

phấn thông vàng nhớ hương
bụi đường bay theo gió
nuốt nỗi buồn du thủ
biết vin đâu ngóng chờ

xưa ta vịn vào nhau
thời chiến chinh xiêu tán
kiếp đời trôi kiêu bạc
gia đình nhỏ ly tan

những phận người qua ngõ
nghe cổng khép chạnh lòng
mây thành ngước mắt trông
bay hoài hoài thê thiết

ta mơ mùa hạnh ngộ
hoa xanh đã tàn rồi
em không về xóm nhỏ
guốc gõ đều nhớ nhung

đôi guốc mộc râm ran
vọng triều âm quên nhớ
là biết em đã về
qua vườn xanh long thọ

nụ cười hiền trắng mỏng
ánh sáng của chờ mong
chìm môi rung cánh bướm
nẻo đường chân cánh sen

hò hẹn bên bếp lửa
đêm lạnh đông nội thành
đêm rất đêm một ngày
cháy cạn đền nguyên sinh

trong cơn mê thời nạn
chọc vết đau lưu cữu
bỗng rùng mình chợt tỉnh
lịch sử chờ phục sinh

nơi dòng sông quê cũ
trời nắng đục mưa trong
ta nhìn ra định mệnh
bước lên cầu bái vong

phía chân trời bản quán
nơi bất toàn khởi nghiệp
thân phận kiếp lưu đày
nhiều thế hệ rách bươm

những cung đường xâm thực
ta lạ lẫm đứng nhìn
người với người lẫn thú
một mảng màu vô minh. ∎

Bến Sông Xưa
HƯ VÔ (VN)

quê anh bên dòng sông
một bồn thu êm ả
dòng trôi về muôn ngả
con nước mãi xuôi nguồn

xưa trên bến xuân nầy
chiều em ra giặt lụa
anh mơ làm cánh bướm
ngỡ áo là nhành hoa

rồi mùa vội vàng qua
người xa xăm biền biệt
thu sang trời biêng biếc
áo thành mây trắng bay

em chừ mây trắng bay
phương trời xa lộng gió
bờ xưa vàng hoa cỏ
bướm mơ màng nhớ ai

bến thu về hương bay
nước sông dài lóng lánh
nhìn mây chìm óng ánh
trên vai gió lạnh đầy. ∎

Một Lần Về Quê

HIỀN NGUYỄN

Thôi thì khỏi nói, mọi người tay bắt mặt mừng, ai ai cũng vui như hội. Bà Tám đầu hẻm oang oang:

- Thằng nhỏ coi bộ phổng phao ghê vậy ta, hồi còn ở đây gầy nhom, da bánh mật. Nó qua bển một thời gian giờ thay da đổi thịt quá, nếu đi ngoài đường chắc tui nhận hổng ra.

Cả nhà quây quần tíu tít, bia bọt khui lốp bốp. Tụi bạn ngày xưa bá vai kề cổ giờ cũng ra ông nọ bà kia hết trơn. Chỉ có mỗi thằng An là lẹt đẹt làm anh công chức quèn thôi!

- Dô trăm phần trăm nhe bay, mừng thằng Hoà về thăm quê.

Tiếng dô dô, tiếng hò rộn cả con hẻm Bà Bân. Mấy nhà kế trong hẻm cũng qua chung vui. Chú Ba nói:

- Mày qua bển sung sướng quen, giờ về lại con hẻm này thấy sao?

Hoà cười:

- Cũng vẫn như xưa, chẳng có gì khác cả chú ơi!

Thằng Quân bảo:

- Tối nay phải đưa thằng Hòa đi rửa mắt nha anh em.

Cả bọn hưởng ứng cuồng nhiệt.

Mười một giờ đêm cả bọn kéo đến vũ trường Golden Golf, vừa lọt qua cánh cửa cách âm là cả một khung cảnh khác mở ra, tiếng nhạc với âm bass dội như muốn nổ tung tim, ánh đèn màu mờ ảo và những tia led quét loang loáng trên sàn. Không biết đây là cảnh tượng thiên đàng hay địa ngục nhưng rõ ràng đầy dụ khị mê hoặc. Một anh bồi xìa tay mời vào một cái bàn trống rồi nhanh nhảu bưng một bình Hookah đặt lên bàn, những ống hút toòng teng làm cho Hoà liên tưởng đến những con rắn trên đầu của Medusa. Bình Hookah bằng thủy tinh trông giống như những bình hồ lô trong phim Tàu vậy. Đám bạn và mấy em cave vây quanh chia nhau hút phả khói mịt mù. Một em đưa cái vòi hút cho Hoà. Hoà cầm lấy nhưng hơi ngần ngại. Cô ta cười ha hả nói:

- Ngón chân em anh còn mút được, ngại gì cái vòi này?

Máu sĩ diện nổi lên, Hoà đáp:

- Dân chơi sợ gì mưa rơi!

Nói xong hút một hơi và nhả khói thật sành điệu, quả thật rất phê, cái mùi hóa chất tổng hợp cho cảm giác lâng lâng. Anh bồi đứng sau lưng hỏi:

- Mấy anh uống gì?

Chưa ai trả lời thì anh ta gợi ý luôn:

- Chivas đang thịnh nhất đấy!

Hoà không nhìn anh ta:

- Ừ, thì Chivas.

Chai rượu vừa đem ra, mấy em cave khui liền và rót hết một lượt

- Em xin mời mấy anh ly đầu tiên.

Cả bàn hò dô làm cạn ly đầu, rồi cứ thế mấy em cứ rót liên tục và cũng uống tự nhiên luôn. Một hồi sau sần sần, mọi người một em dìu nhau nhảy tưng tưng. Hoà áp sát Diễm Hoa, quấn quít như sam, bàn tay Hoà mân mê. Cô ta õm ờ:

- Ở đây là thành đô, không phải hải ngoại nha anh!

Hoà rút tờ hai mươi đô nhét vào khe ngực trễ tràng của cô ta, cô ta cười thích thú và kéo đầu Hoà dụi vào ngực:

- Anh ga lăng lắm!

Nếu thời gian đi làm hàng ngày nó dài bao nhiêu thì đêm vũ trường thời gian nó ngắn bấy nhiêu. Cuộc chơi mới đó mà đã tàn canh, Hòa về khách sạn với Diễm Hoa, đêm ấy Hoà trổ hết ngón nghề mà bấy lâu nay anh vẫn thường xem từ mấy cuốn phim cấp ba.

Bình minh của Hoà ngày hôm sau vào lúc mười một giờ, đầu óc còn váng vất lắm, chẳng biết Diễm Hoa đã về tự lúc nào. An đến chở Hoà đi ăn sáng, hai thằng ngồi trên gác quán nhìn xuống con đường tấp nập xe cộ. Hoà nói:

- Sướng thì sướng thật, làm vua một đêm bằng tiền làm cu li một tuần ở bến. Bọn trẻ xứ mình giờ ăn chơi, tiêu xài kinh khủng quá! tiền đâu mà chơi như thế hả mậy?

An cười cười:

- Đó là chưa nói đến chuyện chơi thuốc lắc, đập đá đó mày! Tụi nó giờ xài tiền như giấy lộn. Bọn con cháu các quan và đại gia thì không nói làm gì, vì tiền có phải chúng làm ra đâu mà biết xót. Còn bọn con nhà thường dân nhưng đua đòi ăn chơi thì chúng cướp giật, buôn bán thuốc, làm bảo kê… Gì cũng làm, miễn có tiền là không việc gì chúng từ chối cả.

Hoà trầm ngâm:

- Xả láng một đêm kể cũng vui nhưng lãng phí quá, dù rằng tiền mình làm ra nhưng trong cuộc sống này còn bao nhiêu cảnh đời bất hạnh, nếu xét kỹ thì thật bất nhẫn. Nội chai Chivas cũng đủ đóng học phí cả năm cho một em học sinh, hoặc là đủ tiền gạo cho một người nghèo trong mấy tháng.

Tô phở còn ăn dở, chợt điện thoại reo. Hoà bắt máy thì nghe tiếng thằng Thảo:

- Tối nay qua vũ trường Super Moon chơi nhé! Ở đấy có nhiều em bốc lửa hơn và có những trò độc nhất ở thành đô này.

Hoà từ chối:

- Tao bệnh rồi, đau nhức lắm, hẹn lần khác vậy!

Thằng Thảo cười khi dể:

- Bệnh gì mày, dân chơi nửa mùa.

Nói xong nó cúp máy. Hòa kể cho An nghe, An bảo:

- Thằng Thảo giờ giàu kinh khủng lắm, Việt kiều như mày chơi không lại nó đâu. Nó giờ nhiều tiền nên khinh khỉnh và chảnh lắm, kệ nó đi.

Hoà tâm sự:

- Mình về chơi hai tuần chứ sống lâu dài ở đây chắc không nổi, không chỉ là tiền bạc mà còn cái môi trường sống như thế này mình chịu thôi! Ở bển sống chừng mực, ngày đi làm, tối về nghỉ ngơi, cuối tuần đi chùa hay tham gia việc cộng đồng… không có cái cảnh đêm đêm la cà phố xá, ăn chơi đàn đúm như thế này. Ở bển đôi khi cũng có đi coi gái nhảy ở hộp đêm nhưng không đến nỗi nhầy nhụa như những trò chơi của hộp đêm ở thành đô này.

An ăn xong phần của mình, bỏ đũa xuống:

- Mầy ở bển may mắn lắm, tao sống ở đây mà còn chịu hổng nổi huống chi mày! Tao và những người ở đây không có đường lựa chọn nào khác, phải chấp nhận vậy thôi!

Xong bữa ăn và cà phê sáng. An chở Hoà đến thăm chùa Long Ân, ở đấy đang nuôi mấy mươi em bé mồ côi. Có em dị tật bẩm sinh, có em thì cha mẹ bỏ, phần nhiều do các cô công nhân ở các khu công nghiệp lỡ dại rồi đem bỏ trước cổng hoặc người dân nhặt được đem đến… Nhìn những ánh mắt ngây thơ mà thấy tội nghiệp làm sao. Anh cúng chùa và ủng hộ một ít tiền phụ thức ăn cho các em, ra về lòng xốn xang ray rứt.

- Khi chơi thì dốc cả túi không tiếc, khi làm việc thiện có bao giờ dám dốc hết hầu bao; thế mới biết việc thiện, việc tốt khó làm. Cái tôi nó luôn đòi hỏi thỏa mãn, nó chẳng chịu hy sinh bao giờ. Chỉ có người buông được cái tôi thì mới là người tốt thật sự. Mình nhiều lúc cũng cảm thấy xấu hổ với chính bản thân mình.

An an ủi:

- Mày đâu cần phải dằn vặt như thế, mày biết dừng và làm nhiêu đó cũng khá rồi. Nếu mày cố gắng hôm nay tốt hơn hôm qua là quý lắm! Cái khổ của cuộc đời là vô hạn, năng lực con người thì có hạn, đừng nói chi người. Phật, Bồ Tát cũng không làm sao giúp hết được mọi người. Khi cái quả đã trổ, nghiệp đã thành thì phải tự chịu vậy. Phật, Bồ Tát chỉ đường thoát khổ, chỉ đường giác ngộ chứ không gánh giùm nghiệp được!

Chạy được một quãng đường cũng khá xa, gió và nắng rát mặt, may nhờ có nón bảo hiểm nên cũng không sao nhưng khá ngột ngạt và nóng bức. An tấp vào quán nước bên đường nghỉ ngơi một lát. An kêu hai trái dừa tươi, nằm trên võng đung đưa nhắc nhở Hoà:

- Mày ở bển lâu rồi, tư duy và nhận thức đã khác. Gặp bạn cũ đừng tranh luận bất cứ chuyện gì nhé! Tranh luận chỉ tổ bất hòa và phiền não mà thôi. Con người là sản phẩm của xã hội, con người thế nào nó phản ảnh chân thực cái xã hội ấy. Mày bây giờ không phải là thằng Hoà hai mươi năm trước nhưng bạn cũ của mày thì vẫn y vậy!

Hoà cười:

- Cảm ơn mày, nhưng mày không như những thằng bạn " vẫn y vậy"!

Ngày ra sân bay về lại, Hoà nắm chặt tay An:

- Đi thì nhớ, ở không xong. Tớ vẫn cố gắng về thăm cậu, thằng bạn không như những thằng bạn " vẫn y vậy".

Hiền Nguyễn

9. HOA MỸ NHÂN

ngoài mười hai loại hoa | trong Tình Thơm Mấy Nhánh
Lê Hân nặn thêm ra | mỹ nhân hoa mười cánh
ai không biết mê hoa | khó làm nên quân tử
với tất cả chúng ta | sắc hương của thừa tự

luân hoán

Tia Nắng Mùa Đông
TRƯƠNG VĂN DÂN

Nếu có thể khóc được thì lòng tôi sẽ vơi đi và thanh thản biết bao!

Nhưng nước mắt lại không thể đổ ra, còn lòng thì nóng như lửa đốt. Nỗi đau trồi lên, tụt xuống theo nhịp đập của con tim rã rời. Mệt mỏi. Tôi như hụt hẫng, chơi vơi. Cái cảm nhận về một cuộc chia ly mất mát đã xô đẩy tâm hồn tôi vào một cõi ý thức lạ lùng: Nó xốn xang như một niềm hoài cảm, ray rứt như một niềm hối tiếc và đớn đau như một vết thương vỡ ra. Toé máu. Rồi trong nỗi đau, những hình ảnh mà tôi tưởng đã không còn nữa, bởi từ rất lâu, chúng đã lùi dần trong trí nhớ rồi hoàn toàn chìm khuất sau lớp bụi mỗi lúc một dày của thời gian, đột ngột hiện về.

Trước mắt tôi hiện lên một thằng bé chừng 7-8 tuổi, đầu cắt hói cua lẽo đẽo chạy theo người anh để đến nơi tụ họp về đêm. Đó là bàn ping pong, nơi giải trí duy nhất ở một làng quê hẻo lánh. Nó luôn luôn hiện diện ở đó để cổ võ cho anh, cây vợt đầy triển vọng của làng. Trong lúc người anh đang say sưa trong trận đấu, nó gào la đến khản cổ hoặc lăng xăng chạy đi lấy banh cho đến khi mệt nhoài, nhưng không chịu về nhà, vì muốn đợi cho đến khi tàn cuộc. Nhưng đến một lúc nào đó thì mắt nó híp đi, và cuối cùng lăn đùng dưới bàn bóng, cong mình như con tôm, ngủ vùi, bất chấp những tiếng reo hay tiếng banh đập như trời giáng lên nền gỗ.

Nó thường ngủ ngon lành dưới bàn bóng, nhưng khi tỉnh giấc thì lại thấy mình nằm ở nhà, trong một căn phòng ấm cúng. Sau cuộc chơi, người anh trai đã nhẹ nhàng cõng em về, khẽ khàng đặt nó lên giường, chú ý không làm em tỉnh giấc.

Một hình ảnh khác lại nối đuôi theo. Khi anh trai vừa dắt chiếc xe đạp ra khỏi nhà, thằng bé đã kín đáo chuẩn bị từ lâu, vội vàng nhảy lên porte bagage để đòi theo cho bằng được. Với sự khác biệt gần mười tuổi, dĩ nhiên là người anh không muốn đèo thêm cái "của nợ" theo sau. Anh muốn được tự do tung tăng trên những con đường quê, len lỏi trong những khu vườn cây xanh trái ngọt, vui đùa bên dòng sông, bờ suối, nhặt những chiếc lá ép vào vở học hay chọn những viên cuội nhỏ nhiều màu để đặt trên bàn viết... Nhưng thằng em khóc lóc, nhất quyết đòi theo. Cuối cùng, người anh cũng đành nhượng bộ. Thằng bé đắc chí vì thắng thế, mỗi lần anh đi đâu nó cứ được đi theo. Nó kiêu hãnh vì đã "buộc" được anh phải thương yêu và chiều chuộng nó.

Nhưng kể từ một hôm , thằng bé đã không còn đòi theo anh nữa.

Hôm đó, trên con đường đi vào Hầm Hô, dưới bóng mát một cây cổ thụ bên vệ đường, người anh trai đã dừng xe nghỉ mệt. Trong khi các bạn mình đang tha hồ phá phách và đi tìm hái những trái ổi thơm ngon, anh nó chỉ quanh quẩn bên gốc cây giông. Mãi lâu anh nó mới ngồi xuống và kéo nó ngồi theo. Đôi mắt anh nhìn ra xa, lắng nghe tiếng đại bác từ xa vọng về rồi đột nhiên nghiêm mặt nói: "Chắc em không biết là anh thương em lắm. Nhưng những lần đi chơi anh không dẫn em theo, em có biết tại sao không?", "Tại anh chẳng thương em. Anh ích kỷ, chỉ muốn đi chơi một mình!". Đứa bé nhanh nhẩu trả lời. "Nét mặt người anh hơi cau lại, nhưng liền đó anh đã lấy lại bình tĩnh: "Không phải vậy đâu em! Chúng ta đang sống trong chiến tranh. Mỗi lần đi xa là mỗi lần nguy hiểm. Gia đình ta chỉ có hai người con trai - Lúc đó, đứa em trai út chưa sinh ra đời - chúng ta nên đi riêng, nếu xảy ra biến cố, ít ra cũng còn lại một người để lo cho gia đình. Đi chung, lỡ có chuyện gì cho hai đứa, ba má còn biết trông cậy vào ai?"

Thằng bé yên lặng, không biết đối đáp ra sao.

Đó là lần đầu tiên người anh đã làm nó phải suy nghĩ và đặt nó trước tinh thần trách nhiệm.

Rồi những kỷ niệm đó qua đi, không ai còn nhớ và chẳng còn ai nhắc lại chuyện cũ. Những câu chuyện xưa tưởng đã thành cổ tích... Nhưng không biết những hình ảnh ấy đến từ ngăn nào trong ký ức... mà lúc nầy đang chờn vờn trước mắt tôi làm dĩ vãng xa vời đột nhiên sống dậy.

Tôi hồi tưởng lại quãng đời đã qua và như thấy lại anh tôi thời còn là một thanh niên vừa mới lớn.

Vậy mà hơn ba mươi năm đã trôi qua! Thời gian thì dường như khoảnh khắc mà tang thương dâu bể đã chồng chất biết bao là nỗi niềm.

Giờ, tôi biết viết những gì trước tin buồn vừa mang theo một nỗi đau quá lớn? Liệu những con chữ nghèo nàn của tôi có thể xoa dịu được những xốn xang buốt nhức? Nhưng các ý tưởng mù mờ cũng vẫn được dàn trải lên trang giấy như để thay thế một lời tạ từ, trong đó gói ghém những điều tôi muốn nói với anh và ba tôi mà lâu nay tôi chưa làm được.

Mười ba năm trước, ba tôi đã đột ngột ra đi. Ông đã vĩnh viễn mang theo trí tuệ và sự minh triết đi về bên kia thế giới. Rồi với sự ra đi của ông, chất keo gắn liền mọi thành viên trong gia tộc cũng mất theo, và những rạn nứt do lòng tham của vài thành phần...đã dẫn đến những mâu thuẫn không sao hàn gắn nổi. Bây giờ, cũng cùng với căn bệnh ngặt nghèo, anh cũng sẽ ra đi, mang theo lòng nhân ái và bao dung đi vào lòng đất.

Tất cả là một sự an bài của định mệnh chăng? Nhưng chúng tôi đã làm gì để định mệnh phải dành cho một sự sắp đặt tàn nhẫn đến mức này?

Tôi sẽ không thể nào nối kết và lý giải được mối liên hệ kỳ lạ giữa các tin buồn chưa báo và sự biết trước của người sắp sửa nhận tin. Thường, trên thực tế nó chỉ là những tín hiệu vô hình, nhưng người nhận lại có cảm giác như một nguồn tin chính xác. Đó là linh cảm huyền nhiệm của tình máu mủ? Và những tín hiệu đớn đau thường được truyền đạt qua những đợt sóng mà không có dụng cụ nào bắt được nếu không phải là người trong gia đình? Tôi đặt nghi vấn đó là bởi lúc báo tin cho các em bên Australia để xác nhận bệnh trạng của anh, đứa em gái đã nói ngay: "Gần tuần nay mắt trái em cứ giật liên hồi và người cứ nóng nảy. Em thấy lo lo nhưng cứ tự trấn an. Rồi khi anh gọi điện, em cảm thấy bàng hoàng và đất trời như sụp xuống". Giọng Xuân vẫn tiếp tục mà tai tôi như ù đi: "Tội nghiệp anh Ba quá. Anh hy sinh để các em mình yên lòng đi xa để lo cho tương lai... còn anh, anh ở lại với chữ hiếu, chữ tình. Nhiều khi em nghĩ đến những hy sinh cao cả của anh, kết quả thật lớn lao nhưng vì nó trừu tượng, vô hình nên rất dễ lãng quên hay không nhận thấy. Dĩ nhiên là anh Ba không bao giờ cần những tượng đài để phô trương hay minh chứng những việc mình làm, nhưng làm sao em quên được những giá trị thanh cao mà anh đã thực hiện cho gia đình. Đã nhiều lần em muốn nói với anh những lời cảm ơn tận đáy lòng, nhưng đến giờ phút này, cơ hội sắp hết mà em vẫn chưa nói được. Sao lòng em buồn quá, anh ơi!"

Hôm đó tôi lặng người đi trước máy điện thoại. Liệu chúng tôi có còn thời gian để nói lên tâm trạng đó với anh nữa hay không ?

Bàn tay nắm chặt ống nghe, tôi muốn nói vài lời an ủi với Xuân nhưng chẳng biết nói gì bây giờ. An ủi nó hay an ủi mình...vì tất cả chúng tôi đều cùng gánh một nỗi đau! Cái định mệnh oan nghiệt thình lình phủ chụp lấy gia đình tôi...và chỉ trong một tuần lễ mà tất cả các hung tin, dự tính, lo nghĩ, hy vọng đều tan tành: đến nước nầy chúng tôi không còn biết phải làm gì ngoại trừ việc chấp nhận những đớn đau và mất mát sắp tới như sự phũ phàng.

Tự dưng tôi nghĩ, giá mà thời gian đã ngừng lại cách đây vài tháng thì cuộc đời sẽ êm đẹp và hạnh phúc biết bao! Phải chi thời gian ngưng chảy để đừng bao giờ dẫn đến sự chờ đợi trong vô vọng như thế này! Trước những đổi thay vì công việc, tôi những tưởng là sau gần ba mươi năm sống ở Ý tôi sẽ về Việt Nam làm việc và được sống gần anh. Tôi đã tin là sẽ thu xếp được nhiều điều, hầu có thể trút bỏ phần nào gánh nặng mà anh đã từng gánh chịu cho gia đình. Tôi cứ ngỡ là ở những năm tháng cuối đời mình sẽ tạo được điều kiện để anh được nghỉ ngơi và an dưỡng trong những ngày sắp tới ...

Nhưng bây giờ tất cả đều vô nghĩa.

Tuy cố trấn an mình và mọi người hầu có thể bình tĩnh để đối phó với nghịch cảnh, nhưng khi nghĩ đến một ngày thật gần sẽ vĩnh viễn mất anh tôi vẫn thấy mình tròng trành như kẻ đang bước đi trên sợi dây căng ngang bờ vực thẳm.

Kỷ niệm ngày xưa, cùng với sự ý thức về một sự chia lìa vĩnh viễn sắp tới, vụt tràn đến như những nhát dao băm vằm lên tâm hồn tôi. Nó trở về giữa ban ngày, hiển hiện giữa ban đêm, làm tôi nhớ và thương anh tha thiết. Rồi nỗi đau cứ bám theo tôi như một ám ảnh không rời.

Ôi kỷ niệm! Lúc đó tôi chợt hiểu nó là thứ tài sản quý báu nhưng cũng khủng khiếp nhất của con người.

Rồi có cái gì đó rất đắng đang trào lên, trào lên trong tôi… và cuối cùng oà vỡ và tan thành nước mắt.

&

Khi tôi về Việt Nam trong chuyến công tác thứ hai thì anh vẫn sinh hoạt bình thường. Những ngày trước đó chị đã cho anh ăn chay, và bắt đầu cho anh dùng curcumin, một loại bột vàng được chiết suất từ nghệ, có tác dụng chống oxy hoá, chận đứng mọi tác động nguy hại của các gốc tự do và trong vài trường hợp có khả năng làm thoái hoá u gan. Đây là một khám phá vừa được công bố của Viện Khoa học các hoá chất thiên nhiên và lần về Việt Nam trước tôi đã tiếp xúc với tiến sĩ Phạm Đình Ty, tác giả phương pháp ly trích, để hỏi thông tin và xin được cung cấp thuốc.

Sở dĩ tôi bám vào hy vọng cuối cùng này vì trên thực tế không còn cách nào khác. Với tình trạng bệnh lý của anh, ý kiến của hầu hết các bác sĩ chuyên khoa là y học hiện đại đành phải bó tay. Các phương pháp hoá học trị liệu, giải phẫu hay thay gan... đều không thể thực hành và thậm chí còn làm nguy ngập thêm tình trạng. Thôi đành phó thác vào phương pháp này, dầu sao cũng có một cái gì đó để anh bám vào, đặt vào đó niềm tin và hy vọng, hầu tăng thêm ý chí để phấn đấu. Tôi đã không đắn đo thuyết phục anh dùng thuốc vì tin rằng nghệ là một thực phẩm đã được biết và sử dụng từ hàng ngàn năm qua nên chắc chắn là không có tính độc hại hay phát sinh ra các phản ứng phụ, thường thấy ở các loại tân dược.

Nghe chị tôi kể lại thì anh đã bắt đầu "chịu" thuốc. Thời gian, kể từ lúc xét nghiệm CT scan xác nhận bệnh trạng, hơn một tháng trôi qua, anh vẫn ăn uống và sinh hoạt bình thường. Lòng chúng tôi khấp khởi mừng thầm. Biết đâu phép lạ đã và đang xảy ra, và anh sẽ tiếp tục ở lại bên chúng tôi rất nhiều thời gian nữa.

Có lẽ chuyến về ấy là một trong những lần ít ỏi mà anh em tôi đã nói được với nhau nhiều điều. Một buổi chiều, gió bên ngoài ù ù thổi và anh em chúng tôi nằm bên nhau tâm sự. Gọi là nói, nhưng thực ra anh chỉ lắng nghe, thỉnh thoảng mới gục gặc đầu hay xen vào một vài lời bình phẩm. Còn tôi thì nói với anh thật nhiều, như thể sau đó sẽ không còn cơ hội nào khác. Tôi nói với anh về những tồn tại trong cuộc sống, các cháu đã lớn anh không còn gì để bận tâm. Tôi khuyên anh hãy dành thời gian để nghỉ ngơi và tìm nơi tĩnh dưỡng. Chúng tôi bàn với nhau về "Câu chuyện dòng sông" của Hermann Hesse để nói lên mỗi người có một định mệnh, và phải tự mình đi tìm chân lý, vì không ai có thể lo được cho ai. Chúng tôi bàn về lẽ sắc không của kinh Bát Nhã, về những thay đổi thành-trụ-hoại-không để chấp nhận mọi kết quả mà cuộc đời đưa đến và không ai tránh khỏi. Chúng tôi nói về những ẩn ức nội tâm cần được giải toả, và tôi đã khuyên anh viết. Ý nghĩ của tôi lúc đó là khéo léo dời những ý nghĩ và lo lắng về bệnh tật của anh vào những suy nghĩ khác, viết về những kỷ niệm xưa, thì anh sẽ quên đi tình trạng tật bệnh của mình. Anh sẽ sống bằng những cuộc đời khác nhau của các nhân vật được tạo ra từ óc tưởng tượng và làm giàu thêm vốn sống. Ngoài những trao đổi đó tôi còn lôi kéo anh vào những dự tính làm ăn của tôi trong tương lai ở Việt Nam, nhờ anh cố vấn trong chuyện kinh doanh, mua đất, xây nhà... Tôi mong rằng những lời lẽ ấy sẽ gián tiếp giúp anh cảm thấy là bệnh tình chưa có gì nguy ngập và anh vẫn còn có ích. Tôi mong là những hy vọng sắp tắt của anh sẽ được thắp sáng trở lại và anh sẽ "vịn" vào đó mà đứng lên, chống chọi lại định mệnh. Cuối cùng tôi khuyên anh kiên trì uống thuốc, để giúp cho lá gan của anh giải độc. Phải, tôi chỉ nhắc đến sự nhiễm độc của gan và hoàn toàn không nhắc gì đến ung thư, bởi tôi biết hai tiếng ấy sẽ gieo vào lòng người nghe một niềm tuyệt vọng, điều tối nguy cho người bệnh vì nó làm giảm sức đề kháng của cơ thể. Tôi đã cương quyết giấu anh, cũng như mấy tháng qua đã cố tình giấu mẹ. Nói thật để làm gì? Ít ra cũng tiết kiệm được cho anh và cho mẹ những tháng ngày lo lắng và tuyệt vọng...

Bằng những lời lẽ thật hùng hồn, vì đã chuẩn bị cẩn thận từ trước, tôi cố gắng thuyết phục anh. Thấy anh yên lặng và mỉm cười tôi đã thấy an lòng. Nhưng những ngày sau đó, khi nghe chị tôi kể lại, tôi mới vỡ lẽ ra là anh đã ý thức rất rõ bệnh trạng của mình. Và thật tội nghiệp cho anh, cho đến cuối cuộc đời, anh đã giả vờ như không biết để tránh cho chúng tôi những bận tâm, về anh.

Có lẽ điều an ủi cho tôi là tuy anh không cầm bút để viết những suy nghĩ của mình, nhưng anh đã đọc ngấu nghiến những quyển sách mà tôi từ Ý mang về, từ Câu chuyện dòng sông và luận giảng về Bát Nhã ba la mật. Nhưng hai tập đặc san của cựu học sinh Cường Để và Nữ Trung Học Quy Nhơn, số Xuân, ấn hành ở Mỹ, mới là niềm say mê của anh. Nghe chị tôi kể lại, thì từ khi tôi mang về, suốt ngày anh chỉ nằm và đọc đi đọc lại hai đặc san ấy. Chắc chắn những kỷ niệm của bạn bè xưa cũ, giờ mỗi người mỗi chân trời khác biệt, đã mang lại trong lòng anh những xúc cảm bồi hồi khi nhớ về quãng đời niên thiếu. Xa xưa.

Những ngày kế tiếp anh vẫn sinh hoạt bình thường nhưng sau đó thì bệnh tình bắt đầu chuyển theo chiều hướng xấu. Nhiều đêm anh không ngủ được vì cơn đau ở đùi trái bắt đầu hành hạ. Thời gian này mặc dù tôi còn ở Sài Gòn nhưng buổi chiều ít khi tôi về nhà. Tôi chỉ căn dặn chị, là bất cứ giá nào cũng tránh cho anh những cơn đau đớn, cho anh uống thuốc giảm đau, nhưng tôi rất ít khi về. Thật ra không phải tôi bận đến nỗi không về được, nhưng vì lòng tôi đau đớn quá, tôi không muốn nhìn thấy anh đang vật vã mà chẳng biết phải làm gì, sự có mặt bên cạnh anh lúc đó chỉ làm tăng thêm cảm giác bất lực trong lòng tôi mà thôi. Và sự vắng mặt này, về sau đã mang đến trong lòng tôi rất nhiều ray rứt.

Sự tránh né ấy đã làm tôi vô cùng áy náy khi nhìn thấy tất cả bà con nội ngoại, những người thân quen, đã túc trực ngày đêm để săn sóc cho anh trong những ngày bệnh tật. Tôi xin chân thành cảm ơn tất cả, nhất là gia đình cô Ba, các em Năm, Hương, Sương, Lợi, Nhung, Định... bằng chuyên môn y học cộng với lòng quý mến đã hết lòng giúp đỡ anh trong những lúc khó khăn. Tình cảm cao quý ấy ít khi tôi thấy được suốt nhiều năm sinh sống ở nước ngoài. Tôi và gia đình sẽ ghi nhớ mãi.

Một ngày chúa nhật, tôi trở về nhà để thăm anh. Tôi không làm sao quên được buổi trưa hôm đó. Ăn vội vã vài chén cơm lưng, anh than mệt rồi đi nghỉ. Lúc đầu tôi để yên cho anh nghỉ ngơi, nhưng sau đó tôi vào phòng anh, lúc nầy chị tôi đã có mặt ở đó. Tôi yên lặng nhìn dáng anh gầy guộc, co đôi chân khẳng khiu, thu hình nằm nghiêng, tựa mình lên vai phải. Tập đặc san Cường Để Quy Nhơn hình như vừa mới buông ra khỏi bàn tay trái. Anh đang thiêm thiếp trong giấc ngủ nặng nề.

Tôi khẽ khàng ngồi xuống bên một góc giường rồi chăm chú nhìn anh, nhìn chị. Có lẽ suốt đời tôi sẽ không bao giờ quên được cái nhìn của chị dâu tôi: đó là cái nhìn đầy âu yếm và ưu tư, rồi tôi thấy chị kín đáo đưa tay lau khô những giọt nước mắt đang lặng lẽ rơi. Tôi âm thầm quan sát rồi tự hỏi những ý nghĩ nào vừa thoáng qua trong đầu chị. Phải chăng đó là sự ý thức rằng một ngày nào đó cái hình hài nằm co quắp và nhỏ bé của anh...một ngày nào đó sẽ không còn nữa? Cái đường viền ranh giới của thể xác và không gian xung quanh sẽ mờ dần, mờ dần, loãng đi trong bóng đêm, trộn lẫn vào nhau rồi vĩnh viễn biến mất. Và trên cõi đời cô độc này chị sẽ lẻ loi còn lại một mình. Có lúc tôi bất chợt nhìn thấy đôi mắt của chị tuy vẫn nhìn anh, nhưng lại mất hút trong một khoảng không xa thẳm, tôi thầm hỏi những hình ảnh nào đang hiện lên trong trí chị. Những lần hẹn hò trên bờ biển Quy Nhơn, những chuyến đi chơi trên tu viện Nguyên Thiều? Hay những buổi tung tăng trên đồi thông Đà Lạt trong tuần trăng mật của ba mươi năm trước? Hay đơn giản chỉ là hình ảnh hai vợ chồng ngồi bên nhau, nhìn đứa con đầu lòng trong ngày lễ thôi nôi ở Phú Phong? Hoặc lần bồng đứa bé thứ hai lên thăm bà con ở Pleiku, chuyến đi cuối cùng trước khi miền cao nguyên đang bắt đầu những rạn vỡ cho cuộc đổi đời trên đất nước? Hình ảnh nào đã trôi qua, hình ảnh nào đang ngưng lại, rõ nét, trước khi nhường chỗ cho những hình ảnh khác tiếp nối theo sau? Có thể tất cả những hình ảnh, âm thanh, hương vị... có cả không gian và thời gian trong suốt cuộc tình mà hai người đã âu yếm và chung sống bên nhau sẽ không theo một trật tự nào, cái nọ chồng chất cái kia. Và chị sẽ vô cùng xót xa khi ý thức được rằng tất cả những thứ ấy, những hình ảnh ấy... một ngày kia, một ngày kia... đối với chị sẽ chỉ còn là kỷ niệm. Một thứ kỷ niệm được ấp ủ và đóng kín trong trái tim khô héo và rách nát của mình.

Tôi yên lặng nhìn chị. Những ngày qua, tôi không dám nói gì, cố tránh đề cập đến tình trạng và diễn biến bệnh lý của anh với những người thân, nhưng làm sao tôi không nhận thấy cái bụng của anh cứ lớn dần lên. Nó lớn theo nỗi đau của tất cả chúng tôi trong khi niềm hy vọng thì mỗi lúc một thêm bé lại. Và vơi đi. Tôi nhìn chị đang hất mái tóc dài ra trước mặt để che giấu những giọt lệ bắt đầu ứa ra từ đôi mắt đỏ hoe và tôi cố cắn răng để nỗi đau trong tôi khỏi phải bật ra thành tiếng. Tôi phải cố trấn tĩnh vì nếu tôi quỵ ngã trong lúc này chắc gia đình sẽ chẳng còn biết nương dựa vào ai. Nhưng toàn thân tôi sao cứ rung lên. Bần bật.

Tôi đứng lên, bước sát đến bên anh, tôi đặt nhẹ một bàn tay lên vai anh và nhìn anh đang thiêm thiếp trong giấc ngủ trưa. Tôi lặng lặng quan sát anh và lần đầu tiên trong đời, tôi nhận thấy trên khuôn mặt anh có nét cam chịu đến kỳ lạ. Khuôn mặt đó tôi chưa từng thấy ở bất kỳ một người nào. Hình như đó là những nét đặc biệt của tấm lòng hy sinh, và tôi có cảm tưởng như những tinh thể cao quý nhất đã tích tụ và kết tủa trên đó. Không hiểu sao trước đây những đường nét ấy lại không hiện lên rõ nét? Có lẽ nó chỉ mong manh như một làn sương mỏng phảng phất trên đầu núi hoặc một thứ cầu vồng bảy sắc mà người ta chỉ có thể bắt gặp trong một phút giây đặc biệt nào đó mà thôi... Tôi nhìn anh và những ý nghĩ về anh vụt hiện lên trong trí tôi. Đôi khi tôi cảm thấy mình có lỗi với anh, người mà tôi thương mến nhất trong gia đình, dù tính tình giữa hai anh em có nhiều khác biệt nên ít khi anh em có thể nói được những tình cảm trong lòng. Tánh tôi hời hợt và nóng nảy, đôi khi nông cạn, còn anh, chậm rãi nhưng thâm trầm, ít nói và mọi tình cảm chỉ thu lắng vào trong...Tội nghiệp anh quá. Suốt cuộc đời hình như anh chỉ có một thời gian nhỏ an lành, còn lại toàn là những khó khăn, chịu đựng : Anh sinh ra lúc gia đình còn nghèo túng vì mới tản cư về. Để cho anh có điều kiện ăn học, ba má tôi phải gửi anh lên ở trọ và phụ việc ở nhà một người bà con ở khá xa....Hoàn cảnh của anh khác xa với tôi, vì lúc tôi sinh ra gia đình đã bắt đầu sung túc. Có lẽ vì thế mà chúng tôi có tâm lý khác nhau. Anh dè sẻn chắt chiu, còn tôi thì luôn luôn hoang phí, ít khi nghĩ đến ngày mai...Khi anh học những năm cuối cùng ở bậc trung học, ba má tôi có ý định cho anh qua Paris du học thì chiến tranh đã giữ chân anh lại. Đi lính, và sau ba năm cải tạo trở về, tính anh càng thêm khép kín, anh ít nói hơn xưa, dù trước đó anh cũng chỉ cười và thay lời bằng một nụ cười nhân ái.

Tuy ít nói nhưng chính sự im lặng đã nói thay cho anh. Suốt đời anh chỉ hy sinh và quan tâm cho người khác nên ít khi nghĩ đến bản thân mình. Hai mươi năm trước anh đã trụ lại để các em yên lòng ra đi vì không ai có thể chia lìa quê hương khi cha mẹ đã quyết lòng ở lại, không muốn bỏ thân nơi đất khách quê người. Anh đã không hề ngần ngại, đắn đo, sẵn sàng đứng lại, hạ xuống, như một đối trọng, cho các em ra đi, để bay lên.

Tôi còn nhớ mãi mùa hè năm 1981, khi tôi về thăm nhà lần đầu tiên sau mười năm sinh sống ở Ý. Lúc đó các em tôi vừa mới vượt biển ra đi. Những lần đi chơi với anh, bạn bè hay người quen của anh thường hỏi: Ủa, mầy mà còn ở lại sao? Nhưng anh chỉ cười cười, không đáp. Thú thật lúc đầu tôi cũng giống nhiều người quen khác, cứ nghĩ sở dĩ anh nhút nhát, vì sợ những hiểm nguy trên đường vượt biển nên đã cam lòng ở lại. Nhưng tôi đã lầm. Tôi đã vô tình nên đã không nhìn thấy những đau xót của anh khi mọi người đều tưởng anh đã "đi" từ lâu rồi. Điều đó cũng dễ hiểu, vì mặc dù có những mất mát to lớn về tài sản, nhưng lúc ấy nhiều người vẫn biết là gia đình tôi cũng không đến nỗi không trang trải nổi "lộ phí" cho anh. Tôi không biết anh có đọc được những ý nghĩ trong đầu tôi không, mà những ngày sau anh dẫn tôi đến tiếp xúc với khá nhiều chỗ tổ chức ra đi, hỏi giá cả... Lúc ấy tôi mới dám hỏi tại sao anh không đi và anh đã đáp một cách tỉnh bơ, không màu mè: "Nếu tất cả đều đi hết thì ai sẽ lo cho ba má lúc về già?". Nước mắt tôi ứa ra vì cảm động. Và xấu hổ. Suốt đời anh, anh luôn chấp nhận mọi thua thiệt, nên người ta dễ tưởng anh là một người yếu đuối, thụ động. Mãi đến lúc đó tôi mới hiểu ra đó mới chính là sức mạnh. Sức mạnh của sự hy sinh, quên mình, xả thân cho người khác mà không hề đắn đo, suy tính, dù vẫn biết cái giá mà mình phải trả. Đó là lòng can đảm. Không có một sức mạnh nội tâm, không thể nào làm nổi.

Cứ thế, tất cả những tình cảm trang trọng anh đã trao cho tất cả chúng tôi và gia đình, hiến dâng cho đến cạn kiệt mọi sinh lực, cho đến khi tử thần đến gõ cửa anh vẫn bình thản đi theo với đôi bàn tay trắng mà không chút so đo.

Tôi nghĩ đến anh và có đôi lần tôi có ý nghĩ là hình như anh đã phải gánh chịu những hẩm hiu, rủi ro thay cho tất cả chúng tôi. Và những lúc đứng trước giường bệnh của anh, tôi thấy tất cả anh em chúng tôi đều có lỗi.

Cái lỗi nặng nhất của chúng tôi có lẽ là đã để anh đối phó một mình với những tồn tại trong gia đình: Lúc còn sinh tiền ba tôi đã giao cho một người trong gia tộc tạm giữ căn nhà của gia đình với lời cam kết là khi anh em chúng tôi cần thì sẽ trả lại. Lợi dụng sự qua đời của ba tôi và người thừa kế là một kẻ hiền lành như anh nên "người bà con" đã lật lọng, phản bội cam kết để chiếm hữu căn nhà. Tồn tại ấy chắc chắn đã làm anh mệt óc và khó xử. Nhưng chúng tôi ở quá xa, kẻ ở Ý, người ở Úc, nào biết phải làm gì hơn. Mỗi quyết định của chúng tôi sẽ làm mất đi thời gian tính. Còn những người thân khác, kẻ thì cúi mặt cầu an, tự xem đó là một thái độ khôn ngoan, người thì làm rối thêm rồi buông xuôi một cách hoàn toàn vô trách nhiệm. Và nỗi đau lớn nhất trong tôi là những tráo trở, gian tham của vài thành phần trong gia tộc. Họ đã lợi dụng lòng nhân ái của anh để thủ lợi, trong đó kẻ dẫn đầu là một người rất được tôi thương mến, kính yêu như một thần tượng suốt thời thơ ấu. Trong ngọn lửa bốc cao của đám cháy nhà có những con chuột bất thần lao ra ánh sáng và những lớp sơn son thếp vàng của tượng thần bỗng ào ào đổ xuống. Tôi ngỡ ngàng nhận ra đó chỉ là một khúc gỗ mốc meo!

Nhưng cuối cùng thì trong cuộc tranh chấp ấy anh đã thắng. Bởi chính nghĩa trước hoặc sau cũng hát khúc khải hoàn. Và một người "thân", không biết làm gì hơn, đã hét vào mặt anh là "thằng ngụy!" chỉ vì anh đã lớn lên và trưởng thành ở phần đất phía bên này!

Có lẽ nỗi đau này đã giày xéo tâm hồn trong sáng của anh. Nó làm héo hắt con tim của anh trước sự đổi thay của nhân tình thế thái. Tôi nghĩ anh đã gánh chịu thay cho tất cả chúng tôi một nỗi xót xa quá lớn bằng tấm thân gầy còm và nhỏ bé của anh.

Cũng như Xuân, tôi muốn nói lên lời cảm ơn anh. Lời cảm ơn thốt ra tự đáy lòng. Nhưng nhìn anh thiêm thiếp, tôi chỉ biết cúi mặt, quay đi rồi lặng lẽ bước ra khỏi phòng .

Có lẽ niềm an ủi duy nhất của anh là Thái, đứa con trưởng của anh đang du học tại Ý, vừa tốt nghiệp bác sĩ và đã về kịp để thăm anh. Những ngày trước đó vợ chồng tôi chỉ nói sơ là ba của cháu đang bệnh nhưng hoàn toàn không đề cập gì đến tình trạng của anh để cháu khỏi bị phân tâm và khuyên cháu nên tập trung tinh thần để hoàn thành luận án. Ngày gặp lại cháu, giờ này đã là một bác sĩ trẻ, anh rất vui và mãn nguyện.

Hai tuần sau cháu Thái và tôi cũng về Việt Nam trong chuyến công tác thứ ba. Những ngày này sức khoẻ anh vẫn bình thường và cơn đau ở đùi trái cũng đã giảm bớt cường độ. Trông thấy anh vui vẻ vì gia đình đoàn tụ, lòng tôi cũng thấy vui lây.

Rồi cơn đau trong xương đột ngột biến mất, như chưa bao giờ xảy ra. Như những cành cây đột nhiên không còn rung nữa vì gió đã ngừng. Chúng tôi thật vô cùng mừng rỡ. Nhưng có ai ngờ rằng đó chỉ là sự yên lặng trước cơn bão tố. Hai ngày sau, đang sinh hoạt bình thường, bỗng nhiên anh ú ớ rồi đột ngột chìm vào hôn mê.

Mặc dù không ai báo tin, vì những ngày trước đó anh chưa có triệu chứng gì bất thường, nhưng có lẽ do linh tính mà Xuân từ Sidney đã mua vé máy bay về kịp ngay chiều hôm ấy. Lúc Xuân về thì anh đã tỉnh lại, anh đã nhận ra Xuân và tôi. Tôi cố gượng nói vài câu pha trò để làm giảm không khí căng thẳng và lo âu đang vây phủ căn nhà. Anh cũng bật cười khi nghe nói là hôm ấy tổng thống Clinton nghe anh bệnh nên cũng từ Hà Nội bay vào Sài Gòn để thăm anh.

Sau khi nằm nghỉ được một lát, anh tỉnh lại và mở mắt nhìn khắp lượt trong gian phòng. Ánh mắt anh nhìn lũ chúng tôi đang rớm lệ quây quanh giường bệnh. Anh im lặng, xa vời, hình như cố lục tìm trong trí nhớ những kỷ niệm nào đó đã xa mờ. Lúc đó tôi thầm hỏi là anh đã nghĩ gì trong đôi mắt gần như lạc thần đó? Dường như có tiếng nói thầm lặng mà tôi tưởng đã nghe rất rõ: "Các em ơi, chắc một lúc nào đó anh sẽ từ giã cõi đời, nhưng lòng anh vẫn yêu các em thắm thiết. Dù sẽ đi về một thế giới khác nhưng anh sẽ mãi chở che và bảo bọc các em và tất cả những người thân. Anh sẽ mãi mãi nhìn thấy các em như lúc này đây, nhưng sẽ chẳng còn ai nhìn thấy anh đâu!"

Hình như lúc ấy tôi chỉ nghe văng vẳng trong không gian lời tự tình tha thiết đó chứ không hề cảm nhận một sự bi quan nào. Bởi ánh mắt mà anh nhìn chúng tôi chỉ có sự thiết tha nhưng bình thản trước thử thách tột cùng của đời người. Tất nhiên tôi không hề nghĩ là anh đã vượt qua được nỗi bi thương của chuyện tử sinh, tan hợp. Nhưng quả thật tôi không thấy trong cái nhìn đó một nét kinh hoàng nào của người đang run lên vì hãi sợ. Suốt đời anh, anh chỉ sợ sống mà đánh mất phẩm giá hay làm phiền người khác.

Anh thường nói là ngôn ngữ có thể đánh lừa được mọi người, và có lẽ vì thế mà suốt đời anh chỉ thích chứng minh bằng hành động.

Những ngày sau anh cứ nửa tỉnh nửa mê. Điều an ủi duy nhất cho tôi là anh không phải vật vã vì những cơn đau dù anh đang đi giữa lằn ranh rất mơ hồ giữa sự sống và cái chết.

Một sáng chúa nhật tôi ghé về nhà thăm thì anh đang chìm trong cơn mê. Thân nhiệt anh đột ngột lên cao và hơi thở trở nên vô cùng nhọc mệt. Tôi ngồi bên giường, cầm tay anh mà lòng đau như cắt.

Ngồi bất động trên giường nhưng tôi cứ thấy mình hụt hẫng, chơi vơi. Cơn đau, lúc trồi lên, lúc sụt xuống như những đợt thuỷ triều. Cái cảm nhận về một cuộc chia lìa vĩnh viễn đã xô đẩy tâm hồn tôi vào một sự tuyệt vọng.

Tôi thấy thân thể mình rã rời, toàn thân như một vết thương vừa vỡ ra. Toé máu.

Trong sự yên lặng ngột ngạt ấy, ngoài âm thanh duy nhất là hơi thở dồn dập của anh, đầu óc tôi mông lung với nhiều ý nghĩ, rồi không hiểu sao tôi lại nhớ buổi đối thoại với Thạnh, từ London gọi về để thăm anh sáng hôm ấy. Giọng Thạnh nghẹn ngào trong nước mắt: *"Nếu có một điều ước bây giờ thì em chỉ mong muốn ngồi bên cạnh giường của anh Ba, để chăm sóc cùng với anh em trong nhà, để nói cho anh Ba biết rằng em thương anh Ba nhiều lắm.*

Giờ đây ngồi nghĩ lại, em cảm thấy mình có nhiều thiếu sót với anh Ba lắm. Lúc khoẻ mạnh gặp nhau tay bắt mặt mừng, trò chuyện với nhau, không bao giờ nghĩ đến chuyện có thể xảy ra bất ngờ như ngày hôm nay, để tâm sự, nói cho nhau nghe được tình thương yêu của anh chị em để rồi lúc có ra đi cũng mãn nguyện với tình cảm của tất cả những người chung quanh mang lại.

Mấy ngày nay, cái tâm trạng rối bời của em bây giờ cũng giống như lúc ba em bị bệnh, mặc dù anh Ba chỉ là một người anh họ. Nhưng cái tình cảm gắn bó giữa hai gia đình, cái bản tính hiền hậu của anh Ba, cái tình cảm của anh Ba với mọi người đã nhiều lần làm em vô cùng xúc động. Thương anh Ba nhiều lắm vì anh Ba còn quá trẻ để bị chứng bệnh ngặt nghèo nầy.

Mấy ngày nay, em đứng ngồi không yên. Mọi câu chuyện của vợ chồng em lúc nào cũng hướng về anh Ba, ngay chính khi đi làm em cũng không thể tập trung được. Có lúc em mơ thấy mình về Việt Nam để chăm sóc cho anh Ba, chợp mắt dậy, vội gọi điện về nhà để hỏi thăm sức khoẻ của anh Ba thế nào. Có ngày em gọi điện đến hai lần. Chính ngay lúc này đây, em vẫn không tin những ngày nầy là những ngày cuối của cuộc đời anh Ba.

Bây giờ biết nói gì đây, vợ chồng em xin cùng được chia sẻ nỗi đau của gia đình anh bên đó, mặc dù biết rằng mọi người đang chuẩn bị tinh thần để chờ anh Ba ra đi, nhưng không ai không xúc động, bùi ngùi, đau xót khi sự thật xảy ra. Em hiểu tâm trạng đó vì cái chết của ba em trước đây vài tháng cũng không khác gì. Một điều em cầu nguyện rằng, một phút nào đó anh Ba tỉnh dậy, biết rằng tất cả anh chị em, bà con thân thuộc lúc nào cũng bên cạnh anh Ba, tình cảm thật là đầm ấm để rồi lúc anh Ba ra đi cũng thanh thản tâm hồn.''

Tôi không biết nói gì với Thạnh, và đã buông rơi điện thoại. Rồi những dòng nước mắt từ bao lâu nay kiềm chế bỗng ào ào tuôn xuống.

Trưa đó, tất cả những người thân, kẻ đứng người ngồi đều yên lặng vây quanh giường bệnh của anh. Tôi lẳng lặng nhìn tất cả mọi người. Tuy không ai dám nói nhưng tất cả đều ngầm hiểu là chỉ sau một thời gian ngắn nữa anh sẽ vĩnh viễn từ giã chúng tôi. Biết, nhưng không khỏi ngậm ngùi và đau xót. Cuộc sống thật kỳ lạ, cái sống và cái chết chỉ cách nhau trong gang tấc. Mấy tháng trước anh em tôi còn vui vẻ bên nhau, còn bây giờ thì anh đang chuẩn bị cho một cuộc hành trình vô định. Không ai có thể biết anh sẽ đi về đâu, đến một chốn nào. Lòng tôi thật buồn, nhưng cũng có lúc nỗi đau tạm lắng, thì tôi chợt hiểu là trong cuộc sinh ký tử quy, thì cuộc hành trình đó là một chuyến đồng hành với tất cả mọi sinh vật trên thế gian: Tất cả đều được an bài theo một quy luật đã từ lâu phát hiện trong vòng thành-trụ-hoại-không của nhà Phật.

Nhưng nhìn thấy sự tuyệt vọng của mẹ, lòng tôi lại rất đỗi xót xa. Đó là sự tuyệt vọng không hề nhuốm một giọt nước mắt, được khoả lấp bằng một sự bình tĩnh đến kỳ lạ, bắt nguồn từ một niềm tin vào chư Phật. Niềm tin của mẹ quá lớn, đến nỗi nó có thể lấn át và che giấu tất cả những đớn đau. Có lúc tôi nghĩ nếu mẹ khóc được thì có lẽ tôi đỡ lo sợ hơn về sự gục ngã của bà, nhưng sau đó tôi lại tin rằng, chính nhờ ở niềm tin tuyệt đối này mà bà có được thái độ cứng rắn và điều nầy lâu nay đã kéo dài tuổi thọ cho bà. Mấy ngày qua mẹ đã lôi cuốn tất cả, bác sĩ, bà con, chạy lên chùa để cầu nguyện hoặc mời thầy về nhà để cầu an... Những lúc anh hôn mê, mẹ dặn chúng tôi: "Niệm Phật đi " rồi mẹ kề sát bên tai anh để tụng kinh hay niệm Phật. Tôi không biết anh tôi có *nghe* được không, nhưng nếu thể xác không nghe thì chắc linh hồn anh cũng cảm nhận được lời nguyện cầu thiết tha của mẹ để bình thản ra đi mà không hề hối tiếc. Tôi nhìn mẹ ngồi bẹp xuống như quỳ gối để áp sát miệng vào tai anh, và tiếng niệm kinh của bà vang lên trong căn phòng vắng lặng như một lời thì thầm...và có lẽ đây là hình ảnh bi thương nhất mà đời tôi phải chứng kiến. Một người mẹ ý thức rằng sự sống của con mình đang tắt dần nhưng hoàn toàn bất lực và không thể làm gì hơn... tôi biết người đàn bà này nếu có thể sẽ không ngừng lại trước bất kỳ một trở ngại nào để giành lấy sự sống cho con mình trước bàn tay ma quái của định mệnh. Sự hy sinh vô bờ bến của bà cho tất cả các con đã chứng tỏ trong suốt cuộc đời ... Trong một thoáng tôi nghĩ cuộc đời sao mà oái ăm, bởi chính mẹ, với tất cả tình yêu mà bà đã dành cho anh, trong một chừng mực nào đó, sau cái chết đột ngột của ba tôi, bà đã hụt hẫng như một kẻ mất thăng bằng và không còn chỗ dựa, đã tạo cho anh và gia đình khá nhiều vấn đề. Đã có lúc tôi nghĩ rằng anh tôi chính là nạn nhân của một tình yêu mênh mông và sau đó bị đặt vào những trách nhiệm quá to tát.

Những trách nhiệm ấy, anh đã phải gánh lấy dù chỉ muốn tách ra bên lề.

Tôi lặng lặng nhìn mẹ tôi. Lúc ấy bà cũng đang nhìn anh thoi thóp thở trong nhọc mệt, khuôn mặt bắt đầu héo tàn như chiếc lá đang vần vũ rung động trên cao, chờ cơn gió mạnh sẽ rời cành để bay về một nơi chốn nào đó xa xôi. Cạnh đấy, chị tôi đưa tay vuốt mắt, quay ra nhìn những chiếc lá cuối cùng của mùa thu đang bay tơi tả qua khung kính của chiếc cửa sổ khép hờ...

Rồi anh đi.

Ra đi trong vòng tay của tất cả những người thân. Những đứa em từ khắp nơi trước đó đã đổ xô về và đang quần quanh bên giường bệnh. Anh đã vĩnh viễn trút hơi thở cuối cùng khi lồng ngực gầy nhom không còn thoi thóp, đột ngột dừng lại dưới cái nhìn buồn thảm và tuyệt vọng trong tròng mắt quầng sâu của hai người đàn bà bất hạnh, mẹ và chị dâu tôi.

Chú ơi !

Tôi đứng bật dậy từ phòng bên khi nghe tiếng gọi thất thanh của Thịnh, con trai anh. Nga, đứa em gái của tôi cũng vội chạy lại, nhưng trước khi đến chỗ anh nằm thì nó quỵ xuống. Nga bấu vào vai tôi cho khỏi ngã rồi khóc lên nức nở. Mấy năm trước giữa tôi và Nga có một vài mâu thuẫn và tôi hãy còn buồn nó nhưng lúc ấy, tôi thấy mọi việc như không còn nghĩa gì và sự bực tức cũ, trong một thoáng đã bay đi. Tôi đỡ Nga đứng dậy, rồi nỗi đau của tất cả chúng tôi, đột ngột, như hoà chung trong tiếng cầu kinh đều đều của mẹ.

Thẫn thờ nhìn mọi người đang tất bật chuẩn bị tang lễ, bỗng nhiên tôi muốn được quỳ xuống bên giường, nắm lấy tay anh lần cuối và được gào lên: Anh Ba ơi? Bây giờ anh ở đâu? Anh đã từ chối vượt biên để lo cho các em đi, vì cha; Anh đã từ chối đi sang Mỹ theo diện H.O. vì mẹ. Nhưng bây giờ thì anh đã ra đi.

Anh đã thật sự ra đi rồi. Những giác quan của anh đã vĩnh viễn khép lại với thế giới hữu hình. Ngày mai, ngày mai chúng em sẽ phải làm gì?

Ngày mai, những đàn chim kia sẽ hót líu lo nhưng anh sẽ không còn nghe nữa. Những cánh bướm vẫn nhởn nhơ bay lượn trên bầu trời, khoe đôi cánh muôn màu rực rỡ, lượn đi lượn lại trên những đóa hoa vạn sắc, nhưng anh sẽ không còn thấy nữa, anh cũng sẽ không còn thưởng thức được những mùi hương thoang thoảng bay trong gió... Ngày mai...Dòng sông Côn của thời thơ ấu sẽ vẫn chảy dưới chân cầu Đá Hàng, đàn cá Hầm Hô sẽ vượt vũ môn để hoá rồng, hay nhởn nhơ bơi lội...nhưng anh sẽ về một nơi chốn nào đó xa xôi. Tiếng gió trên cao nguyên bạt ngàn Pleiku vẫn thổi vi vu trên những đồi thông mà anh đã từng tung tăng suốt thời thơ ấu, bãi biển Quy Nhơn những trưa hè vẫn còn lộng gió, thổi cát bụi mịt mù, nhưng sẽ không còn dấu chân anh vì những đợt sóng đã vĩnh viễn xóa tan trên cát ... Trên trời cao, mặt trời ngày mai vẫn chiếu sáng, rồi đêm về với những tinh tú lấp lánh trên không. Rồi tất cả bạn bè anh, những người quen vẫn tiếp tục cuộc hành trình vô định của kiếp nhân sinh, mỗi người theo một cách vui buồn của riêng tư...tất cả đều tiếp tục sinh sống, tất cả đều băn khoăn, lo nghĩ, tất cả đều có mặt trên thế gian này. Trừ anh.

Ngày mai... Ngày mai... tiếng cầu kinh của mẹ lúc nửa khuya anh sẽ không còn nghe nữa, bóng dáng chị tựa tay trên thành cửa sổ nhìn về phía xa mờ anh đâu còn thấy nữa. Thái, Elena sẽ chờ anh ở Ý, Nguyệt, Xuân Minh sẽ chờ anh ở Sidney, Thạnh, Mỹ ở London, thầy Quảng Bình ở Đan Mạch và còn bao nhiêu bè bạn khác, Anh Sơn, Nhơn...sẽ còn đợi anh ở California, ở Toronto ...tất cả đang đón chờ anh trong chuyến viếng thăm sắp tới...nhưng anh sẽ không bao giờ đến nữa. Hoặc là anh đã đến rồi? Anh đã ra đi theo chiều không gian thứ tư mà người trần không sao biết được? Anh đã về cõi vĩnh hằng. Bây giờ thì anh đã ra đi, giã từ bến trần gian trước các em, trước cả mẹ. Anh đã đi vào cõi hư vô. Hoà mình vào vũ trụ. Và anh ơi, chắc nơi đó anh sẽ được gặp lại ba... Vậy em xin anh nhắn với ba là, sau những thăng trầm dâu bể, đại gia đình đoàn kết của chúng ta vì những lý do ngoài ý muốn phải phân ly mỗi người mỗi ngả, nhưng sớm muộn gì thì một ngày nào đó chúng ta cũng sẽ gặp lại nhau. Anh nhớ cho em gửi lời hỏi thăm ba, nói với người là từ ngày ba khuất mặt, tâm hồn em hụt hẫng và lạc lõng vô cùng. Niềm tin tuyệt đối trên đời này em không còn biết đặt vào ai. Em như chiếc lá, rơi, rơi mãi xuống lòng vực sâu và mãi đến giờ vẫn chưa chạm đáy. Những tâm sự thầm kín em không còn biết tỏ cùng ai, những bức thư dài hằng mấy chục trang...em không còn biết viết cho ai nữa. Em dồn nén nó trong trái tim mình, không sao thoát ra ngoài được. Anh cho em gửi lời thăm và ôm lấy ba mà hôn, cho em, anh nhé.

Thôi giờ anh hãy đi đi. Hãy đến một nơi mà chưa ai biết đó để đợi các em, giờ, em chỉ xin anh nán lại một phút nữa thôi, để tất cả chúng em cùng quỳ gối trước anh và ít ra cũng một lần được cảm ơn anh: Bởi suốt những tháng năm qua, dù luôn luôn ý thức nhưng vì những lý do khó hiểu, chưa bao giờ các em có thể nói lên điều đó. Giờ, tất cả chúng em đang quỳ trước linh cữu của anh, hình hài anh vẫn còn đây mà linh hồn anh đi đâu mất hút. Ngày mai, anh sẽ về đâu, không ai biết được, nhưng em tin chắc là nơi đó sẽ không còn những thị phi, tranh chấp, mưu đồ hay toan tính nhỏ nhen... hoàn toàn trái ngược và không phù hợp với tấm lòng nhân ái của anh.

Vậy thì anh hãy đi đi! Tất cả mọi người đang tất bật lo toan, bối rối. Còn anh, anh chẳng phải làm gì nữa cả. Anh sẽ ngủ một giấc dài. Để chấm dứt mọi lận đận. Kết thúc mọi nghiệp chướng tiền oan. Anh sẽ không còn phải băn khoăn, nhọc lòng quyết định một việc gì.

Anh sẽ mãi mãi không còn tự ép mình, thôi thúc mình, buộc phải làm những điều mình không muốn như đã phải từng làm trong suốt sự hiện hữu đầy khổ đau và nhẫn nhục của anh. Anh sẽ không còn phải sống những bi kịch bi đát của nội tâm vò xé, suy gẫm về những mâu thuẫn của bổn phận và nhiệm vụ, giữa mẹ và vợ, về những hy sinh cho mọi người và luôn chấp nhận phần thua thiệt. Vâng, em biết, anh không hề tham lam hay đua đòi nên chắc chắn là anh không khổ tâm vì vật chất. Nỗi khổ của anh là tinh thần. Nó không cụ thể và dễ thấy, khác với nỗi đau thể xác. Nhưng tuy vô hình, vô ảnh mà sức tàn phá của nó thật vô biên. Thôi , hãy bỏ lại tất cả những phù phiếm đó, cho tất cả tan vào hư không, anh nhé!

Hoàn toàn mù tịt về nghi lễ, tôi chỉ lăng xăng chạy đi chạy lại để giúp các việc lặt vặt. Rồi lúc đứng nhìn bức hình đặt trên linh cữu của anh khắp người tôi bỗng nổi đầy gai ốc. Đằng sau khung kính có khuôn mặt tươi trẻ của anh, hình ảnh có thần và sinh động đến nỗi làm tôi có cảm giác là anh đang còn sống. Nhưng điều làm tôi kinh hãi là bất cứ khi nhìn anh từ bất kỳ một góc cạnh nào cũng thấy ánh mắt của anh quay theo hướng đó: Khi tôi bước sang bên trái, tia nhìn của anh hướng về bên trái, bước qua bên phải, tia mắt ấy cũng quay theo, lúc đến gần tia mắt dường như cúi xuống và khi bước ra xa, ánh mắt ấy như đang ngẩng lên, dõi theo. Và miệng mỉm cười.

Trống ngực tôi đập thình thình. Đó là ánh mắt mà tôi chỉ thấy qua một lần trong đời khi được chiêm ngưỡng bức chân dung Mona Lisa -La Gioconda -của nhà danh hoạ Ý Leonardo da Vinci. Nhưng, nếu bức danh hoạ Mona Lisa chỉ là một tranh vẽ thì đây là một bức hình, nên tính truyền thần của nó cao hơn, sự sống động còn rõ hơn nhiều.

Bức hình đó, sau nghe chị tôi kể lại, đã được chụp trước mấy tháng khi nghe tin anh bị bệnh. Lần cuối, sau khi được các bác sĩ xác nhận là bệnh tình của anh đã đến thời kỳ kịch liệt, chỉ còn chờ ngày ra đi... Chị đã muốn buông xuôi tất cả nhưng lúc trấn tĩnh lại, chị thấy cần phải có một tấm ảnh mới nhất của anh, để sau đặt lên trang thờ.

Nhưng thuyết phục anh bằng cách nào đây? Tánh anh không thích chụp hình, bỗng dưng gợi ý, chắc anh sẽ sinh nghi. Đã một lần chị chở anh đi dạo, rồi rủ vào tiệm nhưng anh đã gạt đi, chị biết phải chờ một cơ hội khác. Một hôm thấy anh hơi vui và trong người tương đối khoẻ chị rủ anh đi chơi. Chị chở anh trên xe Honda, mới đầu xuống phố và đi chơi thật xa, rồi sau trên đường về chị chạy chầm chậm ở một khu phố quen thuộc rồi làm như tình cờ, chị rủ anh đi chụp chung một tấm hình. Đang vui nên anh đã không từ chối, hai người ghé vào một tiệm chụp hình quen biết mà mấy ngày trước đó chị đã chuẩn bị và gửi sẵn ở đó bộ đồ vest, cà vạt và áo chemise .

Đứng nhìn trân trân vào khung ảnh của anh, tôi còn ngạc nhiên hơn vì chợt nhận ra những đặc tính khác: Cái nhìn của anh còn mang nhiều ý nghĩa theo từng khoảnh khắc khác nhau.

Mới đầu, tôi chỉ thấy trong mắt của anh chỉ có cái nhìn nhẫn nhục và chịu đựng, rồi chợt nhớ là suốt đời chưa bao giờ tôi nghe anh than thở. Anh chỉ quen *nuốt* hết những đau khổ vào trong. Giờ thì chắc sẽ chẳng có ai hiểu được những gì anh đã mang theo, những gì anh đã từng gánh chịu. Ý nghĩ ấy làm mắt tôi cay xè và cái nhìn ấy đột nhiên thay đổi. Qua lăng kính nước mắt tôi cảm nhận có một lời khiển trách vì những ngày cuối cùng của anh, tôi đã không thường về thăm để nghe anh căn dặn. Chị tôi bảo là những ngày ấy anh đã có ý chờ tôi trong bữa cơm chiều. Anh chỉ mong có thế. Nhưng tôi đã không về.

Thực ra không phải tôi bận, nhưng nếu lúc đầu tôi tưởng là bệnh tình của anh chưa đến nỗi nghiêm trọng và nghĩ rằng sẽ còn rất nhiều thời gian để trò chuyện với anh, thì lúc sau có lúc về chỉ để nhìn anh nằm bất động, tôi đã tránh né vì không muốn mang trong lòng cái cảm giác bất lực là không biết làm gì để giúp anh. Lòng tôi đau xót xiết bao khi nghĩ đến chuyện anh sẽ rời bỏ chúng tôi, nhưng lúc anh chìm trong hôn mê và thân nhiệt lên cao, nhìn những ống oxy và bình nước biển, trong đầu tôi lại vang lên câu hỏi đầy mâu thuẫn: tất cả có nghĩa lý gì không nếu những thứ ấy chỉ có một mục đích duy nhất là mang đến đời sống thực vật hay kéo dài nỗi đau thể xác cho anh?

Những ray rứt đó làm tôi cúi mặt. Lòng tôi vô cùng áy náy và tôi đã không đủ can đảm nhìn vào mắt anh, nhưng khi tôi ngẩng lên thì, kỳ lạ thay, ánh mắt và nụ cười cố hữu kia đang thể hiện một cái nhìn tha thứ và, chớp nhoáng, cái gánh nặng trong lòng tôi đột nhiên biến mất. Bởi nghĩ cho cùng, dù có gặp, anh cũng chẳng nói gì. Suốt cuộc đời, chỉ có sự im lặng và đôi mắt đã nói hộ cho anh. Đó là một ánh mắt thay lời. Và ánh mắt ấy sẽ không bao giờ tắt. Nó luôn luôn nói thay anh. Và, ngay lúc ấy tôi đã hiểu tất cả những gì anh muốn căn dặn, trối trăng. Lòng tôi trở nên thanh thản vì biết sẽ cần phải làm gì trong những ngày sắp tới. Cho anh, và gia đình.

Trên khung ảnh của anh còn có một chiếc khăn tang. Chiếc khăn ấy của mẹ tôi đã quàng lên để anh làm tròn chữ hiếu. Đó là một hình ảnh bi thương của người đã chết để tang trước cho một người còn sống, của khóm măng non ngã gục trước gốc tre già. Tia nhìn trên bức hình của anh lúc nầy như có mang theo một niềm nuối tiếc khôn nguôi. Trọn cuộc đời, anh đã hy sinh đời sống riêng tư để phụng dưỡng mẹ cha - và có phải chăng đó là một sự an bài tiền định mà từ lúc mới sinh anh đã được đặt tên là Hiếu, theo tinh thần trung với nước, hiếu với dân? - Nhưng định mệnh oái ăm kia đã không chờ đợi. Nó tàn nhẫn đến nỗi không cho phép anh để tang cho mẹ, một mai bà từ giã cõi trần. Ánh nến lung linh của hai cây nến đỏ đặt trên chiếc bàn thờ tạm đang từ từ lăn xuống, trông như hai hàng nước mắt anh đang khóc cho phần số của mình, giọt nước mắt xót xa vì đã không viết tròn chữ hiếu.

Trên con đường dẫn đến nghĩa trang, lòng tôi còn đau đớn hơn cho anh khi linh cữu anh cúi đầu trước mộ ba tôi ba lần. Tôi lặng lẽ nhìn mẹ già đang khập khễnh bước từng bước đi sau để cầu nguyện cho anh. Vẫn không một giọt nước mắt. Mẹ còn bảo em gái tôi đang nức nở: "Đừng khóc. Hãy cầu nguyện cho anh con, để linh hồn anh sớm vãng sanh cực lạc".

Lạy Phật, xin Phật hãy vì anh, hãy vì niềm tin tuyệt đối và vô cùng tinh khiết của mẹ mà dẫn dắt linh hồn anh về một nơi chốn thanh cao.

Tôi cầm một nắm đất ném xuống huyệt. Những hạt đất tung ra, vương vãi rớt trên nắp quan tài, phủ lên những cánh hoa mà mẹ vừa bỏ xuống. "Thôi anh đi, có lẽ giờ này trong một góc nào đó ở bên kia thế giới linh hồn ba đang vẫy gọi và đón chờ anh". Lời gửi gắm của tôi chưa kịp gửi đi, bỗng như khựng lại vì những âm thanh chát chúa của tiếng xẻng va vào sỏi đá lẫn trong đất cát.

Nhìn những xẻng đất đang dần dần phủ lấp chiếc quan tài, và chỉ lúc đó tôi mới hiểu ý nghĩa của một danh từ tưởng đã sáo mòn: thiên-cổ. Từ lúc này đây, anh sẽ trở thành người của ngàn xưa, trở về với cát bụi, đi vào cõi hư vô...và vĩnh viễn tôi sẽ không bao giờ còn thấy anh được nữa.

Anh sẽ trở về với hư vô. Nhưng anh sẽ không bao giờ chết vì tôi tin là anh sẽ sống mãi trong lòng nhiều người. Xưa nay tôi vẫn nghĩ rằng cái chết vĩnh viễn không phải là hình hài trở về cát bụi mà là sự quên lãng một cách mau chóng trong lòng những người quen... Những ngày qua, vô số những bức thư, điện... từ trong và ngoài nước nườm nượp gửi về. Tất cả đều mang một nội dung là yêu thương và quý trọng anh. Vậy thì anh sẽ sống mãi....Ý nghĩ chủ quan đó đến với tôi như một niềm an ủi, nhưng dù sao cũng không thể xoa dịu được nỗi đau quá lớn trong tâm hồn. Mẹ tôi chắc sẽ khó khăn lắm mới có thể chấp nhận hay chịu đựng nổi những diễn biến kinh khủng, làm đổi ngược mọi trật tự thiên nhiên, lá xanh rụng trước lá vàng...nhưng định mệnh tàn nhẫn đã an bài thế, chúng tôi còn biết làm gì hơn!

Sau tang lễ, những phức tạp trong gia đình vừa tạm lắng xuống vì những bận bịu nghi lễ, giờ lại trồi lên. Vừa đến nhà chị tôi ngất đi trong cơn đau, ói mửa vì cơn khủng hoảng cao huyết áp. Những ngày trước đó thỉnh thoảng chị cũng bị như thế nhưng sau khi anh mất, chị đã gượng đứng lên. Rồi mẹ cũng già đi nhiều hơn. Tóc bạc trắng cả đầu, mắt mẹ sâu hoắm lại và bây giờ cái gánh nặng khổ đau lại nặng nề thêm. Tôi run lên, sợ mẹ sẽ quy ngã thình lình. Và điều làm tôi lo lắng nhất là mẹ không hề khóc. Mẹ nuốt hết đau khổ vào lòng. Suốt đời mẹ, mẹ gánh hết mọi gian truân và niềm đau trong gần một thế kỷ hiện hữu. Tôi nghĩ giá mà mẹ khóc được...thì quý hoá biết bao! Những dồn nén ấy một ngày nào, một khoảnh khắc mất thăng bằng nào đó...sẽ nổ tung như một quả bóng....Những lo âu ấy làm tôi chết lặng và khi ngước lên thì bắt gặp tia mắt của Xuân cũng đang nhìn lại mình. Hai anh em chúng tôi như có cùng chung cảm nghĩ, nên tìm nhau, để an ủi và chia xẻ cho nhau. Khi bước đến gần, tôi còn được nghe lời thì thầm cầu nguyện của Xuân trước bàn thờ anh vừa mới dựng: "Anh Ba ơi, suốt đời anh hy sinh mà không đòi hỏi gì... Chúng em chưa được cảm ơn anh, thế mà lúc anh vừa mất em lại quá đáng vì còn xin thêm anh một điều: Hãy bảo bọc lấy gia đình!"

Tôi nhìn mẹ rồi nhìn chị dâu tôi. Đó là hai người đàn bà có tính tình và ước mơ rất đỗi khác nhau. Họ chỉ có chung một điểm là cùng yêu thương anh. Giờ đây hai người đàn bà ấy còn có chung một niềm bất hạnh. Nỗi bất hạnh đó, nếu phải sống chung mà không còn sự hiện diện của anh tôi, có thể sinh ra những bất hạnh và phiền toái khác.

Về sau, tôi hay là Xuân đã phát nguyện ăn chay một tháng.

Rồi những ngày giông tố cũng qua, cuộc đời đã lật sang trang khác nhưng lòng tôi vẫn chưa thể quên anh. Hình ảnh của anh luôn luôn phảng phất trong lòng tôi, dù sau đám tang tôi đã trở lại Ý và hoà mình vào cuộc sống ở một nơi hoàn toàn khác lạ mà anh chưa bao giờ đặt chân tới.

Một hôm tôi có việc phải qua Genève. Sau khi vượt qua biên giới Ý-Thuỵ Sĩ ở Valico Brogeda thì cảnh vật hoàn toàn đổi khác. Hai bên đường lúc nầy là những hàng cây trụi lá và trên con đường vắng tanh có rất nhiều lá mục. Một đợt gió thoảng qua và những chiếc lá cuối cùng quay tít trong gió. Tôi bỗng nhớ là anh đã ra đi vào một ngày cuối Thu, mùa của những sắc màu rực rỡ nhưng tan biến và trôi qua rất nhanh.

Đất trời Âu châu lúc này đang chuyển sang đông.

Khi tạm dừng chân ở trạm nghỉ Valdrerio dọc theo xa lộ, tôi ngước nhìn bầu trời ảm đạm của một ngày đầu đông và không hiểu sao tự dưng lắng nghe một cảm xúc lạ lùng. Cảnh vật nơi đây hoàn toàn khác với cảnh vật trên quê hương nhưng hình như có một điều gì đó rất quen thuộc mà tôi không hiểu rõ là điều gì. Nó đột ngột xâm nhập vào lòng tôi rồi hiện hữu dù trước đó vài giây cảm giác ấy chưa hề có.

Trong trạng thái tâm hồn đó tôi mơ hồ nghe văng vẳng trong không gian những tiếng nổ, hình như tiếng đại bác và sau đó là âm thanh của tiếng nói vọng lại giữa rừng cây: "Chúng ta đang sống trong chiến tranh. Mỗi lần đi xa là mỗi lần nguy hiểm. Nên đi riêng, vì lỡ có chuyện gì cho hai đứa thì ba má còn biết trông cậy vào ai? "

Đột nhiên, tôi nhớ lại thứ hương thơm buổi sáng giữa đồng, trên bãi đất hoang, mùi ổi thơm ngọt ngào, rồi ký ức xoay quanh những kỷ niệm xa xưa của một thời thơ ấu. Tất cả cuộc đời của thế hệ chúng tôi hỗn tạp một cách kỳ lạ đến nỗi phải gánh lấy những trách nhiệm và ưu tư quá lớn trước khi đến tuổi trưởng thành. Rồi tôi chợt nghĩ đến những biến cố đau buồn xảy đến cho anh, cùng những thứ tai ương mà số phận đã trút xuống đầu gia đình. Tôi nghĩ đến những gì gia đình tôi xây dựng rồi tan vỡ, và lòng thầm nuối tiếc...Rồi bỗng nhiên tôi muốn khóc, muốn để mặc cho những giọt nước mắt chảy dài, để có thể nức nở rồi chìm sâu vào cơn sóng tuyệt vọng rồi quỵ ngã trong nỗi đau cùng cực. Tôi muốn được tự do gào thét, nằm duỗi người hai chân vùng vẫy, đạp liên hồi trên thảm cỏ như một đứa bé thảm sầu trong cơn cuồng nộ…nhưng hình như từ giữa những hàng cây xơ xác lá một hình bóng nào đó đang phảng phất hiện ra, lúc đầu chỉ lờ mờ, nhưng dần dần rõ nét. Một ông lão mặc chiếc áo tràng màu xám, râu tóc bạc phơ và có khuôn mặt rất hiền từ. Đến khi nhìn kỹ thì tôi nhận ra đó là người mà tôi hằng kính mến và tôi đã lao đến ôm chầm lấy ông, gọi lên tiếng kêu thần diệu: Ba ơi! Tiếng gọi ấy tôi thèm được gọi và cảm thấy thiếu vắng biết bao từ mười mấy năm nay. Nhưng ba tôi chỉ đáp lại những xót xa và cay đắng trong lòng tôi bằng cái nhìn bao dung, rồi hình ảnh của ông vụt tan vào không gian, chỉ còn lời nói như chìm trong gió và tôi chỉ còn nghe được hai tiếng *vô thường*.

Bừng tỉnh. Tôi như chợt hiểu ra sự mong manh của mọi việc nơi trần thế, nhưng nước mắt tôi ứa ra lúc nào không hay. Tôi lấy khăn tay chặm nước mắt rồi tiếp tục cuộc hành trình.

Xa lộ lúc này chạy qua một thung lũng, hai bên là hai dãy núi chạy song song theo chiều Nam Bắc. Con đường dài hun hút và cảnh vật như bị tù túng vì bị bao vây bởi những dãy núi chập chùng bao quanh.

Mặt trời lúc ấy đã lên cao nhưng tôi vẫn chạy trong bóng râm, ánh sáng chỉ thấy lung linh ở trên cao vì vầng thái dương bị che khuất bởi dãy núi bên phải chắn ngang. Tôi lái xe vượt qua con đê chắn ngang hồ Lugano và khi xe qua khỏi đường hầm Collina d'Oro thì không gian như đột nhiên mở rộng. Thung lũng như rộng lớn hơn. Dãy núi phía đông, bên tay phải, trở nên thoai thoải và thấp dần. Trước mặt tôi là dãy núi Monte Lena chắn ngang, tuyết phủ lên trắng xoá. Những tia nắng phản chiếu lớp tuyết phủ trên đỉnh núi vụt chiếu lên rực rỡ. Mặt trời lúc này vẫn còn bị che khuất nhưng ánh nắng vẫn chói chang trên cao và trước mặt. Tuyết trắng phản chiếu ánh mặt trời, nổi bật lên nền xanh xam xám phía dưới những chân đồi. Mặt trời che khuất mà nắng vẫn chói chang, hình ảnh đó làm tôi liên tưởng đến anh. Bởi vì, dù hình hài anh đã khuất, chôn sâu dưới lòng đất lạnh, anh đã trở về với hư vô, đã thành người thiên cổ và mãi mãi chúng tôi không bao giờ thấy anh được nữa, nhưng dường như linh hồn anh vẫn còn hiện diện... và luôn luôn soi sáng tất cả chúng tôi bằng tấm lòng nhân hậu và trong sáng của anh.

Trương Văn Dân

Công Chúa Trại Ba Và... Tôi
NGUYỄN NHÃ TIÊN

Hãy nhắm mắt lại tịnh tâm mà nhìn thật xa, với cách nhìn như thế anh sẽ nghe, sẽ thấy tất cả ngày xưa hiện về...

Bước lên khỏi con đò ngang, mọi người hối hả theo những con đường băng qua cồn dưa, bãi đậu dẫn vào làng. Đằng sau cái lũy tre xanh rợp bóng mát yên ả thanh bình kia bây giờ là nơi chốn cho ngày hội, cho mọi nỗi nhớ tấp nập kéo về. Nam thanh nữ tú lứa đôi dặt dìu, hoa niên tươi rói, trẻ thơ hồn nhiên tung tăng chạy nhảy...tất cả rạng rỡ dưới ánh nắng mai vàng như mật rót trên đường. Hình như hiện trên từng gương mặt hớn hở ấy, bóng dáng nào tôi cũng đều thấy nét quê xưa ruột rà ẩn trong nụ cười tiếng nói chào nhau. Mà nói gì đến người, ngay đến cây cỏ cũng dào dạt bao niềm xao xuyến.

Ngồi dưới gốc đa trước sân đình, thực ra cây đa bây giờ không phải là cội đa già ngày xưa mà người ta thường dựng cái sân khấu kề bên cho các gánh hát bội về hát vào mỗi dịp lễ Kỳ yên hằng năm của làng. Ấy vậy mà dưới bóng râm cành lá của cây đa trẻ trung này, tôi lại nghe ra ngàn lời hồi âm trong gió thoảng. Không biết đấy có giống như "thần chú" gieo niềm vui nỗi buồn của cỏ cây hoa lá như trong ý niệm của Gabriel García Márquez (tác giả Trăm năm cô đơn) hay không, có điều cái thiên đường ấu thơ huy hoàng của tôi chừng như bây giờ ngổn ngang vang hưởng dưới bóng đa tỏa mát sân đình.

Nhà tôi ngày xưa đối diện với đình làng. Bởi thế bao đêm hát bội ở sân đình đã neo đậu vào ký ức tôi bát ngát những thanh âm tuồng tích. Thường là liền sau tết, những gánh hát bội như: Bầu Toa, Ông Xã Đàm, Anh Hoành…được làng tôi rước về hát kéo dài suốt cho đến lễ Kỳ yên được tổ chức vào rằm tháng Giêng. Vậy nên cái tết ở làng tôi cũng vì thế kéo dài hơn những nơi khác, mà mơ ước của tuổi thơ thì không có gì hơn tết. Cái thằng bé con loắt choắt là tôi, có hiểu gì cho lắm tuồng tích Ngũ hổ bình Liêu hay Sơn hậu, hay Lý Phụng Đình…, vậy mà cứ y như mười đêm như một, tôi chạy theo cha mẹ mình ra sân đình, rồi chen vào cho bằng được ở hàng đầu, sát bên sân khấu ngồi xem say sưa, khoái nhất là những vai hề, vai tướng tài ba tung hoành bay lượn trên sân khấu.

Cho đến một mùa xuân nào đó tôi không còn nhớ rõ, cũng như bao đêm hát bội ở sân đình, nhưng trời đất ạ, tôi bắt đầu biết…rưng rưng! Cái nhân vật đã làm tôi bồi hồi xốn xang bao niềm xao xuyến không tên không tuổi ấy chính là nàng Trại Ba công chúa. Ôi chao, công chúa đúng là công chúa, đẹp như trăng rằm tháng giêng, áo vàng kim tuyến lóng lánh mảnh trước mảnh sau, dải lụa đỏ thắt ngang lưng, bước hài đi như nguyệt bước, lại võ nghệ tinh thông quyền phép cao cường mấy ai sánh kịp. Nhưng trước tình yêu, Trại Ba mong manh liễu yếu nhi nữ có ai bằng. Đấy là sự mô tả nhân vật công chúa Trại Ba, mà cha tôi sau buổi xem hát bội về còn thức khuya ngồi bình phẩm bên bát ô tộ nước chè xanh do mẹ tôi nấu còn nóng hổi. Cứ sau mỗi lời bình là ông lại phì phò vừa thổi vừa uống như uống phải một thứ men say.

Còn tôi, gánh hát bội dọn đi lâu rồi, vậy mà đêm đêm vẫn cứ ngong ngóng về phía sân đình, nhận ra nơi ấy một quãng vắng mênh mông đầy gió. Thường những lúc vu vơ như thế, tôi chỉ biết nghêu ngao hát *"Quá ải mau mau chưn bước. Dặm đề từ nước nước, non non. Thờ chồng đạo muốn vuông tròn. Dẫu cho uống tuyết cũng ngon tấm lòng"*. Đó là màn công chúa Trại Ba phi ngựa đuổi theo nguyên soái Địch Thanh nước mắt lưng tròng tiễn người quá ải. Thuộc lòng đến như thế nên khối lần tôi bị mẹ mắng: không lo học hành, coi chừng mẹ cho ăn roi. Mẹ nói như vậy thôi chứ chưa bao giờ đụng đến roi vọt. Có nhiều lúc tôi còn thấy mẹ đóng vai công chúa Trại Ba hát cho cả nhà cùng nghe: *Đờn đã im cầm sắt. Phận thêm đẹp xướng tùy. Đất tuy vẽ cuộc ba di. Trời khiến vầy duyên ngư thủy. Xin thỏa tình yến nhỉ. Mà cất chén giao hoa. Cơn sầu thôi đã chứa chan. Đoạn thảm vì ai đeo đuổi...* Cả nhà ngồi nghe mẹ hát, tất cả vỗ tay reo lên. Phần tôi bắt chước cha mình, tay múa ra roi chầu hai chầu ba, miệng kêu lên giả tiếng trống "thùng, thùng, thùng" tưởng thưởng cho công chúa Trại Ba – là mẹ tôi, đang tươi cười ngồi ăn trầu ngon lành sau câu hát đầy ngẫu hứng. Bao lần như thế lòng tôi ngất ngây hạnh phúc như được bay lên bắt gặp những giấc mơ thần tiên.

Bây giờ thì sự hiện đại can dự vào tất cả, đến nỗi lễ Kỳ yên được tổ chức sau tết hằng năm cũng đã thưa vắng lắm rồi. Hay là trong tâm thức của làng từng bao sông cạn đá mòn, đã dâu bể như dòng sông qua mùa bão lũ xói lở đục ngầu chảy sát sau đình làng như muốn cuốn trôi tất cả vào quên lãng.

Đi loanh quanh trong sân đình cũ, nhìn rêu dày lên mấy lớp, có gì dưới mấy tầng rêu phủ ấy mà bịn rịn, mà bồi hồi bước chân. Chợt nhớ, một vị giáo sư già mà tôi quen biết, ông là một bậc thầy cả đời chuyên nghiên cứu về hát bội. Có một lần tôi may mắn theo ông điền dã ở một làng quê. Khi bước vào một ngôi đình xưa, giáo sư dạy tôi một kinh nghiệm: Hãy nhắm mắt lại, tịnh tâm và nhìn thật xa, với cách nhìn như thế anh sẽ nghe, sẽ thấy tất cả ngày xưa hiện về.

Bây giờ thì vị giáo sư già ấy đã thuộc về lớp người muôn năm cũ. Nhớ lời ông, tôi cũng nhắm mắt tịnh tâm mà nhìn. Từ mấy tầng rêu xanh kia, từ cái bóng đa rợp mát kia, và cả từ những ngọn gió lao xao lướt qua sân đình nữa, tôi nghe hết và tôi thấy hết! Dưới màu trăng nguyên tiêu vằng vặc, chập chùng với vô vàn ánh sáng lung linh đêm hát bội sân đình, từ đấy bước ra những nhân vật của cổ tích: Mạnh Lệ Quân, Lưu Khánh, Kim Loan, Địch Thanh, Địch mẫu... Và, cái nhân vật huyền ảo nhất, lẽ đương nhiên lung linh trong trí nhớ của tôi, đấy là tình yêu hay thứ gì tôi không rõ, nhưng tôi chắc một điều - công chúa Trại Ba, người đã gieo rắc mộng mị đầu tiên lên hoa niên tôi từ bấy... đến giờ !

Nguyễn Nhã Tiên

Thuở Ở Hà Nội
Nằm Ngoan Trên Phím Chữ
NGUYỄN THÁI DƯƠNG

Chỉ cách nhau mấy giờ không phủ sóng
Lệ đã lăn
Từ long lanh em
Đến ven trời anh đứng
Chiếc điện thoại nằm câm
Thắc thỏm hai đầu…

Huống hồ giờ ta mất nhau
Nước mắt em không biết xuôi về đâu
Nước mắt thầm long lanh
Kỷ niệm
Đường vàng hoa khuya anh đưa em về
Dư âm Nice theo sau
Ly kem chiều Ciao mấy màu
Đôi môi em thơm mùa cây trái

Đâu những đêm phương bắc
Hồn em trôi phương nam
Đêm trốn chạy Sài Gòn
Hà Nội nằm ngoan trên phím chữ
Xuôi ngược những dòng tin
Ena…
Ane…

Đâu chuyến thang treo tầng không tầng chín
Nụ chưa kịp hoa, môi đành nở trong lòng
Đâu chiếc lồng đu quay
Nhốt ta vào giữa lững lờ mây trắng
Mắt anh chìm vào đôi cánh em bay
Đâu bức tường trưa
Dán ta vào đôi lứa
Đâu chiếc ghế đêm hệ lụy
Phút thiên đường…

Huống hồ giờ ta mất nhau
Vô cớ
Mắt đâu dễ dàng khép mở
Cho lệ buông
Anh chìa tay chào nỗi buồn
Nỗi buồn nở nụ cười tri kỷ

Ta nhìn nhau mà núi ngự
Ta gần nhau mà sông hương
Kẻ phía tương lai
Người phương quá khứ
Ta bổ đôi ta thành hai ta
Kẻ đầu ghềnh
Người cuối thác
Nhặt nhạnh
Những dấu chấm than khúc xạ
Dưới chân mình…
Day dứt thuở
Hà Nội nằm ngoan trên phím chữ… ∎

Hoan Khúc
NGUYỄN HẢI THẢO

Ngày đã lóng lánh sương
trên cỏ hoa ban mai
ngược xuôi người đi bộ
sinh động phố sinh động
tiếng nói cười từ quán
cà phê tôi ngồi lắng
nghe trái tim dặt dìu
khúc hoan ca mùa xuân
Hạnh phúc trườn dài trên
sống lưng trên đôi vai
một đời nặng gánh gạo
tiền cơm áo... Tôi lặn
hụp trong niềm vui bất
chợt. Cám ơn em - người
đã mang đến tôi nỗi
hân hoan thần thánh - người
đã hóa ảo thành thực
hồi sinh tôi qua cơn
đau cuối mùa cho tôi
một lần nữa được sống... ∎

Về Vật Tổ

NGUYỄN THANH CHÂU

trước mắt ta. vật tổ
yoni. lingam
dòng sinh mệnh hằng cửu
xin uống cạn niềm hoan lạc trinh tuyền
này em. hoá thân những người nữ
đến với ta. chiều nay
thở cùng đá núi
nằm dưới cây rừng
đến với ta. chiều nay
hãy lột trần thân xác
mở rộng cửa tâm hồn
mặc kệ. những cấm ky một thời mông muội
thiên thu cùng sát na
huyền nhiệm trong ta. một tiếng aum… ■

Đất Nước

NGUYỄN VĂN GIA

Nhân dân mình
Mấy ai không chịu ơn gốc rạ
Những anh hùng
Thi sĩ
Trong máu mình đều thấm giọt phù sa
Dựng nước
Giữ nước
Độc lập
Tự do
Hãy nói giùm tôi
Có thứ nào không cần hạt gạo
Nhưng sao giữa tiết thanh minh
Mà đất trời cháy bỏng
Ruộng vườn mồ mả cha ông
Lại tan hoang như một bãi chiến trường
Di sản bao đời
Vì đâu thành đôi bàn tay trắng
Bài thơ nhỏ này chỉ là thời sự thôi
Như cái vạch vôi
Cha vẽ lên cột ngày xưa nhắc nhở
Rằng có một thời
Trên đất nước tôi
Với súng hoa cải và bom "gas" tự chế tịt ngòi
Dẫu không giữ được
Ruộng vườn đầm bãi
Lịch sử mai này vẫn nhớ mãi anh Vươn
Và hàng trăm mẹ già chít khăn
Lần đầu tiên người để tang cho đất

Những mẹ chị ở tận Cái Răng
Cũng đành lột truồng giữ đất...
Biết hỏi ai đây ở bãi bờ Đồng Tâm ngoài bắc
Sao cụ Kình vô cùng hiền lành mẫu mực
Lại khơi khơi gãy mất một chân?
(Những trò đùa dai cứ cợt nhả với nhân dân!)
Không biết chiếc giày thời trang
của Cô Ba Sài Gòn
Đã rơi vào đâu
giữa đất trời Thủ Thiêm đầm đìa nước mắt
Chúa, Phật và Thánh Thần cũng lặng thinh
Trước những nỗi đau có thật
Tại sao nhân dân không có quyền được biết
Cái gì đã dồn mẹ chị cha anh ta
vào bước đường cùng
Tổ quốc sẽ ra sao
Nếu cứ mất dần
Ruộng vườn
Núi sông
Biển đảo
Đất nước sẽ mồ côi
Nếu không có nhân dân. ∎

Ngôn Sứ
TRẦN THOẠI NGUYÊN

Giữa đất trời cao rộng
Đêm xanh trăng sao đầy
Bờ trần gian cõi mộng
Ta chợt về. Hồn say.

Ai người xưa khuất bóng
Ai đời sau biết đâu?
Ta về vui Sự Sống
Từng phút giây nhiệm mầu.

Ôi Sự Sống thiêng liêng
Trong lòng Mẹ Thiên Nhiên
Với Tình Yêu vô lượng
Hồn tự tại an nhiên.

Ta chỉ là Thi sĩ
Ghé hiên đời vô tăm
Đời người ai tri kỷ
Hỏi đá vàng. Lặng câm!

Xin tặng người đóa hoa
Cánh thơ nở hồn ta
Ô sát-na vĩnh cửu
Kệ cát bụi phôi pha! ∎

Năm Tý, Tản Mạn Ngày Sinh Nhật
VY THƯỢNG NGÃ

"Người chưa bao giờ được ngồi trên ngai vàng dù chỉ một lần" – tôi thường tự bảo mình như thế mỗi dịp đến sinh nhật. Trước khi các trang mạng xã hội xuất hiện và phủ sóng rộng khắp (Facebook, Zalo), sinh nhật tôi chỉ nhận được lời chúc mừng từ gia đình và vài cô chú hàng xóm.

Ngày còn trên ghế nhà trường, tôi thèm được nghe lời chúc tụng của đám bạn cùng lớp. Đầu năm học, lớp trưởng giữ danh sách lớp và tổng hợp tháng sinh, ngày sinh từng thành viên. Mỗi nhân vật, lớp sẽ dành mỗi bất ngờ khác nhau. Có bạn chỉ vừa đặt chân vào cửa, lớp đã ùa ra vỗ tay hát mừng. Có bạn lớp đối đãi "tàn nhẫn" hơn, im lặng từ đầu đến cuối buổi không ho he hay nhín một lời nào – tất cả để dành tận phút chót, bầu không khí vỡ òa hòa cùng tiếng nhốn nháo của học sinh giờ tan trường. Có bạn bị "dùng hình" – đa phần là các bạn nam. Hôm sinh nhật, đồng bọn kéo nhau vây quanh chỗ ngồi nhân vật "bất hạnh trong niềm hạnh phúc lẫn lộn", nhanh như cắt, một bạn vòng ra sau khóa tay đối tượng, một bạn giữ hai chân, cứ thế cả đám xúm vào cù lét (trò này xem ra nhẹ chán! Thực tế lớp tôi dùng trò "kinh khủng" và "lầy lội" hơn). Nếu bạn nam là nhân vật ưa khuấy động không khí tạo niềm vui cho lớp, chuyện sẽ dài tập và không kém phần hấp dẫn. Bắt đầu bằng màn cù lét đã đời rồi tháo giày giấu đâu đấy khuất tầm mắt, chiếc thì treo lủng lẳng trên vuông cửa sổ. Ngoài giày, lớp còn đặt rải rác dụng cụ học tập, sách giáo khoa đây đó; phần lớn giấu sách vở đã qua tiết học. Khổ chủ dở khóc dở cười kiếm tìm "kho báu" bất đắc dĩ, biết bọn bạn giấu quanh quẩn khu vực lớp những chả rõ nằm ở xó xỉnh nào! Có bạn, ngày sinh nhật là ngày khổ sở, nhất là với môn có tiết mục kiểm tra bài cũ, điển hình qua các môn xã hội. Giáo viên gọi số ngẫu nhiên kiểm tra miệng, nhưng lớp đã kịp ngắt lời, nhao nhao: "Cô ơi mời bạn A. nè cô, nay sinh nhật của bạn". Cô dễ cho tụi học trò trêu và mau "nhập cuộc" hơn thầy. Cô cười, *vậy sao?*, có cô thì tán thành "âm mưu" của lớp; có cô chơi nước cờ cao hơn, mời bạn có ngày sinh nhật chỉ định bất kỳ thành viên nào trong lớp trả bài. Bốn mươi mấy con người mặt méo xệch.

Thời học sinh, chuyện tiền nong nan giải, đau đầu hơn cả việc tìm tình yêu tuổi học trò. Sinh nhật, nhận lời chúc miệng, hát hò đã là may mắn lắm! Tôi chưa từng nhận được lời chúc nào trong quãng thời gian ngồi trên ghế nhà trường. Tôi sinh ngày 3 tháng Hai năm 1997 (Đinh Sửu), lịch âm rơi vào ngày 26 tháng Chạp năm 1996 (Bính Tý); nói nôm na tôi thuộc dạng "đầu trâu đuôi chuột"! Tuổi tác tôi còn linh hoạt hơn cả trò đùa của tụi bạn bày để ứng phó với từng trường hợp và hoàn cảnh thay đổi đột ngột! Nào tuổi dương lịch, tuổi âm lịch, tuổi mụ (tuổi bị "oan"), tuổi… đi xem bói (được cộng thêm 1 tuổi vào tuổi mụ). Cụ thể Xuân Canh Tý (2020), tuổi của tôi lần lượt như sau: tuổi dương lịch (23 tuổi), tuổi âm lịch (24 tuổi), tuổi mụ (25 tuổi), tuổi xem bói (26 tuổi! – tôi không rõ nơi khác họ xem ra sao, người quen tôi hay bảo tôi nhiêu đó tuổi). Vị chi tuổi tôi sẽ vào khoảng 23 đến 26! Thật hợp cho mái tóc muối lấp lánh ai cũng thấy. Thây kệ! Giờ chịu trận sớm, mốt đúng tuổi già, đỡ… khớp!

Sinh vào thời điểm cận kề cuối năm, tôi thiếu sự quan tâm xã giao của bạn bè hay một bữa tiệc sinh nhật đúng nghĩa. Gần Tết, nhà nào nhà nấy còng lưng lau lau dọn dọn, chùi chùi quét quét; cơm ăn tạm qua bữa, nhiều lúc nấu mì gói, lấy đâu thời gian mơ tưởng một bữa tiệc sinh nhật hội tụ đủ bạn bè thân thiết! Chỉ duy nhất một lần nhà đãi tiệc sinh nhật cho tôi, chuyện cũng đã 10 năm hơn về trước. Năm đó tôi học lớp 5, má bảo lớp cuối cấp, sắp chuyển trường nên muốn tặng tôi một ngày vui chơi cùng các bạn trong lớp. Việc nhà ngổn ngang, chưa đâu vào đâu mà cả nhà "bấm bụng" tổ chức tiệc cho tôi để gọi là có cái… kỷ niệm mai này; tôi ấn tượng mãi!

Đám nít nhỏ 10 tuổi, gần 20 bạn (xấp xỉ một nửa lớp); vốn tính năng động, ham vui, được "mở cửa mời" quậy phá thả giàn, lại được đệm thêm nhạc thì còn gì bằng… báo hại tôi năn nỉ gãy lưỡi từng đứa ăn xong rồi về nhà lẹ lẹ để nhà còn dọn dẹp và tôi… mở quà. Con nít, thấy quà mê tít mắt; dù gom hết quà thảy vào phòng thay đồ, khóa trái cửa, tranh thủ đám con nít la í ới nhảy tưng bừng ngoài kia, tôi nhè nhẹ lách mình qua khe cửa chuẩn bị màn bóc quà hấp dẫn tôi đứng ngồi không yên suốt cả bữa tiệc. Tôi cứ nghĩ đời luôn êm đẹp theo cái cách tôi vạch sẵn. Một vài thành viên trầm lắng giờ phút này như những tên gián điệp đứng nép ở một góc cầu thang trong bếp, chúng đi men bờ tường vào phòng tôi. Chưa kịp trở tay, lập tức bọn chúng ập vào! Đám đang quậy nát nhà nghe tiếng la [xua đuổi của tôi] bên trong, chúng tò mò ùa hết thảy mục sở thị. Đến nước này, tôi đành cầu cứu ba má "dẹp loạn". Nói là dẹp loạn, kỳ thực trấn an tôi và tụi nhỏ là chính. Đứa này tò mò quà đứa kia là gì, đứa kia lại muốn rờ cái nón siêu nhân đang để trên đùi tôi. Cứ thế nhao nhao cả bọn. Lâu lâu nhớ chuyện cũ, má kể tính tôi hồi đó cũng kỳ cục chẳng kém; nhận quà, chụp ảnh xong đòi đuổi hết con người ta về; đang ăn ngon lành rù rì đứa này đứa kia "thôi bạn về nhà đi"; nít nhỏ làm gì dễ dụ. Tàn tiệc, ba má í ới chưa chắc bọn nhóc chịu đi.

Lớn chút nữa, ngày sinh nhật của tôi như dịp thể hiện rõ trách nhiệm của mình đối với gia đình. Hai mươi sáu tháng Chạp hằng năm, ba tôi đều đặt vé tàu ra quê nội (Phan Thiết) tảo mộ. Tôi và má ở nhà kéo từng món đồ rửa rửa, cọ cọ rồi phơi. Tay má tôi đôi khi nhức nên tôi không cho má động vào phần việc có nước. Tôi phụ trách công đoạn rửa chén – đĩa – ly – hộp mứt Tết, rửa tường, rửa ghế sofa, rửa bàn,… những chuyện liên quan đến nước tôi xắn tay lo tất tật. Má tôi đi chợ buổi sáng mua bánh mứt và đồ dự trữ. Tuy trước đó cả nửa tháng má sắm sửa đâu vào đấy, nhưng Tết, thấy ai tay xách nách mang món này món kia chịu không được, lại cắp giỏ đi chợ.

Từ hai mươi sáu đến hai mươi bảy Tết, nhà tôi giải quyết dứt điểm chuyện cọ rửa đồ vật. Sang ngày hai mươi tám, tôi lau dọn bàn thờ kỹ hơn ngày Rằm và mồng Một mỗi tháng. Tôi leo lên thang, dùng giấy lau sơ sơ tranh Phật, xịt nước rửa kính vào rồi chùi chùi đến sạch, sáng mới chịu. Tôi làm việc điềm đạm, tỉ mẩn, cái gì cũng từ từ, chăm chút đến từng đường kẽ gạch men. Má tôi ở dưới sốt ruột, sợ tôi dồn sức vào lại đổ bệnh và ngán ở những chặng cuối trước đêm giao thừa. Hai mươi chín, ba mươi âm lịch tôi cùng ba lau – rửa cửa và xe máy; còn má chuẩn bị đồ cúng từ sáng ba mươi Tết. Để những ngày cuối nhàn nhã, cả nhà đã "rục rịch" dọn dẹp dần dần tầm hai mươi tháng

Chạp; nhưng tại thời điểm đưa Ông Táo về trời ngày hai mươi ba, cả nhà mới "khí thế" làm việc. Nghe nhà mở nhạc Xuân, hàng xóm rôm rả thấy nôn nao, thú vị hẳn. Chuyện cơm nước không còn là vấn đề quan trọng. Má và tôi bao giờ cũng hỏi nhau một câu "năm nay sẽ dọn nhà xong sớm hay muộn so với năm ngoái?", bây nhiêu thôi đủ tạo động lực thúc tôi hoàn thành công việc mau mắn.

Tầm 5 năm cầm bút võ vẽ đôi ba chữ giải khuây, tôi ưa thích đặt ra mục tiêu khai bút đầu năm và tặng mình bài thơ ngày sinh nhật. Nay, tôi đã không còn mảy may chuyện viết nhiều ít, nên việc khai bút tôi không còn đặt nặng để làm khó mình nữa. Với những bài thơ sinh nhật, bút lực tôi mỗi lúc một trưởng thành, phần lớn đọc lại khiến tôi hổ thẹn, có bài gượng gạo, có bài trầm buồn nghe hơi gở, sái sái,… tôi không còn giữ những bài thơ viết tặng mình sinh nhật 4 năm trước, chỉ giữ lại chút "của" cho lần sinh nhật này của mình…

Tôi già hơn tuổi tôi mang
Hai màu tóc vội, tôi than thở: thừa
Không ưa nắng, chẳng thích mưa
Tôi sinh vào lúc trời vừa tin xuân
Có đôi khi gặp mưa nhuần
Ướp trong từng sợi nắng thuần khiết năm.

Đôi tay thừa giữa thăng trầm
Thiếu đi chút ấm, cũng ấm ử quen
Căm căm len lén cài hiền
Tôi vô tư lạc bước miền lạc quan
Có gia đình vẫy tay ngàn
Đón chờ tôi ngả trận hoang mang đời
Có bè bạn sớt chia vui
Ẩn trong ly cối cay vùi những đau
Giờ, tôi chẳng ngoái về sau
Hình như thoáng thấy dáng đâu đây mời
Có cơn gió mở tay ngồi
Cho tôi chớm biết hương người quẩn quanh.

Và, em đến thật hiền lành
Để tôi hiểu được tim mình nói chi!

Vy Thượng Ngã

Chùm Truyện Cực Ngắn Nhật Bản

HOÀNG LONG

(Giới thiệu và dịch từ nguyên tác Nhật ngữ)

Truyện cực ngắn là một thể loại phát triển mạnh ở Nhật Bản, có giải thưởng riêng. Ngoài bậc thầy truyện cực ngắn Hoshi Shini-chi (星新一), nhiều nhà văn khác như Esaka Yuu (江坂遊), Atouda Takashi (阿刀田高), Arai Motoko(新井素子), Takai Shin (高井信), Yamakawa Masao (山川方夫)… cũng thành danh với thể loại này với những tác phẩm xuất sắc. Trong khi đó ở Việt Nam, thể loại này vẫn còn đang trong giai đoạn định hình. Với mong muốn giới thiệu thêm cho quý độc giả một góc nhìn khác của văn học Nhật Bản, chúng tôi chọn dịch và giới thiệu năm truyện cực ngắn xuất sắc của ba tác giả Nakahara Ryo (中原涼), Tsutsui Yasutaka (筒井　康隆)và Muraka-mi Haruki (村上春樹) từ hai tuyển tập "Tuyển truyện cực ngắn – ba mươi tuyệt phẩm" (ショートショート傑作選－３０の神品) do Nhà xuất bản Phù Tang (Fusousha 扶桑社) ấn hành năm 2016 và "Khỉ Nam Mỹ ban đêm" (夜のくもざる) của nhà văn Murakami Haruki (村上春樹), do Nxb Tân Triều Văn Khố (新潮文庫) tái bản lần thứ sáu năm Bình Thành 26 (2014). Chúng ta sẽ nhận ra những truyện cực ngắn này được viết theo phong cách tối giản, hàm súc cô đọng gợi mở nhiều dư vang vốn là thế mạnh của văn học Nhật Bản truyền thống. Đặc điểm này được phát huy tối đa trong thể loại truyện cực ngắn, càng gây cho độc giả những ấn tượng sâu sắc khó quên. Chẳng hạn như truyện "Đà điểu" (駝鳥) của tác giả Tsutsui Yasutaka chỉ có hai nhân vật và một cuộc hành trình băng qua sa mạc nhưng chứa đựng rất nhiều suy ngẫm về những sự đổi chác, cái giá phải trả trong cuộc đời. Truyện rất ngắn nhưng thời gian để chúng ta chiêm nghiệm chắc sẽ rất lâu dài, nhất là với những người đã từng trải. Xin trân trọng giới thiệu cùng quý độc giả.

KHÔNG LỐI VỀ

Nakahara Ryo

Trong số những công nhân làm việc ở công trình xây dựng trên mặt trăng, có một kẻ khác thường.

Anh ta cao lớn, có cơ bắp lực lưỡng hơn người, ánh mắt trông dài dại và hầu như không bao giờ mở miệng nói câu nào cả. Mỗi khi bị gọi đi làm việc, anh ta chỉ khẽ nhướng đôi lông mày và đáp à ừ mà thôi.

"Có vẻ cậu ta giao tiếp kém thì phải?"

Bạn bè đều giữ khoảng cách với anh ta. Tuy nhiên họ lại hay lấy anh ta làm chủ đề bàn tán vì quá sức khác thường.

Những công nhân làm việc trên mặt trăng chừng khoảng sáu tháng hay cùng lắm chừng một năm là bắt đầu nhớ địa cầu quay quắt. Đó không chỉ là nỗi nhớ cố hương bình thường đơn giản mà còn liên quan đến bản tính con người.

Họ vì nhớ nhung địa cầu mà tiều tụy, hơn nữa sau khi nhận được mức lương gấp mười lần khi ở địa cầu thì việc mong muốn quay trở về trái đất là chuyện bình thường thôi. Cả bên phía tuyển dụng lao động cũng thay đổi nhân công định kỳ mà không vấp phải ý kiến phản đối nào cả.

Thế nhưng chỉ riêng cậu công nhân lực lưỡng có ánh mắt dài dại kia là đã năm năm liền chưa quay trở về trái đất một lần nào.

"Chắc là cậu ta thích mặt trăng lắm nhỉ?"

Thực tế chẳng có ai nghĩ như thế cả. Bởi nếu không mặc bộ đồ vũ trụ như gông xiềng kia thì không thể bước chân ra ngoài được. Môi trường tàn khốc như thế làm gì có chỗ nào cho sự lãng mạn cơ chứ?

"Vậy thì là vì tiền à?"

Điều này cũng không đúng. Làm việc trên mặt trăng năm năm là có đủ tiền lương bằng dưới địa cầu làm cả một đời. Nhưng nếu muốn tiêu số tiền đó thì bắt buộc phải quay về trái đất.

"Nếu vậy thì chỉ có thể cho rằng cậu ta có một sự tình riêng gì đó mà không thể nào quay về trái đất được. Biết đâu chừng cậu ta là kẻ tội phạm thì sao nhỉ? Nhìn thái độ của cậu ta dám chừng là phạm nhân lắm."

Điều này đã được một công nhân ưa thích điều tra trong dịp về thăm trái đất cất công cử người đi hỏi tường tận nhưng kết quả là không phải. Anh ta chưa từng bị tình nghi, không tham gia dính dáng gì đến các tổ chức tội phạm và cũng chẳng có tiền án tiền sự gì.

"Thế thì lạ nhỉ? Vậy tại sao lại không quay về địa cầu chứ? Anh ta đã có đủ tiền để vui sống cả đời ở trái đất mà?"

"Không chừng cậu ta căm ghét địa cầu cũng nên. Chắc chắn là vì cậu ta căm ghét con người đây mà."

Rồi cũng đến một ngày gã công nhân kỳ quái bị đánh giá là căm ghét địa cầu cũng phải quay trở về trái đất. Công trình xây dựng đã hoàn thành và hợp đồng của cậu ta cũng chấm dứt.

"Tôi có một yêu cầu. Xin hãy cho tôi ở đây thêm một thời gian nữa."

Gã kỳ quái kia lắp bắp đề nghị với phía nhà tuyển dụng.

"Tôi không muốn về trái đất. Không, tôi không thể trở về được. Làm ơn. Xin hãy cho tôi sống trên mặt trăng cả đời."

"Không thể được. Mặt trăng vẫn còn hoang sơ, chẳng có một thứ gì cả. Sao cậu lại không muốn quay về trái đất chứ?"

"Tôi không thể nói được."

"Chà, cậu có nỗi khổ tâm không thể giãi bày à? Như tôi chẳng thà ngồi tù ở dưới trái đất còn hơn là bị bỏ lại trên mặt trăng này."

"Không có chuyện đó đâu ạ."

"Dù sao đi nữa chỗ chúng tôi cũng chẳng làm gì có thể giúp cậu được. Cậu cứ quay về trái đất tìm xem có công trình nào khác tuyển lao động thì cậu đăng ký lần nữa xem sao?"

Cậu ta gục đầu chán nản. Cuộc thương lượng bất thành.

Cuối cùng cậu ta cùng với các lao động khác cũng phải lên đường trở lại địa cầu. Mọi người đều reo hò hồ hởi riêng cậu ta co rúm người lại, thở dài ảo não.

Từ cái cửa sổ tròn nhỏ trên phi thuyền nhìn ra, trái đất dần dần gần lại và mặt trăng trông mỗi lúc một nhỏ lại, cách xa hơn.

"A, kia là trái đất kìa. Trông đẹp tuyệt vời."

Ai đó cất giọng nói đầy cảm động.

"Nhìn xem kia. Từ khoảng cách này nhìn ra mặt trăng cũng thân thương quá đỗi. Chúng ta cũng đã từng làm việc trên đó mà."

"A, đúng lúc trăng tròn đấy."

"Từ đây nhìn ra mặt trăng đẹp quá nhỉ?"

Gã kỳ quái kia đang gục đầu ủ rũ ở giữa khoang thuyền nghe thấy thế cũng tiến lại gần cửa sổ. Cách đi như thể cậu ta bị một lực hút vô hình không thể nào kháng cự lại được.

"Này, cậu làm sao thế?"

Có ai đó đã nhận ra bầu không khí dị thường mà cậu ta phát tán ra và kêu lên nhưng cậu ta chẳng có phản ứng gì cả. Mắt mở trừng trừng, cậu ta cứ từ từ tiến về phía cửa sổ. Đám người đang xúm xít nơi cửa sổ nhường đường cho cậu ta.

Chẳng nói chẳng rằng, cậu ta đột nhiên bám chặt vào thành cửa sổ, nhìn chằm chằm vào mặt trăng tròn đang lửng lơ trước mặt. Ngay khoảnh khắc đó, cậu ta rú lên như con dã thú, dùng tay cào cấu ngực mình rồi lăn lộn đau đớn dưới sàn.

Và rồi mọi chuyện trở nên sáng tỏ. Khi cậu ta đứng dậy, trên làn da trần mọc đầy lông thú, và khuôn mặt kia trở thành mặt sói hung ác lãnh khốc vô tình.

Mọi người giờ mới hiểu lý do tại sao cậu ta không thể quay lại địa cầu nhưng tất cả giờ đã muộn màng.

ĐÀ ĐIỂU

Tsutsui Yasutaka

Người lữ hành lạc lối giữa sa mạc. Đi mãi đi mãi chỉ thấy cát trải dài. Những đồi cát cứ nối tiếp nhau. Anh ta dẫn theo một con chim đà điểu. Con đà điểu trở nên vô cùng thân thiết với khách lữ hành. Nó cứ theo sau anh ta đi hoài đi mãi.

Trên vai người lữ khách là một túi xách trĩu nặng. Anh ta dẫn con đà điểu đi miệt mài ngày đêm. Mỗi khi đói bụng anh ta lấy thức ăn trong túi xách ra chia cho con đà điểu một ít rồi cùng ăn. Khi buồn ngủ, anh ta cùng với con đà điểu nằm lăn ra trên cát, vùi mình vào mớ lông vũ mà thiếp đi.

Đã bao ngày trôi qua kẻ lữ hành vẫn cùng với con chim đà điểu đi mãi trên sa mạc. Con chim đà điểu cứ lặng lẽ theo sau kẻ lữ hành.

Đến một lúc thức ăn mang theo đã gần cạn. Người lữ khách thôi không chia phần cho con chim đà điểu mà chỉ lặng lẽ ăn một mình. Mặc dù con đà điểu cứ nhìn chăm chú làm anh có chút ngại ngùng nhưng nếu thức ăn hết thì mình phải chết đói. Dù là bạn bè thân thiết với mình nhưng nó cũng chỉ là một con chim đà điểu mà thôi. Người lữ khách nghĩ rằng mình là con người và không gì có thể đánh đổi sinh mệnh của mình được cả.

Mặc dù không được cho ăn nữa nhưng con đà điểu vẫn cứ đi theo sau người lữ khách. Mỗi khi anh ta lấy đồ ăn trong túi ra ăn một mình, con đà điểu chỉ lặng lẽ nhìn bằng đôi mắt to vô hồn chứ không có quậy phá, đòi hỏi đồ ăn gì cả.

Người lữ hành và con đà điểu vẫn tiếp tục đi trên sa mạc. Đêm đến anh ta vẫn rúc mình vào mớ lông vũ của con chim đà điểu mà ngủ.

Cuối cùng thức ăn trong túi đã cạn sạch. Cả hai lê thân mình với chiếc bụng rỗng đi tiếp trên cát trải dài. Người lữ hành vứt chiếc túi xách rỗng không lại trên cát.

Một buổi sáng khi người lữ khách vùi mình trong đám lông chim thức dậy, anh ta bất chợt nhận ra cái đồng hồ bỏ túi có gắn sợi dây xích vàng của mình đã biến mất.

"Chà, mày đã nuốt luôn cái đồng hồ rồi hả?", anh ta nói với con chim đà điểu.

Con chim chỉ lặng lẽ nhìn anh ta với đôi mắt trống rỗng mơ màng.

"Mặc dù biết là mày đói nhưng dù thế nào đi nữa ăn luôn cái đồng hồ của tao là không thể chấp nhận. Được rồi. Vậy tao quyết định sẽ lấy ít thịt đùi của mày đền cho cái đồng hồ vậy. Như thế là huề nhé."

Người lữ khách khoét một miếng thịt đùi nơi chân con chim đà điểu. Rồi vừa ăn anh ta vừa liếc nhìn phản ứng của nó.

Con chim đà điểu vẫn mở đôi mắt to tròn lặng lẽ nhìn anh ta như thường lệ.

Sau khi ăn xong miếng thịt đùi, lữ khách lại bắt đầu tiến bước giữa sa mạc. Con đà điểu lê đôi chân hơi cà nhắc lẽo đẽo theo sau.

Cả hai cứ đi hoài mải miết.

Người lữ hành đói đến chóng mày hoa mắt. Một miếng thịt đùi có thấm tháp là bao.

Anh ta lại nói với con đà điểu:

"Này, cho dù mày mất có miếng thịt đùi mà vẫn đi được nhỉ. Cho nên nếu giờ lấy nốt miếng bên kia chắc cũng chẳng sao. Vì thế tao sẽ lấy nốt luôn nhé."

Người lữ hành lại xé một miếng thịt đùi đà điểu mà ăn ngấu nghiến. Vì xé miếng hơi to nên chân con chim đà điểu lòi ra cả xương trắng. Thế nhưng nó vẫn đi theo người lữ hành.

Chỉ sau vài giờ ngắn ngủi, kẻ lữ hành lại đói bụng đến mức muốn xỉu lăn ra.

"Này, cái đồng hồ có sợi xích vàng của tao đắt tiền lắm nhé!"

Anh ta lại nói với con đà điểu.

"Bởi vậy hai miếng thịt đùi chẳng bõ bèn gì. Tao muốn lấy miếng thịt ức của mày nữa."

Sau khi nói thế, anh ta cảm thấy day dứt nên lén nhìn sắc mặt của con chim.

Nó vẫn ngơ ngác như thường.

Người lữ hành gật gù rồi xé miếng thịt ức của nó mà ăn. Xương sườn của con chim đà điểu lòi ra trắng hếu. Tuy thế nó vẫn đi theo người lữ khách với vẻ thoáng chút đớn đau.

Cả hai lại tiếp tục băng qua sa mạc.

Chẳng mấy chốc người lữ khách lại đói bụng đến chóng mặt hoa mắt. Anh ta khẽ liếc nhìn con đà điểu mà nói:

"Cái đồng hồ vàng của tao ấy mà chỉ chừng đó thịt thì không đủ đền bù đâu."

Người lữ khách tiếp tục với vẻ căng thẳng.

"Tao muốn lấy thêm ít thịt mông của mày. Thế nào? Dĩ nhiên nếu như mày bằng lòng…"

Vì con đà điểu cứ im lặng nên anh xé miếng thịt mông nó mà ngấu nghiến.

Và rồi cả hai lại tiếp tục băng qua sa mạc.

Và cứ từ lúc ấy, kẻ lữ hành lúc nào cũng lấy chuyện cái đồng hồ vàng ra để làm cớ mà xé lấy thịt con chim đà điểu để ăn.

Con chim đà điểu bị lấy hết thịt chỉ còn lại xương trắng. Cuối cùng ngay cả nội tạng của nó cũng bị người lữ khách mó tay vào.

Những món nội tạng trong lớp xương sườn trắng hếu của con chim đà điểu lần lượt bị biến mất.

Con đà điểu cuối cùng chỉ còn lại một bộ xương. Bên trong nội tạng nó chỉ còn lại một trái tim đập khe khẽ.

Thế nhưng con đà điểu vẫn lẽo đẽo đi theo sau người lữ khách.

"Này cái đồng hồ vàng của tao đắt tiền lắm đấy chứ có thể mua được đến hai ba con chim đà điểu chứ chẳng chơi."

Người lữ khách lại liếc nhìn con chim đà điểu mà nói vậy.

"Vì thế tao muốn lấy luôn trái tim của mày. Quyết định thế nhé."

Con chim cũng chỉ im lặng.

Người lữ khách an tâm, lấy tay thọc vào lớp xương sườn lấy ra trái tim của con chim đà điểu mà ăn.

Bây giờ trong bộ xương của con chim đà điểu chỉ còn mỗi cái đồng hồ vàng mà nó đã nuốt vào, kêu lên những tiếng tích tắc tích tắc không ngưng.

Sau khi ăn xong trái tim, người lữ khách lại tiếp tục tiến bước.

Bây giờ thì con chim đà điểu hoàn toàn trở thành một bộ xương, và cái đồng hồ cứ không ngừng tích tắc gõ nhịp thời gian chạy qua chạy lại lạo xạo trong mớ xương khô. Dù thế nó vẫn lẽo đẽo đi sau người lữ khách.

"Cái con chim này tại sao vẫn còn đi được khi đã mất đi trái tim nhỉ?"

Anh ta vừa đi vừa nghĩ như thế.

"À, chắc là do cái đồng hồ làm thay nhiệm vụ cho trái tim rồi chăng?"

Cái tiếng tích tắc của chiếc đồng hồ làm người lữ khách vô cùng bận tâm. Anh ta cảm thấy như thanh âm đó càng ngày càng cao xa, vang vọng. Vì thế mà anh ta cứ vừa đi vừa thỉnh thoảng liếc nhìn về phía sau.

Còn con chim đà điểu nay đã trở thành một bộ xương vẫn không ngừng theo sau mải miết.

Đúng lúc đó, từ phía xa hình dáng những tòa nhà đen trùi trũi hiện ra giữa sa mạc.

"Thành phố. Thành phố kìa. Chúng ta được cứu rồi."

Anh ta chạy nhảy với vẻ vui mừng. Bất chợt anh ngoái lại nhìn con chim đà điểu phía sau.

"Đúng rồi. Bây giờ mình không xu dính túi. Không có tiền thì cho dù có vào được thành phố cũng không kiếm được miếng ăn đâu. Nếu lấy cái đồng hồ kia bán đi lấy tiền thì mình có thể mua được đồ ăn rồi."

Anh ta vội vàng tiến lại gần con chim đà điểu, thọc tay vào mớ xương sườn của nó định lấy cái đồng hồ.

Khi tay người lữ khách chạm được vào chiếc đồng hồ, lần đầu tiên con chim đà điểu cất tiếng nói.

Ngước nhìn người lữ khách bằng đôi mắt không còn nhãn cầu như hai cái hố đen sâu hoắm, con chim nhẹ nhàng hỏi:

"Cậu định lấy cái đồng hồ à?"

Nghe con chim hỏi thế người lữ khách trở nên do dự. Anh ta đã ăn thịt con đà điểu để đền bù lại cái đồng hồ. Vì thế mà giờ đây cái đồng hồ đó đâu còn của anh ta nữa chứ.

Nhưng mà để giữ mạng mình thì đành phải vậy. Anh ta nắm chặt lấy cái đồng hồ, lôi ra khỏi lớp xương sườn của con chim đà điểu.

"Vậy à?"

Con chim đà điểu gật đầu.

"Nếu như vậy thì đôi mắt này là của tôi."

Ngay khi nói thế con chim đà điểu lấy mỏ khoét mắt người lữ khách và nuốt trọn.

"Á…"

Mất đi đôi mắt, người lữ khách vội vàng bỏ chạy. Thế nhưng con chim vẫn không ngừng đuổi theo sau.

"Thịt vai này là của tôi. Thịt mông này cũng là của tôi."

Vừa gào lên như thế, con đà điểu không ngừng mổ rỉa thịt phía sau lưng người lữ khách. Và dần dần anh ta chỉ còn lại bộ xương.

Và khi những người dân thành phố thấy một con chim đà điểu từ sa mạc tiến vào, ai nấy đều kinh ngạc.

Trên lưng nó chở một bộ hài cốt. Trong tay bộ xương còn nắm chặt cái đồng hồ vàng.

CON LƯƠN

Murakami Haruki

Khi Kasahara Mei gọi điện đến nhà tôi lúc ba giờ sáng thì hiển nhiên tôi vẫn còn đang say ngủ. Đúng khi tôi đang vùi mình sâu trong vũng bùn của giấc ngủ ấm áp mượt mà như nhung cùng với con lươn và đôi ủng cao su, cố gắng xoay xở để gặm nhấm trái cây hạnh phúc hữu hạn tương xứng trong hoàn cảnh đó. Đúng khi ấy điện thoại lại reo vang.

Ring, ring, ring.

Đầu tiên trái cây biến mất, rồi thì con lươn và cả đôi ủng cao su mất tiêu luôn, sau cùng vũng bùn lầy cũng chẳng còn nữa, chỉ trơ trơ lại mình tôi. Còn lại thằng tôi ba mươi bảy tuổi, say xỉn, chẳng được ai yêu mến này còn lại mà thôi. Người nào ở đâu có quyền gì mà cướp đi con lươn với đôi ủng cao su của tôi kia chứ?

Ring, ring, ring.

"Alô, alô!", cô Kasahara Mei cất tiếng. "A lô!"

"Vâng, alô", tôi trả lời.

"À, tôi là Kasahara Mei đây. Xin lỗi đã gọi anh vào đêm khuya khoắt thế này. Nhưng mà kiến lại xuất hiện rồi anh ạ. Chúng nó làm tổ nơi cây cột kế bên nhà bếp. Tôi đã đuổi chúng nó đi khỏi chỗ bồn tắm rồi thế mà không ngờ đêm nay chúng lại dời tổ ra đây cơ chứ. Đúng vậy đấy. Dời cả tổ ra đây luôn. Mang theo cả mấy hạt trắng trắng giống mấy đứa con nữa. Tôi không thể nào chịu nổi. Vì vậy mà anh có thể mang theo cái bình xịt bữa trước đến đây được không. Mặc dù như vậy là làm cho anh vất vả giữa đêm khuya nhưng tôi căm ghét kiến kinh khủng luôn ấy. Này, anh có hiểu không?"

Tôi lắc đầu thật mạnh giữa đêm khuya. Kasahara Mei là ai cơ chứ? Cái người tên Kasahara Mei dám cướp đi con lươn trong đầu tôi cuối cùng là người nào vậy?

Tôi hướng về phía Kasahara Mei mà cất tiếng hỏi.

"Trời ơi xin lỗi anh nhiều, có vẻ là tôi gọi nhầm số rồi", giọng cô ấy nghe thật sự có vẻ ăn năn. "Tôi thực sự bị hoảng loạn vì lũ kiến này. Vì lũ kiến dời cả tổ ra luôn mà. Xin lỗi anh nghe."

Kasahara Mei cúp máy trước, sau đó tôi cũng gác điện thoại. Đâu đó trên thế giới này có lũ kiến đang dời tổ và Kasahara Mei đang cầu cứu ai đó.

Tôi thở dài rồi lại vùi mình vào chăn ấm, nhắm mắt lại và lại tìm kiếm những con lươn thân thiện đó trong vũng bùn lầy của giấc ngủ sâu.

TRONG MỘT THẾ GIỚI MÀ NGỰA BÁN VÉ TÀU

Murakami Haruki

Ngày 7 tháng 5 (Thứ sáu)

Tôi đã thử hỏi ba mình: "Ba ơi, con người ta khi chết rồi sẽ đi về đâu ạ?". Tôi đã thắc mắc về điều này từ lâu lắm rồi. Ba tôi suy nghĩ một lúc lâu rồi trả lời: "Con người ta khi chết đi sẽ đến một thế giới mà ngựa bán vé tàu điện. Con sẽ mua vé rồi lên tàu, ăn cơm hộp với chả cá, rong biển konbu quấn và bắp cải thái nhuyễn đó con." Thế là tôi thử suy nghĩ trầm ngâm về điều đó xem sao. Thế nhưng tại sao sau khi chết đi mình lại phải ăn chả cá với rong biển konbu quấn cơm thì tôi thật tình không hiểu rõ. Thì mới năm ngoái đấy thôi, khi bà tôi chết chúng tôi còn ăn loại sushi đặc biệt cơ mà. Vậy mà tại sao sau khi chết đi con người ta lại chỉ được ăn chả cá, rong biển konbu với bắp cải thái nhuyễn nhỉ? Tôi cảm thấy điều đó thật chẳng công bằng chút nào. Khi tôi nói ra điều đó thì ba tôi bảo rằng, "con người ta mà chết đi thì dù thế nào đi nữa cũng phải ăn chả cá, rong biển konbu quấn cơm với bắp cải mà thôi. Nó là như vậy rồi."

"Thế rồi sau đó thì sao ạ? Sau khi ăn cơm hộp xong đấy ạ?", tôi thử hỏi tiếp.

"Tàu điện sẽ đến ga cuối rồi mình xuống tàu. Sau đó mình lại phải mua vé từ một con ngựa khác rồi lên một chuyến tàu khác", cha tôi trả lời.

"Vậy thì mình lại phải ăn cơm hộp với chả cá, rong biển konbu và bắp cải tiếp ạ?"

Tôi không thể kìm nén được mà gào lên. Bởi vì tôi không muốn nhìn thấy chả cá, rong biển konbu và bắp cải thêm lần nào nữa hết. Tôi hướng về ba tôi mà làm điệu bộ trợn mắt lè lưỡi rồi nói:

"Kỳ quái, con sẽ chẳng bao giờ ăn thứ đó đâu."

Ngay lập tức, ba quắc mắt nhìn tôi chăm chú. Đó không còn là ba tôi nữa mà là con ngựa mất rồi. Trên tay con ngựa ba tôi cầm một chiếc vé tàu. "Hí hí hí hí, sao lại ích kỷ như thế chứ? Mày mua tấm vé này rồi lên tàu điện đi. Và mãi mãi mày sẽ phải ăn chả cá, rong biển konbu và bắp cải thái nhuyễn. Hí hí hí hí."

Tôi quá sức sợ hãi, lập tức khóc ré lên. Một lúc sau, con ngựa dần dần biến thành ba tôi trở lại. "Đừng khóc nữa. Giờ ba con mình đi ra McDonald's ăn hamburger nghe." Ba tôi dịu dàng nói. Thế là cuối cùng tôi cũng nín khóc.

ĐIỀU NGẠC NHIÊN Ở BANGKOK

Murakami Haruki

"Alô, cho hỏi có phải là số 5721-1251 không ạ?", giọng của một cô gái vang lên.

"Đúng rồi. Số 5721-1251 đây."

"Thật là xin lỗi khi bất chợt gọi đến cho anh. Thực ra thì tôi đã gọi đến số 5721-1252 đấy."

"Hả?", tôi ngạc nhiên.

“Từ sáng đến giờ tôi đã gọi ba lần rồi. Nhưng không có ai bắt máy cả. Có lẽ là người ta đi du lịch rồi cũng nên.”

“Vậy thì sao?”, tôi hỏi thử.

“À, bởi vậy nên tôi mới thử chuyển sang gọi số 5721-1251 xem sao? Giống như cảm giác hàng xóm láng giềng vậy mà.”

“Hả?”

Cô ta cất giọng đằng hắng nhẹ. “Tôi vừa mới từ Bangkok trở về đây. Ở Bangkok xảy ra chuyện quá quá quá sức tưởng tượng luôn. Chuyện quá quá quá sức đến mức không thể nào tin nổi luôn ấy. Bởi vậy mà mặc dù dự định ở chơi một tuần nhưng mới đến ngày thứ ba tôi đã quyết định quay về luôn. Vì thế mà tôi đã gọi số 1252 để định nói chuyện này đấy. Nếu không thể san sẻ chuyện này cho ai được thì tôi chẳng thể nào ngủ yên đâu. Thế là bất chợt tôi nghĩ biết đâu số 1251 có thể nghe câu chuyện của mình chăng mà gọi điện đấy.”

“Thì ra là vậy.”

“Nhưng mà tôi nghĩ biết đâu nếu là phụ nữ bắt máy thì hay biết bao. Vì tôi nghĩ nếu là phụ nữ thì sẽ dễ dàng san sẻ chuyện này hơn mà.”

“Có lẽ là vậy nhỉ”, tôi nói.

“Xin lỗi anh Bao nhiêu tuổi vậy?”

“Tôi vừa tròn ba bảy tuổi tháng trước.”

“Chà, ba mươi bảy tuổi à? Tôi cảm thấy là nếu trẻ hơn một chút thì sẽ thích hợp hơn. Xin lỗi anh vì đã hỏi câu này.”

“Không sao, có gì đâu mà.”

“Một lần nữa xin lỗi anh”. “Vậy để tôi gọi sang số 5721-1253 thử xem sao. Chào anh nhé.”

Vì thế mà cho đến phút cuối cùng, tôi cũng chẳng biết là ở Bangkok đã xảy ra chuyện gì nữa.

Hoàng Long

Trái Của Đời Dù Đắng
LỮ QUỲNH

cơn gió xoáy vào tim buốt máu
chân lang thang theo chiếc lá vô hồn
nghĩa địa mùa này trơ mộ chí
xe tang nào lặng lẽ chở hoàng hôn

nhìn rượu mà ta không uống được
bạn thì xa tri kỷ cũng đi rồi
tay với trời cao không thấu nổi
tuổi già mất bạn cũng mồ côi

đứa trẻ nhớ nhà không nước mắt
là ta phơi ước hẹn mai về
đất có giữ chân lòng vẫn quyết
ngại đời lắt léo quá u mê

ngồi tưởng quê nhà đang có bạn
đứa nằm hiu hắt chốn trăng sao
đứa đang chiếc bóng đêm mờ tỏ
thì cuộc sum vầy nay chốn nao?

nghĩa địa mùa này trơ mộ chí
và lòng ta cũng mộ chí gập ghềnh
tuổi đã đủ cho tay dài hái quả
trái của đời dù đắng... vẫn xin! ∎

New York. Ngày Tháng Chạp
TRIỀU HOA ĐẠI

New York. New York ngày tháng thạp
hẹn nhau một buổi sương mù
chân run từng đường phố lạ
đếm thời gian những qua mau

vẫn là hàng cây trụi lá
bao nhiêu ngôi nhà ngất cao
lê chân. Chợt buồn góc phố
giẫm nhầm trên lá vàng khô

New York. New York ngày bận
run tay. Lạnh cóng chờ tàu
ai hẹn mà rồi không đợi
một ngày chắc lại xa nhau?

co mình tìm vào góc khuất
giấc mơ từ lúc khởi đầu
quẩn quanh. Những con đường rộng
mãi rồi. Tình biết về đâu?

cuối năm. Một ngày tháng chạp
chân quen đường phố đông người
một mình. Ừ thôi vẫn đợi
tàu xuôi. Tàu ngược về đâu

khuya rồi chân run lạnh. cóng
ước. mong tình ở cùng nhau
chờ ai. mà ai chẳng hẹn
cuối năm. Em ở nơi nào? ∎

Tập Làm Văn
HOÀNG QUÂN

Tôi yêu tiếng Việt từ thuở bé tí ti. Bập bẹ tập đọc trong lớp mẫu giáo của thầy Thống ở Quảng Ngãi, i u ư, o, ô, ơ, a ă â, e ê y, tôi đã cảm thấy những vần, những chữ hấp dẫn hơn nhảy cò cò, chơi ô quan. Thời tiểu học, môn vẽ của tôi được thêm điểm nhờ tôi đặt tên cho "họa phẩm" của mình. Cô giáo bảo vẽ con gà. "Bức tranh" của tôi là một con vật nửa chim, nửa gà với tựa đề "Chú gà trống oai vệ". Tập vẽ cây cảnh, tôi chăm chút cả buổi, nguệch ngoạc được hai cây dừa, thêm vài nét lăng quăng như sóng, gắn tên "Hàng dừa ven sông". Những giờ tập làm văn, những bài học thuộc lòng luôn là niềm vui cho con bé học trò tiểu học.

Theo tổ chức trường trung học, lớp học có nhiều chức vụ khác nhau. Có những chức vụ rất oai, được ưa chuộng. Chức trưởng ban văn nghệ, hát hò vui nhộn, nhiều học trò ngắm nghé. Năm lớp chín, tôi được bầu làm trưởng ban báo chí, mặc dù trong lớp nhiều trò khác văn hay, chữ tốt hơn tôi. Chức không cao như trưởng lớp, quyền không trọng như thư ký, cũng không vui như trưởng ban văn nghệ, nhưng tôi hoan hỉ nhậm chức. Làm báo xuân, chúng tôi kéo nhau lên nhà người anh họ của tôi, nhờ anh vẽ ông táo bên cạnh sớ táo quân. Trong trí nhớ của tôi còn lờ mờ hình ông táo khòm khòm, đội mão, ốm tong teo, mặc áo dài với quần đùi. Tôi bắt chước tạp chí *Tuổi Ngọc*, vẽ mấy con kiến vàng cầm bảng với những danh ngôn, lời hay, ý đẹp. Tôi đóng góp bài vở, nhưng chắc dở òm, nên không còn nhớ mình viết gì.

Biến cố 1975 đã đẩy học trò chúng tôi ra khỏi thế giới học đường hoa mộng và chấm dứt "sự nghiệp làm báo" của tôi. Sau cuộc đổi đời, môn Việt Văn lý thú tôi đã từng yêu thích chỉ còn là môn Văn nhạt tẻ, đôi khi ngột ngạt vì kèm theo lời giảng chính trị.

Mạ chúng tôi có tiệm sách lớn ở thị xã Quảng Ngãi. Từ nhỏ, anh chị em chúng tôi có thú mê đọc sách, báo. Khá môn Việt Văn, nhưng thuở trung học, tôi chưa hề gởi bài đăng báo. Tôi chỉ mon men nộp vài bài thơ ngờ nghệch mỗi khi trường làm báo xuân.

Thật ra, tôi có liên lạc tuần báo Thiếu Nhi một lần. Sau mùa hè đỏ lửa 1972, gia đình nhỏ bạn thân của tôi dọn hẳn vào Sài Gòn. Chúng tôi mất liên lạc, khi vừa xong năm đầu trung học đệ nhất cấp. Tôi nhớ nhỏ bạn ngẩn ngơ. Năm nọ, tôi đọc trong tuần báo *Thiếu Nhi* bài thơ *Giọt Sương Long Lanh* có ghi: "Tặng Ngọc Thúy và kỷ niệm". Tên tác giả không phải tên bạn tôi. Nhưng tôi một mực tin đó là bài thơ nhỏ bạn viết tặng. Bởi vậy, tôi nắn nót viết thư gởi đến tòa soạn Thiếu Nhi xin liên lạc với tác giả bài thơ.

Tuy là con nhà sách, chúng tôi chỉ được đọc sách thích hợp theo từng lứa tuổi, đúng theo "quy định" của song thân. Bởi thế, mãi đến năm lớp chín tôi mới được "chạm" đến tạp chí *Tuổi Ngọc* và mon men đến những tác giả ruột của phe "kẹp tóc". Nhớ, Nguyễn Thanh Trịnh với *Ví Dụ Ta Yêu Nhau*, Đinh Tiến Luyện với *Anh Chi Yêu Dấu*, Duyên Anh với *Áo Tiểu Thư*…

Năm 1983, sau một năm miệt mài đèn sách, sắp sửa hoàn tất khóa học Đức ngữ ở thành phố Heilbronn, thầy chủ nhiệm Stein đề nghị chúng tôi làm bích báo. Tôi hăng hái xin đảm nhận "trọng trách" chủ bút. Tạp chí *Der Spiegel* (Tấm Gương) là tạp chí tin tức hàng đầu của nước Đức. Trong lớp Đức ngữ trung cấp, mỗi khi thầy cô giáo trích đoạn của báo *Der Spiegel* cho chúng tôi đọc, bắt phân tích diễn giải, chúng tôi vò đầu, bứt tai, khổ sở lắm. Liên tưởng đến danh giá của *Der Spiegel,* tôi "sính chữ", đề nghị đặt tên tờ bích báo của lớp là *Der Schulspiegel* (Tấm Gương Học Đường). Cả lớp cùng góp sức, nội dung tờ báo khá khiêm nhường, văn thơ ngô nghê, bởi tiếng Đức sau một năm vẫn còn... ngọng nghịu.

Nhớ mang máng những mẫu báo ngày xưa ở trường Nữ Trung Học, tôi lăng xăng, vẽ vời đạo diễn. Nhờ vài bàn tay khéo léo của những học trò khác, tờ báo trông đẹp ra phết. Rời trường Đức ngữ, tôi vẫn giữ liên lạc với thầy Stein. Nghe nói, thầy vẫn cho treo tờ báo ở tường của phòng học. Tôi xin thầy Stein gói ghém tờ báo, nhờ bạn học khệ nệ mang lên trường mới cho tôi. Tờ báo nằm trong góc phòng tôi một thời gian. Đậu tú tài, dọn nhà đi, tôi đành phải cho tờ báo vào sọt giấy. Nghĩ lại tiếc ghê.

Những năm ở trung học Đức, tôi phải (hay được) nghiền ngẫm văn chương Bertolt Brecht, Max Frisch... Tôi thuộc đôi vần thơ trong bài *Zauberlehrling* của J. W. Goethe. Tôi bình luận *Die verlorene Ehre der Katharina Blum* của Heinrich Böll, *Unterm Rad* của Hermann Hesse...

Trình độ Đức ngữ của tôi đạt "tột đỉnh vinh quang" trong những năm trung học Đức. Tôi được là *Lieblingsschülerin*, học trò cưng, của những thầy cô giáo dạy môn Đức Văn. Những bài luận văn tôi viết năm bảy trang là những bài phân tích tác phẩm, tác giả, bài bình luận các đề tài thời sự, xã hội. Tôi được điểm cao, chẳng phải vì các bài luận mang tính sáng tác văn học, mà có lẽ do vốn ngữ vựng và văn phạm vững vàng của tôi. Rời trung học, sách tiếng Đức tôi đọc đa số là các loại sách chuyên ngành cho chương trình đại học. Tôi không theo dõi các trào lưu văn chương Đức hiện đại nữa. Thỉnh thoảng, nhớ những sách dịch của E. M. Remarque, tôi tìm đọc nguyên tác vài cuốn sách yêu thích ngày xưa như *Drei Kameraden (Chiến Hữu), Zeit zu leben und Zeit zu sterben (Một Thời Để Yêu, Một Thời Để Chết)*. Xong đại học, tôi hầu như chỉ xài tiếng Anh trong công việc. Bởi thế, vốn Đức ngữ của tôi ngày càng thâm thủng.

Tháng Mười năm 2018, tôi trở thành hội viên của Văn Bút Lưu Vong Đức Thoại. Ban tổ chức đề nghị tôi đóng góp mục đọc truyện trong kỳ họp thường niên năm sau. Lúc đó, tôi quá chủ quan, nghĩ thầm, chẳng ngại, mình còn cả mười hai tháng trước mặt. Tôi mơ màng nhớ đến mảnh bằng với điểm 1, điểm xuất sắc của khóa học Đức ngữ. Tôi ngỡ những hào quang của thời oanh liệt trình độ tiếng Đức của tôi vẫn còn le lói.

Khi bắt tay vào việc dịch bài viết của mình sang tiếng Đức, tôi hoảng hồn. Bài tiếng Việt tôi viết xong, ý tứ sẵn sàng, chỉ cần chuyển qua ngôn ngữ khác. Thế mà tôi mằn mò mấy tiếng đồng hồ chỉ được vài câu. May, thời buổi tân tiến, viết trong *computer*, tha hồ bôi, xóa. Tưởng tượng, nếu tôi dùng giấy trắng mực đen, có lẽ mỗi trang tôi chỉ xài được một, hai dòng, còn lại là gạch bỏ đen ngòm. Nhờ *computer* bài vở sạch trơn. Nhưng mỗi đọc lần lại, tôi phải vá chỗ này, chắp chỗ nọ. Càng lúc, tôi càng thấm tầm quan trọng của nguyên tắc văn ôn, võ luyện.

Nhiều năm qua, viết tiếng Việt là sinh hoạt thăng hoa cuộc sống, giúp cho tôi quên hoặc "xử lý" những nhọc nhằn đó đây trong đời. Viết tiếng Việt như tận hưởng giờ ra chơi với biết bao niềm vui. Vậy mà, viết tiếng Đức, cứ như trong giờ làm bài thi, căng thẳng, khó khăn.

Nghe một số tác giả đọc sách của họ ở Họp Mặt Thường Niên Văn Bút, tôi nao núng tinh thần. Họ có nguồn gốc ngoại quốc, nhưng họ rất Đức. Đức thật, chứ không phải Đức trên giấy tờ như tôi. Nhiều người viết một năm hai ba pho sách bằng tiếng Đức dày cộm. Đành rằng, các cụ ngày xưa đã dạy: quý hồ tinh bất quý hồ đa. Tôi cặm cụi nhiều khuya, mà chẳng được bao nhiêu để gọi là lượng, nói chi đến chất. Tôi đâm ra do dự. Ngại mình chọn đôi giày quá lớn so với chân mình. Mặt khác, tôi không muốn bỏ lỡ cơ hội trình bày những tâm tư của một người Việt sống lưu vong. Tôi nhắc đi nhắc lại, rằng, tôi mong câu chuyện của tôi cũng được những người không phải Việt lắng nghe.

Trước ngày đến dự Họp Mặt Thường Niên năm 2019, tôi liên lạc qua điện thư với giáo sư Schlott, chủ tịch Văn Bút Lưu Vong Đức Thoại. Chúng tôi đồng ý dời phần đọc sách của tôi sang năm sau 2020. Tôi sẽ có thêm thời gian. Lúc gặp nhau ở buổi họp, giáo sư rất ân cần. Ông hy sinh giờ nghỉ giải lao, ngồi lại nói chuyện với tôi. Ông tỏ vẻ rất quan tâm những đề tài tôi muốn trình bày. Ông bảo cố gắng viết, lúc nào cần lời khuyên, lời đề nghị, cứ liên lạc với ông. Đáp lại những lời cám ơn rối rít của tôi, ông chỉ khiêm nhường nói, đấy là việc, là bổn phận của ông.

Tôi đã cắn bút thật lâu khi dịch những đoạn văn có kèm ca dao tục ngữ, hoặc trích dẫn thơ nhạc Việt. Loay hoay dịch, sửa, xóa. Đọc lại vẫn không hài lòng. Đôi khi tôi phải lược bỏ hẳn cả đoạn có những từ ngữ rất đẹp của tiếng Việt, và chỉ lấy ý viết bằng tiếng Đức. Tập làm văn tiếng Đức ở tuổi quá nửa đời người coi bộ lắm chông gai.

Tôi bắt gặp trong tờ tạp chí tiếng Đức, đôi dòng trích dẫn nhật ký của nhà văn Franz Kafka: *"Verbringe nicht die Zeit mit dem Suchen des Hindernisses, vielleicht ist keines da."*

Ồ, có lẽ tôi xin phép văn sĩ, cho tôi mượn câu nói của ông để tự nhắc nhở mình trong nỗ lực tập làm văn tiếng Đức: "Đừng phí thì giờ tìm kiếm trở ngại. Có lẽ chẳng có trở ngại nào cả." Kinh nghiệm sống quý báu của văn sĩ sẽ động viên tinh thần tôi, để tôi chỉ dành thì giờ "tập làm văn" tiếng Đức. Sang năm, tôi sẽ mạnh dạn cất tiếng nói của mình, góp phần vào diễn đàn của những người viết lưu vong nơi xứ này.

Hoàng Quân

Đêm Mơ
NGUYỄN LỆ UYÊN

Những thanh nứa kêu rột rẹt. Lớp rơm dày cạ vào lưng. Tiếng chép miệng, ú ớ. Khí núi lạnh buốt. 12 thân thể còm nhom chèn khít trên tấm vạt nứa không đủ chuyền hơi ấm cho nhau.

Tôi lăn qua trở lại. Đêm tối cùng lăn trở mịt mù giữa lòng chảo. Núi cao dựng đứng. Khí lạnh dựng đứng. Xa gần là rừng nứa thẳng đuột.

Mảng đục sữa ôi bọc lớp khí trời, cuồn cuộn lên xuống dọc ngang, bó cứng vạt nứa như chiếc bè trôi trên sông.

Tôi nằm còng queo trên chiếc mảng, nghe nước lạnh ngắt dưới lưng và đầu óc gần như đông cứng.

Một lúc sau đó có tiếng khóa rột rẹt, cửa xịch mở. Hai quản giáo bước vô, dùng đầu nhọn thanh kiếm sắc chọc vào sườn. Tôi ngóc đầu dậy, mắt còn kín ghèn. Lúc gỡ ra được, hai quản giáo đã khiêng tôi trên bảng kiếm. Tôi vắt chéo chân, nhún nhảy theo nhịp chân người khiêng kiệu.

Chúng khiêng quanh co ngõ tắt đường quan đến nỗi tôi không còn nhận ra những con đường thường ngày vẫn đi.

Cuối cùng thì chúng đặt tôi xuống giữa bãi cỏ, gặp người nói lời tử tế "xin mời".

Ban đầu tôi chỉ thấy màn sương mỏng, rồi một đốm trắng lớn dần, xòe ra như vạt áo xoay tròn bên sườn núi, sà thấp xuống vạt cỏ… Tôi không tin vào mắt mình. Hà sáng rực. Nàng chạy về phía tôi trong bộ áo dài trường nữ quen thuộc. Tôi đứng sững và nàng lao tới như một con báo đói. Con báo vồ được mồi và nhai ngấu nghiến. Tôi ngộp thở trong niềm hạnh phúc tột cùng.

Trời gần đứng bóng nàng mới chịu thả con mồi ra, nằm gối đầu lên cánh tay tôi, nói:

"Hay tin anh được thả, em ra ngay với anh – nàng nhổm dậy sờ vào mắt, tai, mặt mũi nắn chân tay tôi như thể tìm xem còn hay mất – Những năm anh đi tù ở vùng sơn lam chướng khí em sợ anh không chịu nổi. Giờ thì ổn rồi. Em ra đón anh về".

"Em nói sao?"

"Anh mãn hạn tù cải tạo. Giờ anh là của em, không còn ai hành hạ anh nữa".

"Anh mãn hạn? Anh ra tù?"

"Phải" – Nói và nàng khóa miệng tôi.

"Ba mẹ em lúc này ra sao? Và Chi và Tấn?".

"Ơn Chúa, tốt cả. Có điều Trung đoàn của ba hành quân liên miên, hiếm khi về nhà. Mẹ mỏi mòn và lo sợ sự an toàn của ba. Em đâu biết hòn tên mũi đạn…".

Hà ngồi dậy, kéo tôi theo, chạy về phía trường nữ, ôm cặp nón rồi lộn ngược ra hối thúc tôi mau mau lên chỗ đóng quân. Bước chân không hề chạm đất. Nàng lướt thật nhanh. Tôi tháo đôi *bottes de saut* quàng lên cổ đuổi theo. Khi đến nơi chỉ còn thấy những vòng kẽm gai vón thành đống nhùng nhằng, lửa cháy ngùn ngụt.

Nàng chạy ra bờ suối soi khuôn mặt với những giọt nước mắt đầm đìa. Tôi quỳ xuống, vuốt ve đôi vai nàng, an ủi mà không thành lời. Hà lẩm nhẩm gì đó rất lâu nhưng tôi không nghe được nàng nói những gì. Đầu óc mù đặc. Ráng chiều xẻ dọc rặng núi phía tây. Nàng đưa tay chỉ về hướng đó:

"Mình đi thôi anh, trễ lắm rồi.

"Ở lại, em. Cũng sắp tối rồi. Anh nghĩ là không kịp về đến nhà?

"Về nhà? Anh nghĩ coi. Chúng ta còn nhà đâu mà về?

"Em nói sao?

"Xin lỗi anh, không có gì. Tất cả, hình như là mọi vật đang xáo trộn. Em nghĩ chúng ta nên đi ra hướng biển, anh nhỉ? Bởi vì, tự dưng trong em thích mùi gió mặn, bãi cát mịn, lớp sóng lô nhô. Còn nữa, kể cả những cơn bão cuồng nộ lật tung những con thuyền mỏng manh, bẻ gập những cây cổ thụ…

Hà quay sang, ôm tôi và gục đầu lên vai. Tôi nghe thân thể nàng rung lên, một bên vai đẫm nước. Cả hai đều im lặng, cho tới lúc Hà đẩy nhích tôi ra, nhổm dậy lôi từ chiếc giỏ đệm căng phồng: " Chút nữa thì quên: Áo quần trong gói này, thực phẩm đi đường em để đây, nước uống sữa cà phê em để trong hộp giấy. Còn đây là tiền để anh tiêu pha dọc đường và mấy chỉ vàng phòng thân. Ngày kia anh được thả. Anh phải về nhà ba má chứ? Rồi anh cũng sẽ đến với em chứ, anh phải đến em ngay. Em không còn thì giờ nữa. Em đi trước đây".

Hà ôm hôn rồi đẩy nhẹ tôi ra. Tôi thấy Hà bước giật lùi trên thảm cỏ có những chùm hoa trắng li ti. Tà áo dài sũng nước, lộ ra những đường cong ánh lên sắc xanh rợn lân tinh.

Tôi hoảng hốt đưa tay níu Hà, nhưng nàng đã tung người lên không như con chim nhạn bay về phía xa, mất hút.

Tôi cắm đầu chạy theo, miệng kêu ú ớ, nhưng hoàn toàn im bặt. Hà đã chìm lửng sau rặng núi cao trước mặt.

Tôi giãy giụa một lúc khá lâu sau đó, mở được mắt chỉ thấy bóng đen trùm kín lán trại, bao tải làm mền cuộn rối trong tay, tay kia là một lọn rơm đệm lưng dưới vạt tre.

Mồ hôi chảy mướt người. Trong đầu có những hòn đá nhọn gõ từng cú chắc gọn ong ong.

Tôi tụt xuống vạt, cầm nguyên chiếc bao tải sờn rách và lọn rơm ngồi dưới nền đất ẩm lạnh, nước mắt ràn rụa, ngó qua kẽ phên liếp, toàn một màu đen kín bưng.

Mười phút trước, tôi là một người tù. Bây giờ, trên chiếc đầu gỗ xù xì, trước mặt là người giám thị có khuôn mặt xương xẩu, tôi là người sắp được tự do.

Người giám thị nhìn tôi hồi lâu. Hình như ông ta phân vân, do dự điều gì đó trước khi mở lời. Ông chăm chú nhìn tôi khoanh hai tay trên bàn gỗ, bên cạnh là lọn rơm và chiếc bao tải sờn rách.

"Anh cầm chi những thứ đó? – ông hỏi.

"Bạn thân của tôi.

"Bạn thân – ông tròn mắt.

"Chúng chở che tôi suốt những ngày ở trại này.

"Vâng, tôi hiểu. Anh có thể giữ lấy, không sao.

Nói rồi ông chìa mảnh giấy về phía tôi:

"Anh được tự do kể từ hôm nay. Tôi hy vọng những gì anh tiếp thu, cải tạo tư tưởng sẽ giúp anh hội nhập với xã hội mới.

"Tôi hy vọng thế.

"Chắc chắn chứ không phải hy vọng.

"Vâng.

Tôi cầm mảnh giấy ra trại. Ông đứng lên nắm lấy tay tôi theo cung cách ban phát.

"Chúc anh đi đường bình an, đoàn tụ với gia đình…

"Cảm ơn – tôi nói nhỏ trong miệng. Dù sao cũng nên có một chút lịch sự và tôi bắt tay ông, đứng lên bước ra khỏi văn phòng, không ngoảnh lại.

Lần đầu tiên tôi đi ra khỏi cổng trại mà không có người áp tải, không có những họng súng kèm bên. Tôi ngoái lại, giơ ta vẫy vẫy, không phải chào trại cải tạo, mà dành cho những người bạn cùng số phận, đang còn bị giam giữ trong kia.

Từ trại ra tới đường lớn khá xa. Hai bên là rừng cây thưa, chạy thoai thoải xuống dốc. Nắng xiên qua tàn lá. Tôi bước như kẻ mộng du cùng với giấc mơ mấy đêm trước. Tôi một mình. Tôi bước chậm theo Hà, bên tà áo sũng nước bay lật phật trong quãng gió ngập ngừng. Tôi áp tôi vào quá khứ rêu mốc.

Vòng rào kẽm gai cuộn lửa cùng tiếng la hét của bầy người.

Tà áo sũng nước của Hà phủ chụp và lửa vẫn ngùn ngụt, sáng góc trời.

(…)

Ra tới đường, trời đứng bóng, vắng hoe. Đi một đoạn dài nữa mới thấy một quán tranh. Bước vào và ngồi xuống mảnh gỗ xẻ làm băng ghế. Bà cụ già nằm trên chiếc võng gai, nón lá úp ngang bụng. Tôi loay hoay đặt chiếc túi vải căn phồng lên mặt bàn. Lọn rơm và bao bố phồng xẹp lên xuống như thể muốn nói rằng, chúng muốn chui ra thở khí trời. Tôi ấn ấn lên chỗ phồng, ve vuốt. Chúng nằm im. Tôi nhìn những con ruồi bu vào miệng ly vàng cáu. Dưới nền đất, những con kiến đen bò lăng quăng.

Chủ quán chép miệng mấy cái. Đưa tay lấy chiếc nón lá quạt qua lại, đuổi ruồi. Có tiếng chép chép mấy cái nữa rồi chủ quán mở mắt, ngạc nhiên ngó tôi:

"Xin lỗi, ông dùng chi?

Mặc dù bụng rất đói, nhưng nhìn quanh chỉ thấy chiếc lồng ấp bện bằng mây, mấy chén đất cáu vàng quanh miệng, hũ đậu rang đậy bằng chiếc tô nhựa.

"Dạ, đoạn này có xe về thị xã không bác nhỉ?

Nghe giọng nói, bà chủ quán hỏi lại:

"Cậu mới được phóng thích?

"Sáng nay.

"Không có xe gì đâu, toàn xe thồ gỗ. Nhưng thỉnh thoảng cũng có xe biên phòng hay xe trại A chạy ra thị xã.

Nhìn vẻ mặt, dường như đoán được ý tôi, bà cụ tiếp:

"Tôi bán quán nước này cốt cho những người làm rẫy trong kia, những người thồ gỗ và đám trẻ con chăn bò. Làm cho vui tuổi già, cậu ơi. Nếu muốn về thị xã, cậu phải ra chợ Lèn rồi đón xe đi. Từ đây ra Lèn cỡ mươi cây.

Tôi thọc tay vào túi quần chạm phải tờ giấy bạc. 15 đồng lộ phí của trại giam quá ít để nghĩ tới ăn uống cái gì đó. Tôi phân vân hồi lâu rồi rút tay ra, dứt khoát.

"Cảm ơn cụ cho ngồi nhờ và chỉ dẫn. Cháu xin phép.

Tôi đứng lên, khoác chiếc túi vải lên vai. Bà cụ nhổm dậy:

"Cũng đã trưa, cậu cầm tạm cái này – Nói và bà cụ rời võng, với tay lên mái tranh lôi ra bọc lá chuối – Cậu cầm lấy. Không nhiều nhặn gì. Ăn dọc đường chứ không còn hàng quán gì đâu. Nhà tôi cách một dặm hú thôi, đừng ngại.

Tôi ngần ngừ một lúc rồi cầm lấy, nói cảm ơn, cầm chiếc nón lá bước ra đường.

Hai nấm mộ đất nằm song song sát bìa núi, cách khu kinh tế K một con suối nhỏ. Trước mỗi ngôi mộ là hai hòn đá xương xẩu, có lẽ đưa từ lòng suối lên để làm dấu. Cây cỏ mọc bao quanh um tùm. Tôi đốt nhang cắm lên mộ và quỳ xuống như trước đây tôi đã từng với các chiến binh của tôi. Tôi quỳ rất lâu và nói rất lâu với cha má tôi đang nằm đây. Tôi thầm thì tạ tội với những xương cốt nằm sâu bên dưới mà lòng trống rỗng, không hờn oán. Giông bão dồn dập đổ về, không riêng tôi, cha má tôi. Đó là tai họa từ những toan tính, những ngầm ước mà những con người nhỏ bé không lường hết và càng không thể chống đỡ. Mọi thứ đều tan hoang và một trời đổ nát! Nếu còn sống ngày nào, tôi sẽ phải tập làm quen với những hoang tàn này thôi.

Nhang lụi dần. Khói bay loãng chung quanh không đủ làm trắng bầu trời, nhưng lòng tôi thì lạnh trắng như bọt tuyết. Tôi nhìn làn khói, nhìn hai nấm mộ, nhìn thấy Hà lơ lửng trước mặt như cánh đập của con bướm…

"Trưa rồi, đi về thôi, chú – người đàn ông nói sau lưng.

Tôi đứng lên, bước theo ông lội qua suối mà không ngoảnh lại như một nỗi sợ dồn ứ.

Lúc sắp bước vào nhà, người đàn ông quay lại:

"Chú ra khạp nước rửa mặt cho mát.

Tôi nói cảm ơn và ngồi xuống vạt chõng tre trước hàng hiên. Người vợ từ bếp xách lên chiếc ấm nhôm ám khói và khay nhựa và chén, nói chú uống nước. Tôi nhìn quanh quất. Quần áo nhàu cũ móc lên vách đất, thông xuống bếp là sóng chén dĩa đan bằng tre, ba hòn đá kê làm ông táo. Bếp đầy tro và củi xếp thành đống cao…

Tôi chưa hề biết vợ chồng chủ nhà. Nhưng cả hai cùng cảnh ngộ với cha má tôi. Ông biết rất rõ về gia đình tôi. Lúc xuống xe, lang thang ngoài đường tìm hỏi thăm, ông tình cờ nhìn thấy, hỏi chú tìm ai. Tôi nói tìm cha má đi kinh tế mới. Người ta nói cha má tôi bị đưa lên khu này. Ông hỏi tên rồi dẫn tôi ra thẳng bên kia suối.

Tôi nhấc chiếc ấm nhôm rót ra chén.

Chủ nhà từ ngoài chái sau bước tới vừa lau mặt vừa hỏi:

"Bây giờ chú tính sao?

"Cháu không biết nữa. Nhà dưới phố thì bị tịch thu rồi. Đứa em gái duy nhất chưa tìm ra tung tích. Người duy nhất có thể biết rõ là cha má tôi, nhưng hai người…

"Cơ sự đã như thế này, cháu liệu mà tính sao cho hợp. Cha mẹ cháu thì yên phần, không thay đổi được nữa. Có điều hai ông bà phần tiếc của mồ hôi nước mắt, phần sức yếu không chống lại với những cơn sốt rét rừng ác tính… Cháu đứng buồn.

Tôi im lặng. Chủ nhà im lặng. Không khí đột nhiên chùng xuống, lạnh ngắt.

Chủ nhà đứng lên bỏ đi đâu đó. Một lúc sau, ông trở vô cùng vợ. Cả hai ngồi xuống mép chõng tre phía bên kia khay nước. Cả hai già tóp, da vàng bủng.

Người chồng cầm bọc nhỏ, gói kín bằng giấy nylon, đặt trước mặt tôi.

"Có vong linh anh chị Năm chứng giám, trước khi biết không thể qua khỏi, anh chị đã gửi vợ chồng tôi cái gói này, nói trong đó có 10 cây vàng. Nếu cháu còn sống sót trở về, thể nào cũng tìm lên đây và đưa lại cho chú. Vợ chồng tôi đã hứa. Và giờ thì tôi giao lại cháu.

"Còn căn nhà của cha mẹ tôi chỗ nào, chú?

"Phía sau, cách nhà tôi 5 công đất. Lúc mới lên, che chấp tạo phạo, sập rồi. Tôi sẽ dẫn chú ra chỗ đó, rồi mua cây, tranh dựng lại ngôi nhà khác, gần anh chị Năm…

Nước mắt tôi chảy ra, lăn tự do trên má.

"Cảm ơn tấm lòng chú thím. Cháu nhận phân nửa. Số còn lại gửi chú thím, nhờ chú thím lúc nào thuận tiện, xây giúp mộ phần cha má cháu, dựng tấm bia kẻo sau này lạc không tìm thấy. Còn dư chú thím giữ lấy và xây lại căn nhà hoặc làm gì tùy ý. Coi như phần này thuộc quyền sử dụng của chú thím. Cha má và cháu đội ơn chú thím rất nhiều.

"Chúng tôi đâu được phép làm thế. Nghĩa tử là nghĩa tận, chú mang tiền bạc nói lúc này không đúng chỗ rồi.

"Cháu đã quyết, không thể làm khác được. Cháu sẽ ra đi dù chưa biết đi đâu. Nhưng cháu sẽ quay lại nơi này.

"Cầu Trời Phật phù hộ cháu!

Tôi cúi đầu chào hai vợ chồng, bước ra cùng lọn rơm và mảnh bao tải nằm trong túi trên vai, lủng lẳng trên vai.

Trời đỏ nắng mà tôi ngỡ như vần vũ mây. Tôi bước theo bóng Hà lơ lửng trước mặt. Anh theo em đi, chúng mình cùng ra hướng biển.

Nguyễn Lệ Uyên

Sài Gòn Xưa Có Tám Phố?

TRẦN HOÀNG VY

1.

Trong một lần "trà dư tửu hậu" có đủ các tay văn nghệ sĩ của cả ba miền nước Việt ở 81 Trần Quốc Thảo, một anh bạn bỗng cao hứng ngâm mấy câu thơ "Sài Gòn đi rất chậm buổi chiều/ Cánh tay tà áo sát vòng eo/ Có nghe đôi mắt vòng quanh áo/ Năm ngón thơ buồn đứng ngó theo..." (Tám phố Sài Gòn, Nguyên Sa), rồi đặt câu hỏi với mọi người: "Theo nhà thơ Nguyên Sa, thì Sài Gòn có... 8 phố, vậy mấy ông ở Sài Gòn lâu năm có biết đó là 8 phố nào không?". Cuộc cãi vã, tranh luận ì xèo nổ ra, nhưng rốt cuộc cũng chẳng ông nào, bà nào xác định đủ Sài Gòn có bao nhiêu phố?...

2.

Khác với Hà Nội xưa được mặc định với 36 phố phường và gắn với cái tên "Hàng" như Phố Hàng Bạc, Hàng Thau, Hàng Đào... Sài Gòn được thành lập từ năm 1698 với tên là Phủ Gia Định, và sau này trở thành "Đô thành Sài Gòn", thủ đô của chính quyền Sài Gòn và từng được mệnh danh là "Hòn ngọc Viễn Đông", song cũng chẳng có quy định nào về phân chia cụ thể từng phố, ngoại trừ khu vực tập trung về văn hóa và giải trí ở quận Nhất, bao gồm các con đường lớn như Bonard (Lê Lợi), Tự Do, Nguyễn Huệ, kéo dài từ rạp Rex đến chợ Bến

Thành và nhà ga xe lửa thời bấy giờ, là những địa điểm tấp nập nam thanh, nữ tú, người dân khắp nơi đổ về dạo chơi mua sắm vào mỗi chiều thứ bảy, chủ nhật thời bấy giờ và đó cũng là khoảng thời gian mà nhà thơ Nguyên Sa sáng tác bài thơ "Tám phố Sài Gòn" (khoảng cuối thập niên 60, đầu thập niên 70), bài thơ được ông Nguyễn Đình Vượng đăng trên báo Văn, tờ tạp chí có uy tín về văn học nhất lúc đó ở miền Nam.

"Tám phố Sài Gòn" được tiếp nối với khổ đầu mà anh bạn văn nghệ vừa ngâm nga là "Sài Gòn phóng Solex rất nhanh", rồi ở khổ thứ ba là "Sài Gòn ngồi thư viện rất nghiêm". Đấy là "Thư viện Quốc gia" nằm ở đường Gia Long (nay là Lý Tự Trọng), thu hút rất đông những người trí thức, sinh viên, học sinh đến đọc sách và cũng là thú vui thanh nhã của người Sài Gòn. Ở khổ thơ thứ tư, Nguyên Sa viết "Sài Gòn tối đi học một mình", chỉ về thời gian, và chắc nhắc đến các lớp học ngoại ngữ, vì lúc đó Sài Gòn rất ít nơi học thêm và cũng ít người học thêm. Rồi ông chuyển sang "Sài Gòn cười đôi môi rất tròn", "Gối đầu trên cánh tay", "Sài Gòn nắng hay Sài Gòn mưa"... là những trạng thái tâm lý tình cảm của những con người yêu nhau và cái chính là họ "Thứ bảy Sài Gòn đi Bonard", một đại lộ chính, trung tâm như đã nói ở trên để đến rạp Rex, Vĩnh Lợi, hay ghé thương xá Tax, vào các quán bar hay vũ trường lả lướt bay bướm trong các bước nhảy tân kỳ của lớp trẻ bấy giờ... Để rồi cuối cùng ở khổ thơ thứ tám nhà thơ viết: "Sài Gòn mai gọi nhau bằng cưng/ Vành môi nghiêng cánh xuống phân vân/ Lưng trời không có bầy chim én/ Thành phố đi về cũng đã xuân..."

Rõ ràng, toàn bài thơ cũng chẳng nói đến cụ thể một phố nào cụ thể ở Sài Gòn, ngoại trừ tên đại lộ Bonard lúc ấy người Sài Gòn ai cũng biết!

3.

Phải đến hôm nay, khi ngồi viết về thơ Nguyên Sa, ngẫm nghĩ về người thầy giáo dạy triết Trần Bích Lan, cùng những giai thoại về ông, cùng nguyên nhân ra đời của bài thơ cũng rất hóm hỉnh, khi ông Nguyễn Đình Vượng, chủ nhiệm tạp chí Văn, đề nghị nhà thơ Nguyên Sa viết bài cho tạp chí với yêu cầu "viết về xuân" (ý cho báo Xuân), sau đó lại mở rộng ra là... "viết gì cũng được". Nguyên Sa đã viết và nộp bài thơ "Tám phố Sài Gòn", gồm tám khổ thơ, 32 câu thơ và duy nhất chỉ có câu thơ cuối cùng có một chữ "Xuân" (Thành phố đi về cũng đã xuân), và chợt ngộ ra trong những câu chuyện rất... tiếu lâm của nhà thơ khi kể chuyện cho học sinh trong giờ dạy Triết, ông hay sử dụng từ "bát phố", có nghĩa là "đi chơi phố, đi dạo phố", và người Hà Nội xưa cũng hay nói "đi bát phố" và người Sài Gòn thấy hay hay nên cũng nói theo. Mà "Bát" là từ Hán Việt, có nghĩa là "rời, ra khỏi nhà, đồng âm với từ "Bát" có nghĩa là "tám", bài thơ cũng có "tám khổ" do đó nhà thơ thuận tay đặt luôn là "Tám phố Sài Gòn", tức dạo phố Sài Gòn, chứ Sài Gòn nào có "tám phố" mà tranh cãi. Đúng không mọi người?...

Nguyên văn bài thơ

TÁM PHỐ SÀI GÒN

Sài Gòn đi rất chậm buổi chiều
Cánh tay tà áo sát vòng eo
Có nghe đôi mắt vòng quanh áo
Năm ngón thơ buồn đứng ngó theo

Sài Gòn phóng Solex rất nhanh
Đôi tay hoàng yến ngủ trong găng
Có nghe hơi thở cài vương miện
Lên tóc đen mềm nhung rất nhung

Sài Gòn ngồi thư viện rất nghiêm
Tờ hoa trong sách cũng nằm im
Đầu thư và cuối cùng trang giấy
Những chữ y dài trông rất ngoan

Sài Gòn tối đi học một mình
Cột đèn theo gót bóng lung linh
Mặt trăng theo ánh đèn: trăng sáng
Đôi mắt trông vời theo ánh trăng

Sài Gòn cười đôi môi rất tròn
Vòng cung màu đỏ, nét thu cong
Cầu vồng bắc giữa mưa và nắng
Hay đã đưa dần sang nhớ mong

Sài Gòn gối đầu trên cánh tay
Những năm mười sáu mắt nhìn mây
Chiếc tay tròn ánh trăng mười bốn
Tiếng nhạc đang về dang cánh bay

Sài Gòn nắng hay Sài Gòn mưa
Thứ Bảy Sài Gòn đi Bonard
Guốc cao gót nhỏ mây vào gót
Áo lụa trăng mềm bay xuống thơ

Sài Gòn mai gọi nhau bằng cưng
Vành môi nghiêng cánh xuống phân vân
Lưng trời không có bầy chim én
Thành phố đi về cũng đã xuân.

Nguyên Sa

Trần Hoàng Vy

Nhà Thơ Thành Tôn
Và Những Hình Ảnh Tận Tụy Với Văn Học

TRẦN VĂN NAM

LTS: Ngày 10 tháng 1 năm 2020 là ngày giỗ thứ 2 của nhà văn Trần Văn Nam.

Tạp chí Ngôn Ngữ 5 số Xuân phát hành đầu tháng 1/2020 cũng gần ngày mất của nhà văn Trần Văn Nam, chúng tôi trích đăng một bài viết trong năm 2017, chỉ một thời gian ngắn sau đó nhà văn ra đi để tưởng niệm và ghi ơn tấm lòng văn nghệ với bạn bè, thân hữu của nhà văn này.

Đọc được một bài viết trong sách biên khảo của nhà thơ Du Tử Lê nói về lối sống đẹp đối với các bạn văn nghệ của nhà thơ Thành Tôn: Ai cần tra cứu loại sách văn học gì hiếm quý mà anh đang lưu giữ thì vài ngày sau anh đem đến cho mượn. Điểm lại trong sinh hoạt văn học tại hải ngoại, anh đã có công đóng góp rất nhiều tài liệu sách xưa, tạp chí văn chương thời trước, vào các cuộc Hội Thảo Văn Học, vào sự thành hình các bộ sách Biên Khảo Văn Chương đồ sộ. Anh đang cư ngụ tại thành phố Anaheim cách Little Sài Gòn chỉ 5 hay 6 dặm. Đôi lần có dịp đến nhà anh, tôi chợt có cảm nghĩ nên ghi lại sự tận tụy với văn học của nhà thơ Thành Tôn. Mong rằng qua 6 hình ảnh dưới đây sẽ góp phần thể hiện được tấm lòng ấy:

(Những cắt dán thủ-công các văn bản)

Trong thời-đại thông dụng với các phương tiện điện-tử nhanh chóng như Laptop, Ipad, Điện Thoại Cầm Tay Tinh Khôn (iPhone, Samsung Mobile); chỉ cần bấm nút Print Out thì ta có ngay những văn-bản hoặc tài-liệu văn học với các loại chữ sắc nét, nếu cần thì kèm theo vài hình-ảnh nhiều màu cực đẹp. Việc cắt dán thủ công như hình ảnh trên đây (có đến hơn 300 văn bản đựng trong 6 hộp giấy) đòi hỏi rất nhiều công phu. Nếu muốn in ra với số lượng lớn phải chụp lại từng văn bản để đưa vào máy in, thật khá tốn kém tiền của. So với sự hữu-hiệu điện-tử thì tấm lòng người làm thủ-công càng biểu-lộ, khiến ta phải ngẫm nghĩ lưu tâm.

(Những tạp-chí văn chương xưa được copy lại.)

Không phải nhà thơ không có sẵn những phương tiện điện-tử hiện-đại trong nhà, nhưng chỉ vì anh không màng tới. Con cái hoặc bạn thân đã có những dịp tặng những quà đó cho nhà thơ. Có lẽ anh không ưa "mày mò" làm quen một số thao tác phức tạp trước màn ảnh điện-tử. Trong khi đó, chắc anh lại là khách hàng quen thuộc của vài "Copy Center" như "Office Depot" hoặc "Staples"; hoặc ở những nhà in thân mật của bè bạn quanh Little Sài Gòn, Anaheim, hay Garden Grove; đến để copy lại từng trang tạp chí, từng trang sách; sau đó công phu đóng xếp thành những văn liệu quả là mỹ thuật. Những tạp chí văn học xa xưa được copy lại như 2 photo trên đây đủ nói lên phẩm chất mỹ thuật ấy.

(Những sách văn học được copy lại.)

Có lần ở ngoài quán cà-phê, tôi từng thấy tập tiểu-thuyết thật dầy của nhà văn Dương Thu Hương được nhà thơ Thành Tôn copy nguyên cả cuốn, bây giờ lại chứng kiến tại nhà anh những tập sách văn học đồ sộ khác cũng đã được copy nguyên bộ. Trong số, thi-phẩm "Rừng Phong" của thi sĩ Vũ Hoàng Chương đã được copy không khác gì với bản gốc, trong ngoài cùng khuôn khổ cùng màu sắc với chính bản, có phần đẹp hơn với giấy thật láng. Còn với cuốn "Đường Thi" thật dầy, anh trịnh trọng giới thiệu công phu copy và đóng xếp của mình.

(Bàn thờ ba người bạn văn nghệ thân thiết.)

Nơi nhà anh Thành Tôn, phòng khách và phòng ăn liền thông với nhau, do đó anh có được một không-gian rộng để dàn trải những kệ sách. Ba phía tường đều được tận dụng để sắp xếp những cuốn sách văn chương quý hiếm, cuốn nào cũng thấy bao bọc bằng những lớp nylon trong suốt để gìn giữ lâu dài. Tường bên trái khi từ cửa chính đi vào nhà là những kệ sách cùng bàn thờ cha mẹ; tường phía trong trưng bày vài lọ sành cổ cùng những kệ sách; tường kế tiếp vẫn là những kệ sách cùng bàn thờ ba người bạn văn-nghệ cố-cựu thân thiết của nhà thơ Thành Tôn: thi sĩ Bùi Giáng, nhà văn Võ Phiến, họa sĩ Đinh Cường... Thiển nghĩ, chỉ với vài hình ảnh như trên đây thì không đầy đủ lắm, nhưng cũng đã nói lên được phần nào tấm lòng trân quý văn học của nhà thơ Thành Tôn.

Walnut, California, 2017
Trần Văn Nam

"CHẾT TRONG LÒNG NGƯỜI",
Những Suy Tư Bi Quan Non Nớt

LUÂN HOÁN

Tên tác phẩm là ngôn ngữ chào hàng của người sáng tác. Với sứ mệnh chuyên chở tổng quát nỗi niềm cùng ý tưởng, tên sách thường tạo cho người đọc những ấn tượng lôi cuốn, cạnh những tò mò, thiện cảm và tin tưởng.

Hai thi phẩm đã xuất bản của tôi, tên gọi khởi đầu bằng hai động từ bình thường Về và Trôi. Mỗi động từ cõng thêm một chữ, làm gợi lên tính cách bi quan. Tuy vậy mức độ yếm thế chỉ phảng phất. Đến thi phẩm thứ ba, một động từ, đời thường ít dám dùng, đã được tôi chọn. Rất may, cõi đến của nghĩa động từ ấy khá nhẹ nhàng thanh thoát. Nhưng dù sao bốn chữ "Chết Trong Lòng Người" cũng tạo ra cái không khí bâng khuâng, ảm đạm. Nội dung tác phẩm dựa lưng vào xã hội đã đành, phần khác, như đã nói, do tiên đoán lệch lạc về số mạng chính mình mà có. Sự bi quan này từ đâu. Có lẽ nên xin phép lặp lại vài nét ấu thơ tôi:

Thân phụ tôi bay bướm đào hoa, ông có bốn bà vợ được lập hôn thú và lố nhố nhân tình dọc theo đời sống ít ưu tư của ông. Ông cũng chơi đủ bộ: thuốc lá, cà phê, trà, rượu và cả bàn đèn, để rồi tự chọn giờ buông bỏ cuộc đời lúc 84 tuổi, khi còn rất minh mẫn, đủ sức đi bộ non non nửa cây số.

Người mang nặng tôi chín tháng mười ngày hoặc hơn nữa, là người vợ thứ ba của ông, tôi gọi bằng Má. Bà họ Nguyễn người làng La Qua Điện Bàn. Nhà ngoại tôi nhìn ra đường xe chạy, cách chừng hai trăm thước, bên trái từ ngã ba Vĩnh Điện rẽ về hướng Hội An.

Người vợ đầu và vợ hai của ba tôi là hai chị em ruột, mang họ Ông, người làng Phong Lệ, hình như có bà con với tướng quân Ông Ích Khiêm? (một vị tướng liên tục có sự thăng trầm chóng mặt, trải qua nhiều thời vua Thiệu Trị, Tự Đức, Hiệp Hòa, Kiến Phúc để rồi phải tự sát trong quân lao Bình Thuận, đến thời Hàm Nghi mới phục hồi Hàm Thị Độc). Tôi gọi vợ cả của ba tôi bằng Mẹ. Bà có công nuôi dưỡng và rất mực thương yêu tôi trong vòng ba năm, từ giữa năm 1949 đến gần cuối năm 1951.

Tôi có về Phong Lệ nhiều lần thời lên Chín. Vì là người ba hoa thơ thẩn, nên nơi nào tôi đã đến đều ít nhiều ghi lại địa danh cùng vài nét đặc thù trong chữ nghĩa có vần. Vĩnh Điện, Phong Lệ, hai quê mẹ đó không tránh được sự làm phiền của tôi. Dẫu biết dài dòng lạc xa tinh thần bài viết, tôi cũng xin dẫn ra đây hai bài, minh chứng:

bài 1:

"Vĩnh Điện Hát"
(chỉ phổ biến trên Facebook năm 2015)

"Vĩnh Điện chong mắt ngã ba
ngả xuống Cửa Đại ngả ra Sông Hàn
ngả vào Câu Lâu mênh mang
một dòng sông chảy từ ngàn năm xưa

Vĩnh Điện trầm buồn chiều mưa
tươi vui khi nắng sớm trưa rộn ràng
phố nằm ngay thẳng hai hàng
ôm quốc lộ một cây quàng khăn xanh

sông Vĩnh Điện trôi hiền lành
cây cầu yểu điệu trở thành cánh tay
đưa người đi đến mỗi ngày
là nguồn máu dưỡng phố đầy tiếng chim

mỗi gốc cây mỗi trái tim
che dân thị trấn an nhiên vui đời
bến xe rộn rã tiếng cười
vài câu văng tục rất người bình dân

tôi về đây chẳng một lần
một tháng vài bận dừng chân nơi này
lỡ mê đôi mắt bàn tay
em Nguyễn Duy Hiệu thở đầy mùi thương

yêu-một-chiều, có hơi buồn
nên tôi đi khắp ngả đường chưa quen
nhiều lần ngồi dưới bóng trăng
nghe Vĩnh Điện hát bằng tim chính mình"

Luân Hoán - 9.2015

bài 2:

"Khi Không Nhớ Về Phong Lệ | cúi đầu đụng tiếng thở ra"
(in trong CƠĐĐTT-LTHBVVBH)

"mon men thả bước theo đường sắt
về thăm Phong Lệ giữa mùa xuân
gặp con chiền chiện trên đồng nắng
vừa hót vừa bay khéo quá chừng

chân bước mặc chân lòng ngoái trông
cánh cò tha đất lạng qua sông
bên kia Giáng Động đìu hiu quá
biết có ai cùng ngó viển vông?

Phong Lệ bây chừ buồn quá thôi
ngoại ngồi rờ rẫm lá trầu hôi
dưới chân, con mực thiu thiu ngủ
chừng cả hai đang quên lửng đời

tréo ngược tay treo cột gỗ lim
nhìn kèo nhìn rượng mộng lim dim
giữa không gian lặng như tờ ấy
có tiếng ngáy trầm Ông Ích Khiêm

rờn rợn ngóc đầu đảo mắt quanh
nổi da gà nhón gót đi nhanh
nghiến răng tre nhái lời ma gọi
làng vắng buồn phơi vàng mái tranh

Phong Lệ ầu ơi, Phong Lệ ơi
ngủ ngon, đừng lẫy đạp lòng tôi
ví dầu kỷ niệm thành hơi thở
cũng thổi không tan nỗi ngậm ngùi."

Luân Hoán - 1991.

(Thật tình tôi cũng muốn tuân thủ việc trích dẫn một vài câu tiêu biểu, nhưng lại không có tính giấu những câu vụng khoe những câu được, nên tốt hơn trích nguyên bài, giúp bạn đọc khỏi có ý niệm hồ nghi bất ngờ nào).

*

Xin nhắc tiếp thời ấu thơ. Chuyện ra đời của tôi, quả thật cũng có thể gọi không được bình thường như đa số trẻ khác. Đại khái, trung thực như sau, (lại là thơ)

«... ở Hội An có một bà | ăn chay cầu tự đã ba năm rồi | chẳng cần suy nghĩ lôi thôi | ta chui vào bụng bà ngồi tỉnh bơ | ngộ thay có ả tiên khờ | cũng chui vào đó đợi giờ khai hoa | tính ta sớm ngại đàn bà | nên nhường ra trước gọi là chị luôn | nửa năm bò lật trên giường | nhờ đái nhờ ỉa bình thường lớn mau | chị ta tính trước suy sau | sợ đời hành hạ chuồn mau về trời | còn ta chắc sớm chịu chơi | trơ thân ra nhận ngón đời thăng hoa | từ bầm dập đến trốc da | thế nhưng vẫn muốn la cà sống lâu...»

Qua đoạn trả lời phỏng vấn cho chính mình trên, hẳn bạn biết được, tôi đã ra đời cùng gần lúc với một người khác. Một người chị. Chị Hạc, một cánh chim hiện diện lộng lẫy trong thơ cổ bên Tàu. Gia đình ba má tôi lúc này lập nghiệp ở Phố (Hội An). Ba tôi tuy học nội trú trường Tây ở Huế, nhưng cuộc sống ông vẫn chỉ lè phè ở ngành ngân khố. Má tôi có cửa hàng buôn bán tạp hóa sỉ và lẻ. Khi chúng tôi ra đời vì bận rộn công việc, má tôi giao chị Hạc của tôi cho người em gái nuôi giúp. Dì Quyên thương cháu, tận tình nhưng chị tôi có thể không chấp nhận thiếu hơi ấm của người mẹ, nên chị lẫy và bỏ đi khi tôi chưa kịp biết được mặt chị. Điều này tôi không nguôi buồn ngay khi viết những dòng này. Có vài thơ về chị, nhưng thôi không dám lạm dụng nữa, khi chủ đích bài viết này dành cho tập thơ thứ ba « Chết Trong Lòng Người».

*

Sự mặc cảm yếu kém về sức khỏe của tôi có thể đúng cũng có thể không. Bởi qua kể lại của nhiều người thân, lúc bé tôi khá kháu khỉnh bình thường. Nhưng sau này khi lớn lên so với anh chị em khác, tầm vóc tôi đứng hạng chót. Thời đăng lính, nhờ cân đo tôi biết được mình chỉ khiêm nhường một thước sáu mốt, với 43 kg, trong khi anh và các em sau này đều trên thước bảy và có bề dày da thịt bề thế hơn. Tôi nghiệm có mấy nguyên nhân: sự chia dinh dưỡng khi thai nhi cùng chị, hoặc tôi hoang đàng khá sớm. Dù lý do gì cũng sự đã rồi. Ám ảnh chết yểu, dẫn đến tên gọi cho vài tập thơ ? Có lẽ ít thôi. Những suy tư về xã hội đang sinh động chiến tranh mới là chính xác cường điệu dùng câu từ.

Tập Chết Trong Lòng Người, mảnh khảnh kiểu tôi từng nói, chỉ 112 trang, vóc dáng như loại livre de poche, nhưng mỏng hơn.

Hình thức: bìa tranh của Hoàng Trọng Bân, người bạn chung lớp. Anh vẽ vừa hiện thực vừa trừu tượng cảnh chiến tranh. Thời bấy giờ kỹ thuật in bìa còn cần phải làm bản kẽm, và lệ thuộc về chi phí in ấn. Bìa sách không khả năng in màu làm hỏng bức tranh. Tôi cũng buồn như Bân, nên cười huề, rủ nhau kéo theo Châu Văn Tùng, cũng một tay vẽ cùng lớp, đi uống trà cúc, ăn paté chaud ở Thành Ký, trước nhà thờ Con Gà Đà Nẵng là xong.

*

Tập Chết Trong Lòng Người có hai cái đặc biệt:

- Đặc biệt thứ nhất.

Ấn quán Văn Học của anh Phan Kim Thịnh ở Sài Gòn lo việc in, phát hành, nhưng đứng tên xuất bản là Ngưỡng Cửa. Đây là «nhà xuất bản» tỉnh lẻ do tôi chủ xướng cù rủ thêm các bạn Hà Nguyên Thạch, Thành Tôn, Đynh Hoàng Sa, Vương Thanh thực hiện. Logo nhà xuất bản tôi lượm đại ảnh trên một tờ báo Pháp ngữ, điếc không sợ súng, bỏ qua một bên luật bản quyền. Logo có hình một con ngựa vóc dáng lạ, tạo khí thế tang bồng, tôi cho đứng trên đầu chữ Ngưỡng Cửa do tôi viết, chữ tượng trưng con đường có khoảng trống phía trước.

Ở lưng bìa sau, quảng cáo nhà xuất bản (xem ảnh), với nội dung:

Nhà Xuất Bản NGƯỠNG CỬA	Luân Hoán, Hà Nguyên Thạch, Thành Tôn, Đynh Hoàng Sa, Vương Thanh.

Đã phát hành:

CHẾT TRONG LÒNG NGƯỜI

thơ Luân Hoán

Sẽ phát hành:

NỖI TÌNH CỜ (thơ)
NGOÀI KIA, MẶT TRỜI (truyện)
            Hà Nguyên Thạch
VẾT THƯƠNG (truyện)
            Vương Thanh
VÀNG LẠNH (thơ)
            Nguyễn Nho Sa Mạc
LUẬT THỜI CHIẾN (truyện dịch)
            Nguyễn Kim Phượng
100 CÂU LỤC BÁT.
THẮP TÌNH (thơ) Thành Tôn
TRÁI TIM TRÊN CAO NGUYÊN

            Đynh Hoàng Sa

Địa chỉ Liên Lạc:
Sài Gòn: Lê Hân 161 Yên Đỗ Sài Gòn
Đà Nẵng: Luân Hoán, 96 Triệu Nữ Vương
Quảng Ngãi: Hà Nguyên Thạch, 43 Phan Bội Châu

Lúc này Lê Hân (em tôi) đang nội trú tại Trung Tâm Đắc Lộ (Alexandre de Rhodes) còn gọi là Cư xá sinh viên Đắc Lộ, và dùng địa chỉ nơi đây. Lê Hân liên lạc thường xuyên với anh Phan Kim Thịnh khi in sách. Chú ấy thật có duyên điều hành nhà xuất bản như với Nhân Ảnh tại Hoa Kỳ hiện nay | địa chỉ của tôi là số nhà của Châu Văn Tùng thời bấy giờ | địa chỉ của Hà Nguyên Thạch, sau này tôi cư ngụ hơn một năm, có tên gọi khu Trùng Khánh, của một người Tàu cho thuê (gồm nhiều phòng cá nhân), nhà văn Vương Thanh, họa sĩ Nghiêu Đề thay nhau ở chung một phòng với tôi trong thời gian này. Bây giờ cả hai anh đều đã qua đời. Họ phương phi tốt tướng hơn tôi nhiều, hưởng bóng mát cuộc sống cũng hơn tôi, ai biết cái tôi ròm ròm, ốm ốm ấy lại dai dẳng đến bây giờ, dù mùa đông nào cũng lo không biết có qua khỏi khối tuyết lạnh hay không. Khổ thơ cuối trong bài Tâm Sự Cùng Em Trai, luôn luôn thao thức trong lòng:

"... khuya rồi đó, em về vui cha đợi
đầu em thơm anh gói cả làn môi
cha hôn xuống nghẹn ngào rơi tiếng lệ
- thằng anh mày rồi chết sớm con ơi !

Hóa ra trời thương, chỉ mới lấy đi một đoạn chân, chuộc tội cho những bay bướm bên lề.

Ngưỡng Cửa chỉ phát hành được hai đầu sách: Chết Trong Lòng Người của tôi và Thắp Tình của Thành Tôn. Tôi rất muốn in Vàng Lạnh của Nguyễn Nho Sa Mạc nhưng chưa thực hiện nổi. Còn các bạn khác nhìn ra sự bế tắc trong việc phát hành, nên đành đưa sách in ở Sài Gòn. Tôi nhớ hình như anh Trần Phong của Văn có đùa: "Mấy cậu chỉ ra khỏi Ngưỡng Cửa một bước là chùng chân rồi...".

Tôi hơi chán nhưng chưa bỏ cuộc, nên sau này có "nhà xuất bản" Thơ, sẽ có dịp nói sau.

- Đặc biệt thứ hai:

Trong CTLN không có phụ bản vẽ nào, nhưng có một phụ bản là thơ phổ nhạc, xưa nay tôi chưa thấy có. Thật sự điều này tôi cũng không biết chắc. Bản nhạc này do nhạc sĩ Phạm Thế Mỹ phổ, không sửa, không thêm bớt chữ nào, kể cả tên bài thơ. Khung nhạc được Lê Hân kẻ khung, nốt và chép lời. Nhạc có lợi thế phổ biến rộng hơn thơ, nên bài này không qua được kiểm duyệt. Bài hát được in lại trong tập Trái Tim Việt Nam, nữ ca sĩ Đăng Lan hát đầu tiên, nhưng anh Miên Đức Thắng hát trong Băng nhạc Việt Nam 1 - stereo, tuy vậy cũng không thể nêu tên ca khúc trên mặt giấy mục lục, để qua mắt kiểm duyệt. (Điều này anh Phạm Thế Mỹ cho biết). Đây là bài thơ đầu tiên của tôi được phổ nhạc, bị nhận diện là phản chiến, nhưng được hát nhiều lần ở đại học Vạn Hạnh Sài Gòn. Bài này tôi viết qua một vụ việc có thật, nhưng nguyên nhân của tử tội không phải là người hoạt động chính trị. Mà là một gian thương, có thể như vậy. Mục kích chớp nhoáng cảnh xử bắn tại sân Chi Lăng, trước mặt nhà tôi ở, tôi viết một bài ngũ ngôn. Lời thơ chỉ nói lên thân phận con người chung chung vậy thôi.

*

Tập thơ CTLN có 34 bài, đa số thể loại tự do, thơ xuôi, ít bài ngũ ngôn, không có bài lục bát nào. Nội dung thao thức thân phận con người, nhưng suy tư còn yếu kém, kiểu "ăn chưa no, lo chưa tới". Cái tôi thiếu niềm tin là chỗ dựa, cho phép những hình ảnh không tươi đẹp của xã hội tự do ăn bám ở nhờ. Một tập thơ thường thường của một thanh niên mới lớn còn rất hời hợt trong cuộc sống. Nhưng cũng lắm hình ảnh đáng ngậm ngùi suy ngẫm. Vài bài dài đọc đến phát mệt.

Nói về thơ, không thể không trích vài đoạn:

"giản dị như ăn và thở
bài thơ ra đời
em có thấy nó không ?
em bắt được nó chưa ?
con bọ chét lẩn trong hồn tôi
và những điệp khúc bòn hút
báo động từ những vết thương
đó là tiếng nói
giản dị
thơ tôi ra đời,
sống.

...

bây giờ như thế đó
tôi trẻ và tôi già
tôi sống và tôi chết
cùng một lúc
ôi tự do!

...

đó là một tiếng nói
tiếng nói của bài thơ bày bán trong suốt đời tôi
nhức nhối
giản dị như ăn và thở

(Một Đồng Cho Một Tiếng Nói - trang 56)

" 1.

mưa.mưa.mưa.mưa

dĩ nhiên

bây giờ là mùa đông. mùa đông trong thị trấn miền trung. nơi anh đang ở cùng ba. nơi em đã ở. đã mục kích thảm họa của mùa đông năm ngoái. ôi nước, ôi nước trắng xóa và trời.trời trắng mưa bão. chỉ có thế. không hơn được khi nói về mùa đông. mùa đông ở đây. ở trong thị trấn buồn miền trung. nơi anh đang ngồi viết bài thơ này.gió,gió không ngớt. và anh. anh không ngớt nghĩ về mùa đông đời người. mùa đông đời chúng ta. đã qua.đã qua từ lâu.lâu lắm chừ cần có lại, chừ cần sống lại trong trái tim. trong bàn tay, trong thi ca. để làm gì ? không làm gì hết, nhưng anh muốn, anh muốn phải trở về. mùa đông, mùa đông cũ ơi phải trở về trong trí óc anh. phải trở về trong bàn tay anh ướt át bằng con đường gần. con đường gần như dĩ vãng. ôi dĩ vãng buồn. mưa. mưa..."

(Mùa Đông Cũ, trích 1 trong 4 đoạn).

" đợi một người bạn thân
trên sân ga vắng
tôi đọc thấy bài thơ

- tôi đầy 20 năm
nước nhà đầy cộng sản
súng đạn tôi lên đường
thản nhiên vì đã sống
mọi người đừng vỗ tay -

tiễn một người bạn thân
trên sân ga rộn rịp
tôi đọc thấy bài thơ

- tôi đầy 20 năm
nước nhà đầy cộng sản
đầu đạn đầy trên tim
dĩ nhiên vì đã sống
mọi người đừng thắp hương -

nhớ một người bạn thân
tôi cầm con dao nhọn
xóa bỏ hai bài thơ
mọi người vừa đánh giá

cảm ơn, ừ cảm ơn "

(Thơ Rời - trang 52. 53)

«mãi mãi ta là loài hai chân
là loài mặc quần mặc áo
mang trái tim tìm giọt nước trong
mang ước mơ làm chiếc thuyền lãng du tiêu khiển

mang thanh xuân đắp giấc ngủ say
mang tình yêu quét đường nằm im sống
mang đớn đau làm của cải riêng

mãi mãi ta là loài hai chân
là loài có trí khôn cao nhất
mang tự do làm sự nghiệp kinh doanh
mang trí khôn đốt xóm làng rừng núi
mang danh thơm giết bạn hữu anh em

lịch sử nào hơn nụ cười của mẹ ?
lịch sử nào hơn tiếng hát của em ?
lịch sử nào hơn bài thơ tôi viết ?
(đầy máu người xối rửa bàn tay)

mãi mãi ta là
loài hai chân
là loài biết yêu biết ghét
biết ngồi chơi
đập phá hết đời thường
biệt tự do treo cờ
chào chơi
rồi chết

mừng có hai chân, ta còn làm loài người"

(Tự hào - trang 100).

Thơ trong tập này cũng thành hình từ những việc rất linh tinh, như khi tôi bị mất chiếc xe đạp. Nhà nghèo, ăn theo đồng lương của thân phụ, nên mất vật gì cũng trống rỗng trong lòng, tôi không thể không lấp lại bằng ít câu:

"... nhưng mày, thôi vĩnh biệt
đã đến lúc đôi chân tao thở cùng mặt đường
không nương tựa
không nhờ ai lăn nhẹ cuộc đời vui
không nhờ ai bước xa một buồn thảm
mày đã đi
mày đã ngoại tình
cứ xem như vậy

thôi cũng được
chiếc xe đạp già ơi con ngựa sắt thân yêu
tôi phải làm thơ về mày như thế này
nữa đấy...

...

thương cho tao xui xẻo hao tài
thương cho tao không bao giờ quên được lòng gian tham
của đồng loại thân yêu
thôi cũng được
mày cứ tiếp tục lăn ngoan dưới con người
dưới một lời chửi đổng của tao
vĩnh biệt
đọc đi con
con ngựa sắt già
tên trộm cũng như tao,
người, con người cả đấy

(Con ngựa sắt già đã mất - trang 90-91)

Có khi thơ đến từ sự việc liên quan mật thiết đến bản thân:

"... thôi vĩnh biệt tóc mai
vĩnh biệt râu
vĩnh biệt áo rằn ri
vĩnh biệt quần ống túm
vĩnh biệt hết các em
anh đi làm công chức
hỡi gương
dạy cho ta cách chải đầu
dạy cho ta làm quen vẫn cặp kính trắng
chọn giúp ta bộ quần áo dáng ông thầy
chọn giúp ta đôi giày làm chân trí thức
tập ta đi
tập ta biết cúi đầu
tập ta nói
tập ta nghe
tập ta ngoan ngoãn
tập ta trung thành

tập ta trong sạch
còn những gì
ta xin tập hết
cảm ơn gương soi
ta đã có tác phong
ta đã thành công chức
hơn anh em ta, không thua bè bạn ta
cuối tháng lãnh lương
ta là một phần của chính phủ
cảm ơn cảm ơn"

(Đi Làm Công Chức - trang 92-93)

Làm thơ là thời khắc linh hiển nhất, với riêng tôi xưa kia cũng như bây giờ. Cảm giác sung sướng gần như đồng đều ở hai màu tóc đen và bạc. Nhưng sự hiện diện bài thơ gây ra nhiều cảm xúc khác nhau. Có bài viết xong đọc đi đọc lại, nhưng chẳng chỉnh sửa gì. Có bài sửa tới sửa lui để rồi hủy bỏ. Xúc cảm, hứng thú trước khi chọn chữ, dàn câu đều như nhau, điều này, ít nhất là với tôi. Không hứng thì không viết. Nhưng viết cũng không cần đợi hứng. Không có thời điểm nào thú vị hơn thời điểm đang làm, đang viết, hoặc nói lớn lối hơn là đang sáng tác. Không có thời điểm nào khó khăn, nặng nề hơn lúc đọc lại. Và cảm nhận mỗi lần đọc lại thường rất khác nhau. Tôi chỉ có thể kết luận được vậy, nhưng không dễ dàng có những nhận xét rõ ràng hơn, khi đọc lại Chết Trong Lòng Người của mình.

Các bạn giúp tôi nếu thấy thích thú, cảm ơn.

Xin lưu ý, những đoạn viết về các tập thơ đã in, đúng là những đoạn hồi ký rời, nói về chuyện làm thơ, chơi thơ. Nhưng đã là hồi ký nên cuộc sống đời thường cũng như thân thế riêng tôi cũng dựa đà nói đến, mong không là rườm rà quá đáng.

12giờ 33 chiều 28-12-2018
Luân Hoán

Kỳ tới: "ĐIỂM TRANG CHO VỢ", thi phẩm ở mãi trong dạng bản thảo.

Tin Văn Nghệ
MINH NGỌC

1/ Booker Prize 2019:

Giải văn chương của Liên hiệp Anh năm nay tiếp tục thể hiện khuynh hướng nữ quyền, trao cho hai nữ văn sĩ Margaret Atwood và Bernardine Evaristo, phá vỡ truyền thống chỉ trao giải cho một tác giả mỗi năm.

Margaret Atwood là một trong những tác giả Canada nổi tiếng thế giới. Bà sinh năm 1939 tại Ottawa. Năm 18 tuổi bà theo học Đại học Toronto chuyên khoa Anh ngữ, viết cho tập san của trường. Sau khi tốt nghiệp hạng xuất sắc, bà học tiếp bậc cử nhân và tiến sĩ tại Đại học Harvard. Bà đã giảng dạy tại nhiều đại học ở Canada. Tác phẩm xuất bản đầu tay của bà là tập thơ Double Persephone (1961) được tặng giải E. J. Pratt. Tập thơ thứ hai The Circle Game xuất bản năm 1966, được giải thưởng của Quan Toàn Quyền.

(Margaret Atwood)

Năm 1969 bà ra mắt quyển tiểu thuyết đầu tiên The Edible Woman, và từ đó sáng tác nhiều thể loại và chủ đề khác nhau, kể cả hợp soạn vở opera Pauline trình diễn ở Vancouver năm 2014. Bà đã nhận được nhiều giải thưởng văn chương, trong đó hai lần được giải Quan Toàn Quyền, bốn lần đề cử giải Booker. Bà nhận giải Booker năm 2000 với tiểu thuyết The Blind Assassin. Năm nay bà nhận giải Booker cho tiểu thuyết The Testaments. Đây là phần hai của tiểu thuyết giả tưởng The Handmaid's Tale (1985). The Handmaid's Tale được giải Quan Toàn Quyền 1985, giải Arthur C. Clarke 1987, đề cử Booker 1986, được dựng thành phim, opera và phim truyền hình. Câu chuyện diễn tả qua lời kể của người hầu gái Offred (gọi theo tên ông chủ Fred) trong bối cảnh vùng New England (Đông Bắc Hoa Kỳ) về một xã hội phụ hệ mà phụ nữ phải tìm cách vươn lên giành quyền tự chủ. The Testaments tiếp tục câu chuyện 15 năm sau, qua ba nhân vật chính Lydia, Agnes (con gái lớn của Offred sinh trưởng ở Boston) và Daisy (con gái nhỏ của Offred lớn lên ở Toronto với cha mẹ nuôi) với những diễn biến chính trị trong "xã hội Gilead".

Bernardine Evaristo sinh năm 1959 tại London, mẹ là một cô giáo da trắng, cha người da đen di cư từ Nigeria. Bà tốt nghiệp Đại học London văn bằng tiến sĩ văn chương. Các tác phẩm của bà chủ yếu xoay quanh vấn đề chủng tộc và nữ quyền. Bà đã nhận được nhiều giải thưởng văn học và làm giám khảo cho một số giải văn chương của Anh. Thập niên 80, bà sáng lập Nhà hát cho phụ nữ da đen. Thập niên 90 bà tổ chức những hội thảo văn chương và kịch nghệ cho các tác giả da đen. Bà giữ mục phê bình văn học cho các tạp chí hàng đầu The Guardian, The Observer, Time… Tác phẩm được giải Booker năm nay Girl, Woman, Other xoay quanh số phận của 12 nhân vật phụ nữ da đen trong khoảng thời gian 100 năm, xoáy sâu vào các chủ đề nữ quyền, chính trị, giới tính (Evaristo là lesbian). Sau khi giải Booker được công bố, sách của Evaristo bỗng nhiên bán chạy gấp nhiều lần cả mấy thập niên sáng tác của bà. Bà cho rằng kinh nghiệm kịch nghệ từ lúc 12 tuổi đã giúp bà rất nhiều trong sự nghiệp văn chương.

2/ Các giải văn chương Pháp:

- Hàn Lâm Viện: tiểu thuyết Civilizations (Những nền văn minh) của nhà văn Laurent Binet. Laurent Binet sinh năm 1972 tại Paris, là

con một nhà sử học, tốt nghiệp đại học Paris khoa Văn chương và hiện dạy Đại học Saint-Denis. Tác phẩm của ông thiên về chủ đề chính trị và lịch sử. Tiểu thuyết đầu tay HHhH (2010) về vụ ám sát lãnh tụ quốc xã Reinhard Heydrich được trao giải Goncourt năm đó. Tiểu thuyết thứ hai La septième fonction du langage (2015) được trao giải Fnac và Interallié. Năm nay anh được Hàn Lâm Viện trao giải cho quyển tiểu thuyết mới nhất Civilizations với câu chuyện lịch sử giả tưởng về cuộc vượt đại dương xâm chiếm Âu châu vào thế kỷ XVI của một tù trưởng Inca tên Atahualpa. Qua cuộc phiêu lưu này, có sự xuất hiện của các nhân vật lịch sử Charles V, Francis I, Erasmus, Luther, Montagne… và những chi tiết hài hước đồng hóa châu Âu theo văn hóa Inca như len lông llama thay vì lông cừu, kim tự tháp Aztec dựng lên trong sân cung Louvre. Cuốn sách khiến người đọc không khỏi thú vị tự hỏi thế giới ngày nay sẽ ra sao nếu thực sự châu Âu bị Nam Mỹ thống trị chứ không phải Columbus khám phá châu Mỹ dẫn đến sự xâm chiếm ồ ạt của các đế quốc Âu châu.

- Goncourt: tiểu thuyết Tous les hommes n'habitent pas le monde de la même façon của Jean-Paul Dubois. Ông sinh năm 1950 tại Toulouse, đã từng được giải Femina năm 2004 với tiểu thuyết Une vie française. Tiểu thuyết Tous les hommes n'habitent pas le monde de la même façon (tạm dịch Nhân gian muôn lối) với nhân vật chính Paul Hansen phải ở trong nhà tù Bordeaux hai năm, cùng phòng giam với một tên hung hăng hiếp đáp bạn tù nhưng sợ chuột. Để tránh phát điên, Paul Hansen tự đối thoại thầm trong đầu với những người thân đã chết: người tình Winona, con chó Nouk, người cha mục sư gốc Đan Mạch, người mẹ thích chiếu phim khiêu dâm trong rạp hát của mình mặc kệ ông chồng mục sư. Theo truyền thống, tác giả nhận giải Goncourt chỉ được 10 Euro nhưng sau đó số sách bán ra thường lên hơn 450 000 bản.

- Renaudot: cũng theo truyền thống, giải Renaudot công bố cùng lúc với Goncourt, năm nay trao cho tiểu thuyết La panthère des neiges (Báo tuyết) của Sylvain Tesson, một bất ngờ cho báo giới vì quyển này không có trong danh sách bốn tiểu thuyết chung khảo công bố hồi tháng Chín. Sylvain Tesson có sở thích phiêu lưu, từng du hành theo lộ trình của Napoléon giữa Paris và Moscow, thám hiểm Siberia và những vùng hoang dã khác. Tập Dans les forêts de Sibérie đã được giải Médicis 2016 cho khảo luận. Với cuốn La panthère des neiges, ông cùng nhiếp ảnh gia Vincent Munier lần tìm dấu vết loài báo tuyết vốn coi như tuyệt chủng trên núi non Tây Tạng ở độ cao 5000 thước. Trải dài trong cuốn sách là những luận lý triết học và văn chương về thiên nhiên tuyệt đẹp trời phú mà con người đang dần dần hủy diệt.

- Femina: tiểu thuyết Par les routes (Bên đường) của Sylvain Prudhomme. Anh là một cây bút trẻ, sinh năm 1979 nhưng đã có 8 tác phẩm xuất bản. Par les routes là câu chuyện một người đàn ông 40 tuổi dưới tên «l'auto-stoppeur» (kẻ quá giang) có bạn gái Marie là một dịch giả và con trai Augustin nhưng có máu lãng tử, hay nổi hứng khăn gói lên đường, vẫy xe quá giang đi đây đó bất kỳ.

Giải Femina cho tác giả ngoại quốc trao cho nhà văn Tây Ban Nha Manuel Vilas với cuốn Ordesa. Giải Femina khảo luận trao cho Emmanuelle Lambert với cuốn Giono, Furioso.

- Médicis: tiểu thuyết La tentation (Cám dỗ) của Luc Lang. Nhân vật chính François, một bác sĩ phẫu thuật có sở thích săn bắn, có con trai Michel làm việc trong lĩnh vực đầu tư tài chánh ở New York, con gái Mathilde bỏ học trường Y khoa để chạy theo một cậu ấm, thân chủ của anh trai. Cuốn sách toát lên sự bế tắc giữa thời đại vật chất kim tiền, băn khoăn về những giá trị nhân bản.

Giải Médicis cho tác giả ngoại quốc trao cho nhà văn Auður Ava Ólafsdóttir với cuốn "Miss Iceland". Giải Médicis cho khảo luận trao cho hai tác giả Bulle Ogier và Anne Diatkine với "J'ai oublié".

- Interallié: Les Choses Humaines của Karine Tuil. Quyển tiểu thuyết trình bày phiên tòa xét xử một nghi phạm hiếp dâm - Alexander là con trai một phóng viên truyền hình nổi tiếng và một cây bút nữ quyền. Nữ văn sĩ Karine Tuil đặt độc giả vào vị trí bồi thẩm đoàn lắng nghe, suy nghĩ và phân tích các tình tiết, bằng chứng của vụ án.

3/ Giải văn chương Mỹ: National Book Award

- Tiểu thuyết: Trust Exercise của Susan Choi. Bà sinh năm 1969 tại tiểu bang Indiana, cha người Đại Hàn, mẹ Do Thái. Năm bà lên 9, cha mẹ ly dị, bà theo mẹ về sống ở Houston, Texas. Bà tốt nghiệp Đại học Yale và Đại học Cornell khoa Văn chương, làm việc cho tạp chí the New Yorker, hiện bà dạy khoa Văn chương tại Đại học Yale. Tiểu thuyết đầu tay The Foreign Student (1998) được trao giải Văn chương Mỹ Á và vào chung khảo giải Tác giả mới của nhà sách Barnes & Noble, tiểu thuyết thứ hai American Woman (2003) vào chung khảo giải Pulitzer, tiểu thuyết thứ ba A Person of Interest vào chung khảo giải Faulkner của Văn bút Hoa Kỳ. Trust Exercise diễn tả nội tâm của một nhóm học sinh trường trung học chuyên nghệ thuật ở một thành phố miền nam nước Mỹ, có thể là Houston nơi tác giả lớn lên, qua đó thăm dò những liên hệ và mức độ tin cậy giữa giáo viên và học sinh, giữa nghệ sĩ và khán giả, giữa tác giả và nhân vật, giữa người viết và độc giả.

- Khảo luận: The Yellow House của Sarah Broom, về thành phố New Orleans, Louisiana với những vấn đề chủng tộc, xã hội, lịch sử qua một thế kỷ những câu chuyện gia đình tác giả.

- Thơ: tập Sight Lines của Arthur Sze.

4/ Toni Morrison (1931-2019):

Ngày 21 tháng Mười Một tại thánh đường St. John, New York City, ba ngàn người đã đến dự lễ truy điệu nhà văn Toni Morrison, qua đời ngày 5 tháng Tám. Những người đọc điếu văn gồm có Oprah Winfrey, Angela Davis, hai nhà văn Edwidge Danticat và Fran Lebowitz.

Toni Morrison tên thật Chloe Ardelia Wofford, sinh năm 1931 tại Ohio, tốt nghiệp Đại học Howard và Đại học Cornell. Bà dạy Anh ngữ tại Đại học Howard và trở thành biên tập viên nữ da đen đầu tiên của nhà xuất bản Random House. Trong sự nghiệp viết văn, bà đã được trao hầu như mọi giải thưởng cao quý nhất, bên cạnh nhiều giải lớn nhỏ: giải Hội Phê bình Văn Học Quốc Gia (National Book Critics Circle Award 1977), giải Hàn Lâm Viện Văn học Nghệ thuật 1977, giải Văn chương Hoa Kỳ 1988, giải Pulitzcr 1988, giải Nobel Văn chương 1993. Ngoài ra bà còn nhận được nhiều danh hiệu: Ordre des Arts et des Lettres 1993 (Pháp), bội tinh Condorcet 1994 (Pháp), bội tinh của Hội Văn học Quốc gia 1996, bội tinh Nhân đạo Quốc gia 2000, Légion d'honneur 2010 (Pháp), bội tinh Tự do của Tổng thống 2012, giải tuyên dương sự nghiệp của Văn bút Hoa Kỳ 2016… Tiểu thuyết Beloved dựng thành phim năm 1998. Bà qua đời ngày 5 tháng Tám vì viêm phổi tại bệnh viện Montefiore, New York.

5/ Triển lãm tranh ở Little Sài Gòn:

Từ ngày 16-23 tháng Mười Một 2019, sáu họa sĩ kỳ cựu triển lãm tranh tại HTP Gallery, Little Sài Gòn, California: Nguyễn Văn Bảy, Đàm Quốc Cường, Ngô Bá Đản, Huỳnh Phú Nhiều, Đặng Ngọc Sinh và Lương Trường Thọ. Các họa sĩ xuất thân tử Cao Đẳng Mỹ Thuật Huế và Gia Định từ thập niên 60, hiện ở độ tuổi bát tuần nhưng vẫn hoạt động nghệ thuật sung sức, bằng chứng là những họa phẩm hút hồn người thưởng ngoạn.

6/ Cung Trầm Tưởng, một hành trình thơ 1948-2018:

Ngày 17 tháng Mười Một tại Little Sài Gòn, California, thi sĩ Cung Trầm Tưởng ra mắt tuyển tập "Cung Trầm Tưởng, một hành trình thơ 1948-2018" do Tiếng Quê Hương (Virginia) xuất bản.

Thi sĩ Cung Trầm Tưởng tên thật Cung Thúc Cần, sinh năm 1932 tại Hà Nội. Năm 1949, gia đình ông dời vào Sài Gòn, ông theo học trung học Chasseloup-Laubat. Sau đó ông du học tại Ecole de l'Air (Viện Kỹ thuật Không quân), Salon-de-Provence. Thời gian du

học tại Pháp, ông sáng tác nhiều bài thơ về sau nổi tiếng qua các bản phổ nhạc của nhạc sĩ Phạm Duy như Mùa thu Paris, Tiễn em, Bên ni bên nớ, Kiếp sau… Về nước, ông phục vụ Không lực Việt Nam Cộng Hòa, đồng thời sinh hoạt văn chương, cộng tác với những tạp chí hàng đầu Sáng tạo, Hiện đại, Nghệ thuật, Văn, Khởi hành... và chủ trương tờ Văn nghệ mới. Năm 1962 ông du học ở Đại học Saint Louis (Missouri) tốt nghiệp tiến sĩ Khí tượng học rồi trở về tiếp tục phục vụ Không quân với cấp bậc Trung tá. Sau 1975 ông bị đi tù cải tạo ở miền Bắc 10 năm. Ông cùng gia đình định cư tại Hoa Kỳ năm 1993 theo chương trình HO, tiếp tục sáng tác và sinh hoạt văn học nghệ thuật.

7/ Dịch giả Phan Huy Đường (1945-2019):

Phan Huy Đường sinh năm 1945 tại Hà Nội, di cư vào Nam, du học Pháp năm 1963 và cư ngụ tại đây đến khi qua đời ngày 4 tháng Mười. Ông đã dịch nhiều tác phẩm Việt Nam ra Pháp ngữ, viết tiểu luận triết học bằng tiếng Pháp, đặc biệt gần đây nhất là bộ Lang thang chữ nghĩa 7 tập. Ông lập ra trang văn chương "ăn mày văn chương" (amvc) kết nối những người thích viết và thích đọc văn thơ tiếng Việt, gửi hàng tháng qua email.

8/ Nữ sĩ Mai Trinh Đỗ Thị (1953-2019):

Nữ sĩ Mai Trinh Đỗ Thị từ trần đột ngột ngày 14 tháng Mười Một tại Sài Gòn vì xuất huyết não, hưởng thọ 66 tuổi. Bà là ái nữ của nhà văn truyền kỳ Hoàng Ly (tên thật Đỗ Hồng Nghi), nổi tiếng là một người đẹp và tài hoa. Năm 1975 bà chung sống với thi sĩ Phạm Thiên Thư, có ba người con, nhưng chia tay sau không đầy mười năm. Bà đã xuất bản nhiều tập thơ (Gối mộng, Điều ước màu trắng, Cõi miền, Đỉnh trời gió hú, Mai em theo chồng…), đóng một vài phim của đạo diễn Lê Văn Duy.

9/ Họa sĩ Duy Thanh (1931-2019):

Họa sĩ Duy Thanh, tên thật Nguyễn Duy Thanh, sinh năm 1931 tại Thái Nguyên, di cư vào Nam năm 1954. Ông bắt đầu vẽ từ 1952, có nhiều triển lãm trong và ngoài nước. Ông là một thành viên chủ chốt của nhóm Sáng Tạo, ngoài vẽ tranh ông viết nhiều truyện ngắn và làm thơ đăng trên Sáng Tạo, Hiện Đại, Thế Kỷ 20… Các truyện ngắn của ông xuất bản thành tập truyện Lớp Gió (1965). Ông còn vẽ và trang trí rất nhiều ấn phẩm văn học trước 1975. Sau 1975 ông định cư tại San Francisco, tiếp tục sáng tác và triển lãm hội họa. Ông mất ngày 24 tháng Mười Một tại bệnh viện San Francisco sau một thời gian sức khỏe suy yếu.

Minh Ngọc

*(*Thiếu nữ," tranh sơn dầu (1962) của cố họa sĩ Duy Thanh)*

Sẽ phát hành đầu năm 2020
TỊCH DƯƠNG
Tiểu thuyết Khánh Trường
600 trang, khổ 6x9
Mở Nguồn xuất bản

LÊ THANH HOÀNG DÂN

Rong Chơi Nước
Pháp

Quyển 1

Liên lạc tác giả:
Lê Thanh Hoàng Dân: lethanhhoangdan@gmail.com

LÂM CHUNG
VIỆC QUAN TRỌNG NHẤT CỦA ĐỜI NGƯỜI

Hòa Thượng
TỊNH KHÔNG

NHÀ XUẤT BẢN NHÂN ẢNH - 2019

Tìm mua trên hệ thống mạng: amazon.com

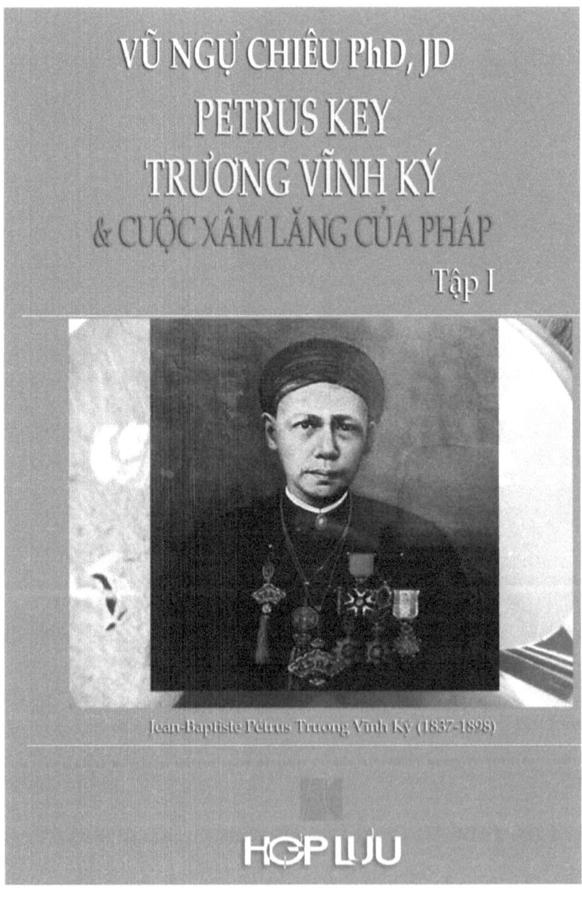
VŨ NGỰ CHIÊU PhD, JD
PETRUS KEY
TRƯƠNG VĨNH KÝ
& CUỘC XÂM LĂNG CỦA PHÁP
Tập I
Jean-Baptiste Petrus Trương Vĩnh Ký (1837-1898)
HỢP LƯU

Liên lạc tác giả Chu Tấn:
chutan1938@gmail.com

Chương Trình
Buổi lễ ra mắt Phong Trào Việt Hưng &
Ra Mắt Sách: Cuộc Đua Marathon 100 Năm
tại San Jose
Ngày 28 Tháng 03 Năm 2020

12:30pm – 1:00pm Tiếp đón Quan Khách
 1:00pm – 1:10pm Chào Cờ, Phút Mặc Niệm
 1:10pm – 1:15pm Ca khúc "Hội Nghị Diên Hồng"
 1:15pm – 1:20pm Ca khúc " Chúng Đi Buôn"
 1:20pm – 1:30pm Phát biểu của đại diện chính quyền và hội đoàn đấu tranh
 1:30pm – 1:35pm Đọc tiểu sử và giới thiệu TS Nguyễn Võ Long
 1:35pm – 2:05pm TS. Nguyễn Võ Long chào mừng, trình bày mục đích của PTVH,
tuyên bố ra mắt phong trào tại San Jose. Thuyết trình, cập nhật tin tức:
• Hiểm họa Tàu Cộng đối với Việt Nam và Thế Giới.
• Giới thiệu sách: "Cuộc Đua Marathon 100 Năm"
 2:05pm – 2:35pm Đặt câu hỏi với diễn giả
 2:35pm – 2:45pm Nhạc Đấu Tranh
 2:45pm … Tiệc Trà

Cơ quan truyền thông, truyền hình, báo chí phỏng vấn TS Nguyễn Võ Long
(Xin liên lạc Lê Hân, 408-722-5626, để biết thêm chi tiết)

Liên lạc tác giả: Hoàng Quân, hoangthingocthuy@hotmail.com

Liên lạc mua tạp chí Ra Khơi: vanhocunescom@gmail.com

Liên lạc tác giả: Việt Dương: viduong1941@aol.com

SUỐI NGUỒN TÂM THỨC

Thơ

THÁI TÚ HẠP

Liên lạc Ái Cầm: (626) 589-9242, aicam1970@yahoo.com

NGUYỄN QUANG HIỆN

HOA ĐÀO NĂM NGOÁI

Tuyển tập truyện ngắn

 NHÂN ÁNH
2018

Liên lạc tác giả: Nguyễn Quang Hiện, nqhien88@gmail.com,
217 Booth Street, Apt 125 - Gaithersburg, MD 20878